திருநெல்வேலி எழுச்சியும் வ.உ.சி.யும்
1908

ஆசிரியரின் பிற நூல்கள்

எழுதியவை

வ. உ. சியும் திருநெல்வேலி எழுச்சியும்
பின்னி ஆலை வேலைநிறுத்தம் (இணையாசிரியர்: ஆ. சிவசுப்பிரமணியன்)
அந்தக் காலத்தில் காப்பி இல்லை முதலான ஆய்வுக் கட்டுரைகள்
நாவலும் வாசிப்பும்
முல்லை: ஓர் அறிமுகம்
முச்சந்தி இலக்கியம்
பாரதி: கவிஞனும் காப்புரிமையும்
ஆஷ் அடிச்சுவட்டில்: அறிஞர்கள், ஆளுமைகள்
எழுக, நீ புலவன்!: பாரதி பற்றிய கட்டுரைகள்
தமிழ்க் கலைக்களஞ்சியத்தின் கதை
வ.உ.சி.யும் காந்தியும்: 347 ரூபாய் 12 அணா

பதிப்பித்தவை

வ.உ.சி. கடிதங்கள்
மறைமலையடிகளார் நாட்குறிப்புகள்
வ.உ.சி.யும் பாரதியும்
பாரதியின் கருத்துப்படங்கள்: 'இந்தியா' 1906–1910
அன்னை இட்ட தீ: புதுமைப்பித்தன்
வ.உ.சி.யின் சிவஞான போத உரை
புதுமைப்பித்தன் கதைகள்: முழுத் தொகுப்பு
புதுமைப்பித்தன் கட்டுரைகள்
அண்ணல் அடிச்சுவட்டில் – ஏ. கே. செட்டியார்
பாரதி: 'விஜயா' கட்டுரைகள்
புதுமைப்பித்தன் மொழிபெயர்ப்புகள்
பாரதி கருவூலம்: 'ஹிந்து' நாளிதழில் பாரதியின் எழுத்துகள்
திலக மகரிஷி – வ.உ.சி.
பாரதியின் சுயசரிதைகள்: கனவு, சின்னச் சங்கரன் கதை
சென்றுபோன நாட்கள்: எஸ்.ஜி. இராமாநுஜலு நாயுடு
புதுமைப்பித்தன் வரலாறு: தொ.மு.சி ரகுநாதன்
உ.வே. சாமிநாதையர் கடிதக் கருவூலம்
சாதிக்குப் பாதி நாளா ? ராஜாஜியின் கல்வித் திட்டம்
வ.உ.சி.: வாராது வந்த மாமணி

தமிழாக்கம்

பாப்லோ நெரூடா, துயர்மிகு வரிகளை இன்றிரவு நான் எழுதலாம்
வரலாறும் கருத்தியலும் (Romila Thapar's Past and Prejudice)

In English

(trans), Tranquillity –Bharatidasan
(trans), J.J. Some Jottings –Sundara Ramaswamy
In Those Days There Was No Coffee: Writings in Cultural History
(ed.) A.K. Chettiar, In the Tracks of the Mahatma: The Making of a Documentary
(ed.) Chennai, Not Madras: Perspectives on the City
(ed.) M.L. Thangappa, Love Stands Alone: Selections from Tamil Sangam Poetry
(ed.) M.L. Thangappa, Red Lilies and Frightened Birds: 'Muttollayiram'
The Province of the Book: Scholars, Scribes, and Scribblers in Colonial Tamilnadu
(co–ed.), Beyond Tranquebar: Grappling Across Cultural Borders in South India
Who Owns That Song?: The Battle for Subramania Bharati's Copyright
Tamil Characters: Personalities, Politics, Culture
The Brief History of a Very Big Book: The Making of the Tamil Encyclopaedia
Swadeshi Steam: V.O. Chidambaram Pillai and the Battle against the British Maritime Empire

திருநெல்வேலி எழுச்சியும் வ.உ.சி.யும் 1908

1908 மார்ச் 13. வெள்ளிக்கிழமை.

கப்பல் ஓட்டி வெள்ளை ஏகாதிபத்தியத்திற்கு அறைகூவல் விடுத்த வ.உ.சி. கைதுசெய்யப்பட்ட செய்தியைக் கேட்டுத் திருநெல்வேலியிலும் தூத்துக்குடியிலும் மக்கள் கிளர்ந்தெழுந்தனர். தெருவில் இறங்கினர். கூட்டம் கூடினர். வேலைநிறுத்தம் செய்தனர். அரசு சொத்துகளை அழித்தனர். இரும்புக்கரம்கொண்டு இந்த எழுச்சியை அரசு ஒடுக்கியது. துப்பாக்கிச்சூட்டில் நால்வர் மாண்டனர். நூற்றுக்கும் மேற்பட்டோர் கைதாயினர். மக்கள்மீது திமிர்வரி விதித்த அரசு, ஆறு மாதங்களுக்குத் தண்டக்காவல் படையை நிலைநிறுத்தியது. அதற்கு முன்போ பின்போ விடுதலைப் போராட்டக் காலத் தமிழகத்தில் இப்படியோர் எழுச்சி ஏற்பட்டதில்லை எனலாம். ஏராளமான சான்றுகளைக் கொண்டு இந்த எழுச்சியின் போக்கை விவரிக்கும் இந்நூல் இதன் பின்னணியையும் விளைவுகளையும் விரிவாக ஆராய்கிறது. இந்த எழுச்சியின் நாயகரான வ.உ.சி. இதைப் பற்றி எடுத்த நிலைப்பாட்டை விளக்குவதோடு எழுச்சியில் பங்களித்த எண்ணற்ற எளிய மக்களின் கதையினையும் மீட்டுருவாக்கம் செய்கிறது இந்நூல். ஆய்வுத் திறமும் அறிவார்ந்த சுவாரசியமும் மிளிர இந்நூலை எழுதியிருக்கிறார் ஆ. இரா. வேங்கடாசலபதி.

ஆ. இரா. வேங்கடாசலபதி (பி. 1967)

தமிழ்ச் சமூக வரலாறு தொடர்பாகக் குறிப்பிடத்தகுந்த ஆய்வுகள் செய்துவருபவர். சென்னை வளர்ச்சி ஆராய்ச்சி நிறுவனத்தில் (*Madras Institute of Development Studies*) பேராசிரியராக இருக்கும் இவர், மனோன்மணியம் சுந்தரனார் (திருநெல்வேலி), சென்னை, சிகாகோ, சிங்கப்பூர் பல்கலைக்கழகங்களில் பணியாற்றியிருக்கிறார். வி.கே.ஆர்.வி. ராவ் விருதும் (2007) விளக்கு புதுமைப்பித்தன் விருதும் (2018), கனடா இலக்கியத் தோட்டத்தின் வாழ்நாள் சாதனையாளருக்கான 2021ஆம் ஆண்டின் இயல் விருதைப் பெற்றிருக்கிறார்.

● அன்பார்ந்த வாசகருக்கு,

வணக்கம்.

காலச்சுவடு நூலை வாங்கியமைக்கு நன்றி.

நூலின் உள்ளடக்கம், உருவாக்கம், அட்டைப்படம் இன்ன பிற அம்சங்கள் பற்றிய உங்கள் கருத்துகளையும் ஆலோசனைகளையும் காலச்சுவடு வரவேற்கிறது. தகவல், எழுத்து, வாக்கியப் பிழைகள் தென்பட்டால் அவசியம் தெரிவித்து உதவுங்கள். நூல் தயாரிப்பில் கடும் குறைபாடு இருப்பின் மாற்றுப் பிரதி உங்களுக்குக் கிடைக்கக் காலச்சுவடு ஏற்பாடு செய்யும்.

மின்னஞ்சல்: **publisher@kalachuvadu.com**

காலச்சுவடு நாகர்கோவில் அலுவலகத்திற்குக் கடிதம் அனுப்பலாம்.

தங்கள்
எஸ்.ஆர். சுந்தரம் (கண்ணன்)
பதிப்பாளர் — நிர்வாக இயக்குநர்

Unauthorised use of the contents of this published book, whether in e-book or hardcopy format, for any type of Artificial Intelligence (AI) training — including but not limited to Machine Learning, Deep Learning, Natural Language Processing, Computer Vision, Chatbot Training, Image Recognition Systems, Recommendation Engines, and Language Models — is strictly prohibited without prior licensing from the publisher. Any such unauthorised use may result in legal action.

ஆ. இரா. வேங்கடாசலபதி

திருநெல்வேலி எழுச்சியும் வ.உ.சி.யும்
1908

காலச்சுவடு பதிப்பகம்

திருநெல்வேலி எழுச்சியும் வ.உ.சி.யும் 1908 ✦ ஆசிரியர்: ஆ.இரா.வேங்கடா சலபதி ✦ ஆய்வு நூல் ✦ © ஆ.இரா.வேங்கடாசலபதி ✦ முதல் பதிப்பு: பிப்ரவரி 2022, பத்தாம் பதிப்பு: ஜூன் 2025 ✦ வெளியீடு: காலச்சுவடு பப்ளிகேஷன்ஸ் (பி) லிட்., 669, கே.பி. சாலை, நாகர்கோவில் 629001

tirunelveeli ezucciyum vaa.vuu.ci.yum 1908 ✦ A.R.Venkatachalapathy ✦ Research monograph on V.O. Chidambaram Pillai and the Tirunelveli 'Riots', 1908 ✦ © A.R.Venkatachalapathy ✦ Language: Tamil ✦ First (Short) Edition: February 2022, Tenth Edition: June 2025 ✦ Size: Demy 1 x 8 ✦ Paper: 18.6 kg maplitho ✦ Pages: 248

Published by Kalachuvadu Publications Pvt. Ltd., 669 K.P. Road, Nagercoil 629001, India ✦ Phone: 91-4652-78525 ✦ e-mail: publications@kalachuvadu.com ✦ Printed at Print Point Offset Printers, Nagercoil 629001

ISBN: 978-93-5523-134-5

06/2025/S.No. 1075, kcp 5853, 18.6 (10) urss

செல்வாவுக்கு . . .

பொருளடக்கம்

நன்றியுரை: முற்றவும் நக்குபு புக்கென...	11
1. 'கலகம் பிறந்தது!'	19
2. எழுச்சி	33
3. எழுச்சிக்குப் பிறகு	69
4. திருநெல்வேலி, சென்னை, கல்கத்தா, லண்டன்	109
5. திமிர்வரி	127
6. பத்திரிகைகளின் பார்வையில்	136
7. வ.உ.சி.யின் நிலைப்பாடு	147
8. 'நியாயம் பிறந்ததா?'	162
பிற்சேர்க்கைகள் 1–7	193
படங்கள்	233
சுருக்க விளக்கம்	240
சான்றுப் பட்டியல்	241

பிற்சேர்க்கைகள்

1. திருநெல்வேலி நகராட்சியின் தீர்மானம்	195
2. பிரித்தானிய நாடாளுமன்றத்தில் கேள்வி	196
3. சென்னைச் சட்டமன்றத்தில் கேள்வி	197
4. தூத்துக்குடி வணிகப்பேரவையின் தீர்மானங்கள்	199
5. திருநெல்வேலிக் கஷ்ட நிவர்த்தி நிதி	200
6. இதழ்களின் கருத்துரைகள்	205
I. *சுதேசமித்திரன்*	205
II. பாரதியின் *இந்தியா*	207
III. அரவிந்தரின் *வந்தே மாதரம்*	209
IV. திலகரின் *மராட்டா*	211
V. *லிபரல்*	215
VI. *இந்தியா* (லண்டன்)	218
VII. *மாடர்ன் ரிவ்யூ*	222
VIII. *லண்டன் டைம்ஸ்*	222
IX. *ஞானசித்தி*	224
X. *தி மெட்ராஸ் கிறிஸ்டியன் காலேஜ் மேகசீன்*	226
7. வ.உ.சி.யின் மனைவி மீனாட்சி அம்மாள் கடிதங்கள்	230
(i) குருநாதய்யருக்கு	230
(ii) குருநாதய்யர் மனைவி மீனாட்சிக்கு	231
திருநெல்வேலி வரைபடம்	35

நன்றியுரை

முற்றவும் நக்குபு புக்கென...

1984 ஆகஸ்டு மாதத்தில் தமிழ்நாடு ஆவணக் காப்பகத்திற்குள் நுழைந்தேன். வ.உ.சி.யின் வாழ்க்கை வரலாற்றை முழுமையாக எழுதி முடிக்க வேண்டும் என்ற வேட்கை என்னை ஆட்கொண்டிருந்தது. வணிகவியல் இளங்கலை முதலாண்டு பயிலும் மாணவனாக நுழைந்த என்னை முழுநேர வரலாற்று ஆய்வாளனாக மாற்றிவிட்டது தமிழ்நாடு ஆவணக்காப்பகம். ஆய்வுப்பித்தேறிய நாள்கள் அவை.

'வ.உ.சி. கடிதங்கள்' (1984) நூலைத் தொகுத்து வெளியிட்ட வேகத்தில் வ.உ.சி. வரலாற்றையும் பகுதிபகுதியாக எழுதி முடிப்பது திட்டம். அதன் முதற்கட்டமாகத் திருநெல்வேலி எழுச்சியைப் பற்றிய பகுதியை மட்டும் நெடுங்கட்டுரையாக 1984 டிசம்பரில் வரைந்தேன்; ஆனால் வெளியிட வில்லை – அதனையொத்த எழுத்தாக்கங்களை வெளியிடுவதற்கு அக்காலத்தில் வழிகளே இல்லை என்பதும் ஒரு காரணம். வாசிக்க வாசிக்க வ.உ.சி. யின் வரலாறு ஒரு தனித்தலைவரின் கதையாக அல்லாமல் மொத்தத் தமிழ்ச் சமூகத்தின் வரலாறாகவே அமைய வேண்டும் என்ற உணர்வு மேலோங்கியதால் தேடலைத் தொடர்ந்தேன்.

1985இன் கோடைக் காலத்தில் களஆய்வாகத் திருநெல்வேலிக்குப் பயணமானேன். அடுத்த

சில மாதங்களில் தேசிய ஆவணக்காப்பகத்திலும் நேரு நினைவு நூலகத்திலும் தேடலை மேற்கொள்ளப் புது தில்லிக்குச் சென்றேன். 1986 அக்டோபரில் புதியதாக வ.உ. சிதம்பரனார் (இன்றைய தூத்துக்குடி) மாவட்டம் உதயமானபோது மூன்றாம் முறையாகத் தென்தமிழகம் சென்றேன். ஆ. சிவசுப்பிரமணியன் எழுதி முடித்திருந்த 'ஆஷ் கொலையும் இந்தியப் புரட்சி இயக்கமும்', 'வ.உ.சி.யும் முதல் தொழிலாளர் வேலைநிறுத்தமும், 1908' ஆகிய நூல்களை இந்நிகழ்வையொட்டி முனைவர் மே.து. ராசுகுமார் (மக்கள் வெளியீடு) நூலாக்கியபோது நானும் உடனிருந்து உதவியதோடு நூற்சிப்பங்களையும் தூத்துக்குடிக்குச் சுமந்து சென்றேன். முனைவர் ஆ. சிவசுப்பிரமணியன் அவர்களோடு அப்போது கழித்த நாள்கள் பெரும் உற்சாகத்தை என்னுள் கிளர்த்தின. (இந்தப் பயணத்தின்போதுதான் நாகர்கோயிலுக்குச் சென்று சுந்தர ராமசாமியைச் சந்தித்ததும். அந்தச் சந்திப்பிற்குப் பிறகு அவர் விடுத்த கடிதத்தை எத்தனை முறை படித்து உந்தாற்றல் பெற்றேன் எனச் சொல்லி முடியாது.)

ஊருக்குத் திரும்பிய வேகத்தில் திருநெல்வேலி எழுச்சி பற்றிய கட்டுரையை விரிவாக்கிச் சிறுநூலாக வெளியிடுவதென முயன்று கையெழுத்துப்படியை ஒரே மாதத்தில் எழுதி முடித்தேன். 'வ.உ.சி.யும் திருநெல்வேலி எழுச்சியும்' என்று தலைப்பிட்டேன். மே.து.ரா. ஆர்வமுடன் வெளியிட முன்வந்தார். அச்சாக்கமும் உடனே நடந்தது. அட்டை அச்சிடச் சிறிது தாமதமானதால் 1987 மார்ச்சில்தான் நூல் வெளிவந்தது. டெமி 1/8 அளவில் 96 பக்கமே கொண்ட நூலில் சான்றாதாரங்களும் பின்னிணைப்புகளும் மூன்றில் ஒரு பகுதி இடத்தை எடுத்துக்கொண்டன. விலை பத்து ரூபாய். தென்னாப்பிரிக்க வெள்ளையரைப் பற்றிய மானுடவியல் ஆய்வு நூலொன்றின் அட்டைப்படம் மிகப் பொருத்தமாக இருந்ததால் அதனைத் தழுவி முகப்பு அமைந்தது. அக்காலத் தமிழ்ப் பதிப்பக வழமைப்படி ஓராயிரம் படிகள் அச்சிட்டார் மே.து.ரா. பொது நூலகத் துறை நூலை வாங்கவில்லை. தனித்தனிப் பிரதியாக ஆறேழு ஆண்டுகளில் புத்தகப் பிரதிகள் தீர்ந்தன. இருநூறு படிகளாவது இலவசமாகப் போயிருக்கும் என நினைக்கிறேன்.

நூலுக்கு ஒரு மதிப்புரைகூட வரவில்லை. ம.பொ.சி. மட்டும் பெயர் சொல்லாமல் என்னைச் சீண்டிச் 'செங்கோல்' வார இதழில் எழுதியிருந்தார். நூலைப் படித்துச் சில முக்கியக் கேள்விகளை எழுப்பிக் கடிதம் விடுத்தார் சுந்தர ராமசாமி.

எழுத்துப்பூர்வமான எதிர்வினைகளின் கூட்டுத்தொகை இது. ஆனாலும் நூல் பரவலாக முற்போக்கு வாசகர்களால் படிக்கப்பட்டது. பெயர் சுட்டாமல் என் ஆய்வைப் பலர் பயன்கொண்டுள்ளனர்.

ஒரேயொரு நிகழ்வைப் பல்வேறு வளமான எழுத்தாவணங்களைக் கொண்டு எப்படி வரலாறாக்குவது என்பதற்கு 'வ.உ.சி. யும் திருநெல்வேலி எழுச்சியும்' தமிழில் ஒரு முன்னோடி. என்றாலும்கூட அதன் போதாமைகளை விரைவிலேயே உணர்ந்தேன். வரலாறு என்ற பெயரில் கதைவிடும் தமிழ் மனப்பாங்குக்கு மாற்று, எழுத்தாவண வழிபாடாக இருக்க முடியாது என்பதை உணர்ந்தேன். இ.பி. தாம்சன், எரிக் ஹாப்ஸ்பாம், ஜார்ஜ் ரூடே, ரணஜித் குகா ஆகியோரின் எழுத்துகள் புதிய வாயில்களைத் திறந்துவிட்டன. இந்த வெளிச்சத்தில் அச்சிறுநூலைத் திருத்தி, செழுமையாக்கி, விரிவாக்க வேண்டும் என்ற ஆசை முப்பத்தைந்து ஆண்டுகள் கழித்து ஈடேறுகிறது. இந்தக் கால இடைவெளியில் ஏராளமான புதிய சான்றாவணங்களைத் திரட்டியதோடு வரலாற்றியல் கோட்பாடுகளைப் பயில்பவனாகவும் பயிற்றுவிப்பவனாகவும் பெற்ற புரிதலின் வெளிச்சத்தில் இந்நூல் மும்மடங்கு பெருகியுள்ளது; பொலிந்துள்ளதா என்பதை வாசகர்களே சொல்ல வேண்டும்.

~~

முதல் நூலை எழுதுவதற்கு உதவிய அனைவருக்கும் என் நன்றியைப் புதுப்பித்துக்கொள்கிறேன் (அவர்களுள் பலர் இன்று நம்மிடையே இல்லை; அவர்கள் நினைவை இவ்வேளையில் போற்றுகிறேன்); வழிநூலுக்கு உதவியவர்களுக்கு என் நன்றியைப் புலப்படுத்திக்கொள்கிறேன்.

முதிரா இளமைப் பருவத்திலேயே என்னை வழிநடத்தியவர்கள் 'முகம்' மாமணி (1931–2022), பாவலர் த. கோவேந்தன் (1932–2004) ஆகியோர்.

மறைந்த வ.உ.சி. சுப்பிரமணியம் (1925–1991) அவர்களுக்கும் அவருடைய குடும்பத்தினருக்கும் என் நன்றியுரியது. வ.உ.சி. வாலேசுவரன் (1928–2015), வ.உ.சி.ஆ. சண்முகசுந்தரம் ஆகியோரையும் நினைவுகூர்கிறேன்.

இந்தியப் பொதுவுடைமை இயக்கத்தின் முதல் தலைமுறையைச் சேர்ந்த தோழர் ஸி.எஸ். சுப்பிரமணியம் *(1910–2011)* அவர்கள் கிருஷ்ணசாமி சர்மாவின் புகைப்படத்தைக் கொடுத்து உதவினார்.

மறைமலையடிகள் நூலகத்தைப் பயன்படுத்திக்கொள்ள அனுமதி நல்கியவர் சைவ சித்தாந்த நூற்பதிப்புக் கழகத்தின் ஆட்சியராக விளங்கிய திரு. இரா. முத்துக்குமாரசாமி *(1936–2017)* அவர்கள்.

பாரதி அறிஞர் ரா.அ. பத்மநாபன் *(1917–2014)* அவர்கள் தம்மிடமிருந்த 'இந்தியா' இதழ்களைப் பார்வையிடுவதற்கு அனுமதியளித்தார். அது 1985இல். புத்தாயிரத்தில் அவருடன் நெருங்கிப் பழகும் வாய்ப்பு அமைந்தது. 'தமிழ் இதழ்கள்', 'சித்திரபாரதி', 'பாரதியின் கடிதங்கள்' முதலான அவருடைய நூல்களின் மறுவெளியீட்டுக்குத் துணைபுரிந்தது எனக்கு வாய்த்த நற்பேறு.

'இந்தியா'வின் *(1906–07)* முதல் தொகுதியைப் பார்வையிடப் 'பாரதி தரிசனம்' தொகுதிகளை முயன்று தொகுத்த இளசை மணியன் *(1942–2020)* அவர்கள் உதவினார்.

முதல்நிலை ஆவணங்களைக் கீழ்க்காணும் நூலகங்களும் ஆவணக்காப்பகங்களும் பார்வையிட அனுமதி நல்கின: தமிழ்நாடு ஆவணக்காப்பகம் (சென்னை); மறைமலையடிகள் நூல்நிலையம் (சென்னை); இந்திய தேசிய ஆவணக்காப்பகம் (புது தில்லி); நேரு நினைவு நூலகம் – அருங்காட்சியகம் (புது தில்லி); பிரிட்டிஷ் நூலகம் (லண்டன்); கேம்பிரிட்ஜ் பல்கலைக்கழகத் தெற்காசிய ஆய்வு மையம் (கேம்பிரிட்ஜ்); ரெஜென்ஸ்டைன் நூலகம், சிகாகோ பல்கலைக்கழகம் (சிகாகோ).

தூத்துக்குடி வணிகப் பேரவையின் ஆவணங்களைப் பார்வையிட்டது ஒரு தனிக்கதை!

பத்மநாப ஐயங்காரின் பேரன் திரு. பார்த்தா தேசிகன் தொடர்பு இணையத்தின்வழிக் கிடைத்தது எதிர்பாரா நல்வாய்ப்பு. அவருடைய தாத்தாவைப் பற்றி நாங்கள் இருவரும் எங்களுக்குத் தெரிந்த தகவல்களைப் பகிர்ந்துகொண்டது சுவையான அனுபவம்.

நண்பர் செ. செங்கதிர், முனைவர் ஜெ. சுடர்விழி, திரு. சூ.பி. காந்தி, வ.உ.சி. பற்றாளர் ஆ. அறிவழகன், என் ஆய்வு மாணவர் ஸஃப்வான் அமீர், பேராசிரியர் பிரஷாந்த்

கிடாம்பி ஆகியோர் சிறிதும் பெரிதுமாகப் பல உதவிகளைச் செய்துள்ளனர்.

மிக நெருக்கடியான காலக்கெடுவில் கையெழுத்துப்படியை மேற்பார்த்துக் கொடுத்தவர்கள் கட்டபொம்மன் ஆய்வாளர் வே. மாணிக்கம் 'அண்ணாச்சி'; பேராசிரியர் கா.அ. மணிக்குமார்; பா. மதிவாணன், ய. மணிகண்டன், ஆ. திருநீலகண்டன், ஜெ. பாலசுப்பிரமணியம், ப. சரவணன் ஆகியோர். இவர்கள் வழங்கிய கருத்துரைகளும் சுட்டிய பிழைகளும் நூலைச் செம்மைப்படுத்தப் பெரிதும் உதவின. எழுத்தெண்ணிப் படித்து நுட்பமான மாற்றங்களைப் பரிந்துரைத்த பழ. அதியமானைத் தனியே குறிப்பிட வேண்டும்.

முதல் நூலை வெளிட்டவர் மே.து.ரா. வாசகரை மனத்தில் கொண்டு எப்படித் தெளிவுற எழுதவேண்டும், அச்சாக்கத்தின் நுட்பங்கள் என்ன என்பன முதலான பாடங்களை அவரிடமிருந்து கற்றுக்கொண்டது இன்றும் கைகொடுக்கிறது.

வழக்கம் போல் பொறுப்புணர்வுடன் நூலாக்கத்தை மேற் கொண்டவர்கள் பா. கலா முருகன், ஜெபா, ம. ஸ்டெனோலின், ஜி.ஆர். மணிகண்டன்.

உடலுக்கும் உள்ளத்துக்கும் உரமும் ஊக்கமும் ஊட்டும் உழுவலன்பர் பா. செல்வபாண்டியனுக்கு இந்நூல் காணிக்கை.

சென்னை சலபதி
25–1–2022

~~

சென்னை, நெல்லைப் புத்தகக் காட்சிகளையொட்டி இந்நூலின் இரண்டு குறும்பதிப்புகள் வெளியாகிப் படிகளும் விற்றுத் தீர்ந்தன. இப்புதிய பதிப்பில் சில அச்சுப் பிழைகளைக் களைந்ததோடு, அங்கொன்றும் இங்கொன்றுமாகச் சில புதிய செய்திகளையும் இணைத்துள்ளேன்.

சென்னை சலபதி
15-4-2022

An outburst of seditious activity followed upon the visit of Bepin Chandra [to Madras] and resulted in various trials in 1908. ... On the 9th of March Chidambaram Pillai delivered a speech in Tinnevelly eulogizing Bepin Chandra and calling on the people to boycott everything foreign and assuring them that in three months they would obtain swaraj. The two conspirators were arrested on the 12th of March and on the 13th a serious riot broke out in Tinnevelly. It was marked by wholesale and deliberate destruction of Government property in open defiance to constituted authority. Every public building in Tinnevelly town except the Sub-Registrar's office was attacked. The furniture and records of these buildings were set on fire as well as portions of the buildings themselves; the Municipal office was gutted. Twenty-seven persons were convicted and sentenced for participation in the riot.

Sedition (Rowlatt) Committee Report, 1918, p. 163

சிதம்பரம் பிள்ளையின் பிரசங்கமாரிகள் காரண மாகத் தூத்துக்குடியிலுள்ள சகல ஜனங்களும் ஜாதி மத வேற்றுமையென்பது சிறிதுமின்றி, ஒரு தாய் வயிற்றுப்பிள்ளைகள் போல் ஒற்றுமையடைந்ததைப் பார்த்து சகியாத வெள்ளையர்கள் அவர் பேரில் வீண் தோஷாரோபணங்கள் செய்[தனர்]....

'திருநெல்வேலியில் பெரும் குழப்பம்',
சுதேசமித்திரன், 17-3-1908

...how do we pass from the atmosphere of violence to violence in action? What makes the lid blow off? There is first of all the fact that this development does not leave the settler's blissful existence intact. The settler who understands the natives is made aware by several straws in the wind showing that something is afoot. 'Good' natives become scarce; silence falls when the oppressor approaches; sometimes looks are black, and attitudes and remarks openly aggressive. The nationalist parties are astir, they hold a great many meetings, the police are increased and reinforcements of soldiers are brought in. The settlers ... are the first to become alarmed. They call for energetic measures.

The authorities do in fact take some spectacular measures. They arrest one or two leaders, ... the smell of gunpowder which now fills the atmosphere, these things do not make the people draw back Those bayonets and cannonades only serve to reinforce their aggressiveness. The atmosphere becomes dramatic, and every one wishes to show that he is ready for anything. And it is in these circumstances that the guns go off by themselves, for nerves are jangled, fear reigns and everyone is trigger-happy. ...

The repressions, far from calling a halt to the forward rush of nationalist consciousness, urge it on. Mass slaughter in the colonies at a certain stage of the embryonic consciousness increases that consciousness... It must be remarked here that the political parties have not called for armed insurrection, and have made no preparations for such an insurrection. All these repressive measures, all those actions which are a result of fear are not within the leader's intentions: they are overtaken by events. At this moment, then, colonialism may decide to arrest the nationalist leaders.

Frantz Fanon, *The Wretched of the Earth*,
pp. 55–6.

1

'கலகம் பிறந்தது!'

இந்திய விடுதலைப் போராட்டத்தில் சுதேசி இயக்கத்தின் உச்சக்கட்டம். 1908 மார்ச் 12ஆம் நாள் வியாழக்கிழமை. வ.உ. சிதம்பரம் பிள்ளை, சுப்பிரமணிய சிவா, பத்மநாப ஐயங்கார் ஆகியோரை அரசு கைது செய்தது. அதற்கடுத்த நாள் வெள்ளிக்கிழமை 13ஆம் தேதி திருநெல்வேலியிலும் தூத்துக்குடியிலும், 14ஆம் தேதி திருநெல்வேலியை அடுத்த தச்சநல்லூரிலும் மக்களிடையே பெரும் எழுச்சி ஏற்பட்டது. ஒன்றுதிரண்ட மக்கள் அரசு சொத்துகளை அழித்தனர். துப்பாக்கிச்சூடு நடந்தது. நால்வர் கொல்லப்பட்டனர். ஏறத்தாழ நூறு பேரின் மேல் வழக்குத் தொடரப்பட்டுப் பெரும்பாலானோர் தண்டனைபெற்றனர். திமிர்வரி விதித்து, ஆறு மாதங்களுக்குத் தண்டக் காவல் படையினையும் நிலைநிறுத்தி அரசாங்கம் அனைத்து மக்களையும் தண்டித்தது.

இதுவே அந்நாளைய அரசாங்க ஆவணங்களிலும் இதழ்களிலும் 'திருநெல்வேலிக் கலகம்' (Tinnevelly Riots) என்று குறிப்பிடப்படுகின்றது. இது பெரிய மக்கள் எழுச்சி என்றபோதும் வெள்ளையர் இதனைத் தமக்கும் தமது ஆட்சி அதிகாரத்துக்கும் எதிரான கிளர்ச்சியாகவும் சட்ட ஒழுங்குப் பிரச்சனையாகவும் கண்டமையால் 'கலகம்' (riot) என்றே வருணித்தனர். இதன் பொருளைச் சீர்தூக்கிப் பார்க்காத வரலாற்றாசிரியர்களும்

இந்தச் சொல்லையே வழங்கிவருகின்றனர். தன்னியலாக ஏற்பட்டதெனினும் அரசியல் உணர்வுடன் ஏற்பட்ட நிகழ்வு என்பதால் விடுதலைப் போராட்டப் பின்னணியில் இதனை விளக்க 'எழுச்சி' என்ற சொல்லே சரியானதும் பொருத்தமானதும் ஆகும் என்று கருதி இச்சொல்லையே இந்நூல் நெடுகவும் நான் கையாண்டுள்ளேன்.

தமிழக வரலாற்றில் 'கலகங்கள்' அரிதானவையில்லை. 'கலகம் பிறக்காமல் நியாயம் பிறக்காது' என்பார்கள். முரண்பாடுகள் நிலவும் எந்தச் சமூகத்திலும் மோதலும் வன்முறையும் தவிர்க்க இயலாதவை. காலந்தோறும் இவை நடந்தே இருக்கும். ஆனால் ஆங்கிலேயர் ஆட்சிக்குப் பின்னர் நிகழ்ந்த கலகங்களைப் பற்றியே ஆவணபூர்வமான செய்திகள் கிடைக்கின்றன. இவற்றுள் பெரும்பாலானவை சாதி, மத, இனங்களுக்கிடையே ஏற்பட்ட முரண்பாடுகளின் விளைவாக நிகழ்ந்தவை. பஞ்ச காலங்களிலும் இக்கட்டான பிற சமயங்களிலும் தானியக் கிடங்குகள் சூறையாடப்பட்டிருக்கின்றன (இவற்றை grain riots / food riots என்பர்). கலகங்கள் அனைத்துக்கும் வலுவான சமூகப் பொருளாதார அரசியல் காரணங்கள் இருக்கவே செய்யும். சமூக அசைவியக்கங்களைப் புரிந்துகொள்வதற்கு அவற்றை ஆய்வுக்கு உட்படுத்த வேண்டும். அத்தகையதொரு முயற்சியைத் திருநெல்வேலி எழுச்சியை முன்வைத்து இந்நூல் செய்ய முற்படுகின்றது.

திருநெல்வேலி எழுச்சியை ஆராயுமுன் இப்பகுதியிலே நிகழ்ந்த சமூக மோதல்கள் சிலவற்றை நெட்டோட்டமாகப் பார்ப்போம்.

'கலகங்கள்' என்று வருணிக்கப்பட்ட பெரும்பாலான நிகழ்வுகள் ஏதோ ஒருவகையில் உரிமைகோரலுடன் தொடர்பு கொண்டிருந்தவையாகவே இருந்திருக்கின்றன. இருபதாம் நூற்றாண்டின் பிறப்புக்கு முன்பின்னான பதிற்றாண்டுகளில் மொத்தச் சமூகத்தில் ஏற்பட்ட உள்கட்டமைப்பு மாற்றங்கள், பொருளாதார முன்னேற்றம், சமூக மேம்பாடு ஆகியவற்றின் பின்னணியில் நிகழ்ந்த சமூகப் போராட்டங்கள், கிறிஸ்தவச் சமயத்தின் செல்வாக்கு, சீர்திருத்தச் சிந்தனைகளின் தாக்கம் ஆகியவை இவற்றுக்கு அடியோட்டமாக இருந்தன. தனித்தனி நிகழ்வுகள்போல் தோன்றினாலும் இவை அனைத்தும் ஒரே சமூக அசைவியக்கத்தின் வெளிப்பாடுகளே.

1858 டிசம்பரில் திருநெல்வேலி நகர மருத்துவமனையில் காலராவில் இறந்த ஒரு தேவேந்திரரின் உடலைப் பிரதான வீதியில் எடுத்துச்செல்ல முயன்றபோது ஊர்க்காரர்கள் கூடி அதை மறித்தனர். ராணுவம் இடையிட்டுத் துப்பாக்கிச்சூடு நடந்த

பிறகே வன்முறை அடங்கியது. பத்துப் பேர் இறந்துபோயினர். முப்பது பேர் காயமுற்றனர். இதன்பிறகு நகரின் பிரதான வீதியை மயானம் செல்லும் பாதையாகப் பயன்படுத்துவதற்குத் தடையில்லாமல்போனது இந்தக் கலவரத்தினால் விளைந்த நற்பயன்.[1]

1895இல் கழுகுமலைத் தேர்த் திருவிழாவின்போது நடந்த கலவரத்தில் ஒன்பது பேர் கொலையுண்டனர். கழுகுமலையில் மூன்றாண்டுகளுக்குக் கூடுதல் காவல் படை நிறுத்திவைக்கப் பட்டது. 1899இல் நிகழ்ந்த வன்முறைகள் சிவகாசிக் கலவரம் என்று சுட்டப்பட்டாலும் திருநெல்வேலி, ராமநாதபுரம் என இரண்டு மாவட்டங்களையும் தழுவியதாக அமைந்திருந்தது. கோயில் நுழைவோடு தொடர்புகொண்டிருந்த இச்சிக்கல் நாடார்– மறவர் சாதி மோதலாக உருவெடுத்தது. வேளாளர், தேவேந்திரர் முதலான பெருவாரியான சாதிகள் மறவரை ஆதரித்தன. சிவகாசியில் ஐம்பதுக்கும் மேற்பட்ட வீடுகள் தீக்கிரையாயின. இருபதுக்கும் மேற்பட்டோர் இறந்தனர். ஏறத்தாழ ஈராயிரம் பேர் கைது செய்யப்பட்டனர். இதன் அதிர்வுகள் சுரண்டை, கோவில்பட்டி, மறுகால்குறிச்சி, பூலம், முந்நீர்ப்பள்ளம்வரை அதற்கடுத்த சில ஆண்டுகளுக்குக் கேட்டன. சுரண்டையிலும் கோவில்பட்டியிலும் 1899முதல் 1904வரையும், மறுகால்குறிச்சி, பூலம், முந்நீர்ப்பள்ளம் ஆகிய ஊர்களில் 1901முதல் 1906வரையும் தண்டக் காவல் படை (punitive police) என்ற பெயரில் கூடுதல் போலீஸ் படை நிறுத்திவைக்கப்பட்டிருந்தது. சிவகாசிக் கலகம் என்று அழைக்கப்படும் இந்நிகழ்வு நூறாண்டு கழித்தும் தென்மாவட்ட மக்களின் நினைவுகளிலிருந்து அகன்றுவிட வில்லை. 1957இல் நிகழ்ந்த முதுகுளத்தூர் கலவரம் இந்த நினைவுகளை உயிர்ப்பித்தது என்று சொல்லலாம்.

சிவகாசிக் கலகம் இந்நூற் பொருளுடன் தொடர் புடையதே. ஏனெனில், திருநெல்வேலி எழுச்சியைத் தொடர்ந்து நெல்லையிலும் தூத்துக்குடியிலும் நிறுத்திவைக்கப்பட்ட தண்டக் காவல் படை ஏற்பாடு, தண்டத் தீர்வை முதலானவற்றை முடிவுசெய்வதற்குச் சிவகாசிக் கலகம் முன்னுதாரணமாகக் கொள்ளப்பட்டது. மேலும், திருநெல்வேலி எழுச்சியைத் தொடர்ந்து, மீண்டும் சாதி மோதல்கள் ஏற்படுமோ என்ற அச்சமும் ஆங்கிலேய ஆட்சியாளருக்கு இருந்தது. திருநெல்வேலி எழுச்சியை முன்னின்று ஒடுக்கிய மாவட்டக் காவல் கண்காணிப்பாளர் பி.பி. ஸ்வீட்டிங்கு (P.P. Sweeting) முன்னர் சிவகாசிக் கலகத்தைக்

---

1. Frykenberg, R.E., 'On Roads and Riots in Tinnevelly: Radical Change and Ideology in Madras Presidency During the 19th Century,' *South Asia*, IV, 2 (December, 1982).

கட்டுப்படுத்தியதில் பங்காற்றியவர் என்பதும், அந்த அனுபவம் திருநெல்வேலி எழுச்சியைக் கையாள்வதில் செல்வாக்கு செலுத்தியது என்பதும் மனங்கொள்ளத்தக்கன.

மேற்குறித்த நிகழ்வுகள் சமூக முரண்பாடுகளின் விளைவாக நிகழ்ந்ததென்றால் இந்திய விடுதலை இயக்கத்தின் ஒரு பகுதியாக, இருபதாம் நூற்றாண்டின் தொடக்கத்தில் தென்னகத்தில் முதல் 'கலகம்' காகினாடாவில் நிகழ்ந்தது. இன்றைய ஆந்திரப் பிரதேசத்திலுள்ள காகினாடா அப்போதைய சென்னை மாகாணத்தின் ஒரு பகுதியாக இருந்தது. 1907 மே 31ஆம் நாள், பெரிய மக்கள் திரள் தெருக்களில் கூடி, ஆங்கிலேயர் சங்கத்தைத் தாக்கிப் பெரும் சேதத்தை உண்டாக்கிற்று. ஐம்பத்தோரு பேர்மீது வழக்குத் தொடரப்பட்டு, பதின்மூவர் தண்டனையடைந்தனர்.[2]

விடுதலைப் போராட்டத்தின் ஒரு பகுதியாகத் தமிழகத்தில் நிகழ்ந்த முதல் மக்கள் எழுச்சி திருநெல்வேலி எழுச்சியேயாகும். வெளிப்படையான அரசியல் காரணங்களை முன்னிட்டு, ஆட்சியாளர்களுக்கு எதிராக இது நிகழ்ந்தது. இதுவே அதற்குமுன் நிகழ்ந்த மோதல்களிலிருந்து இந்த எழுச்சியை வேறுபடுத்துகிறது.

இதன் பின்னணி என்ன என்பதை முதலில் காண்போம்.

எழுச்சியின் பின்னணி

1885இல் பம்பாயில் தொடங்கிய இந்திய தேசியக் காங்கிரஸ் முதல் இருபது ஆண்டுகளில் பெரிதும் அரங்கக் கூட்டங்களாகவே நடந்து முடிந்தது. ஆயினும், விரைவில் வங்காளத்திலும் ஓரளவு மகாராஷ்டிரத்திலும் தேசிய இயக்கம் வெகுசனத் தன்மை பெற்றுவந்தது. வங்காளத்தில் தேசிய உணர்வு வலுப்பெற்றுவந்ததைத் தொடர்ந்து அதனை வலுவிழக்கச் செய்யும்முகமாக, வெளித்தோற்றத்திற்கு நிர்வாக வசதியைக் காரணம் காட்டி, உண்மையில் இந்து, முஸ்லிம் மக்கள் பெரும்பான்மையைக் கணக்கிட்டு இரண்டாகப் பிரித்தார் கவர்னர் ஜெனரல் கர்சன். ஆங்கிலேயர் எதிர்பார்த்ததுபோல் தேசிய இயக்கம் வலுவிழப்பதற்கு மாறாகப் புதிய ஊக்கம் பெற்றது. 'சென்ற சுபகிருது வருஷத்திலே, பாரத நாட்டில், சர்வ சுபங்களுக்கும் மூலாதாரமாகிய "தேசபக்தி" என்ற நவீன மார்க்கம் தோன்றியது' என்று பாரதி இதனைத் தனக்கே உரிய முறையில் குறிப்பிட்டார்.

---

2. Madras Administration Report, 1907–08, p. 27.

1905இல் வங்காளப் பிரிவினை, 1906 டிசம்பரில் நடந்த கல்கத்தா காங்கிரஸ் மாநாடு ஆகியவற்றைத் தொடர்ந்து எழுந்த சுதேசி இயக்கம், முதன்முறையாகப் பரந்துபட்ட மக்களைச் சென்று அடையும் வகையில் பேரியக்கமாக வளரத் தொடங்கியது. நாடு விடுதலை பெற வேண்டிய வழிவகையாக, கல்கத்தா காங்கிரஸ் மாநாட்டில் எடுக்கப்பட்ட சுயராச்சியம், அந்நியப் பொருள் விலக்கு, தேசியக் கல்வி ஆகிய மூன்று முடிவுகளும் முனைப்பாக முன்னெடுக்கப்படலாயின. நாடெங்கிலும் சுதேசிய முயற்சிகள் தொடங்கப்பட்டன. அயல்நாட்டு முதலீட்டை எதிர்த்துச் சுதேச முதலீடு முளைவிடலாயிற்று.

சுதேசி இயக்கம் வங்காளத்தில்தான் மிக வலுவாகச் செயல்பட்டது. வெவ்வேறு தொழில்களில் சுதேசிய முதலீடுகள் அமைந்தன. வெறும் பொருளாதார இயக்கமாக மட்டுமல்லாமல் பெரும் பண்பாட்டுச் சக்தியாகவும் சுதேசி இயக்கம் விளங்கிக் கலை, இலக்கியம், மெய்யியல், அறிவியல் என சகல அறிவுத்துறை களிலும் அதன் தாக்கம் வெளிப்பட்டது. முந்தைய தலைமுறை அரசியல்வாணர்களோடு புதிய தலைமுறை இளையோரும் வங்காளத்தில் செயலூக்கத்தோடு விளங்கினர்.

வங்காளத்தை அடுத்து, திலகரின் தலைமையில் மகாராஷ்டிரத்திலும் லாலா லஜபதி ராய் தலைமையில் பஞ்சாபிலும் சுதேசி இயக்கம் ஓரளவுக்கு வலுவாக இருந்தது. அக்காலம்வரை சென்னைக்கு *The Benighted Province* என்ற அவப்பெயர் இருந்தது. இந்த இழிவுச் சிறப்புப் பட்டத்தைப் பலரும் 'இருண்ட மாகாணம்' என்று கண்ணியமாகத் தமிழாக்க, பாரதியோ இதனைப் பட்டவர்த்தனமாகத் 'தூங்குமூஞ்சி மாகாணம்' என்றே எள்ளலும் சீற்றமும் பொங்கச் சுட்டினான்.

தமிழகத்தில் தேசிய இயக்கம் என்பது ஆங்கிலம் கற்ற மேட்டிமையினருடைய செயல்பாடாகவே இருந்துவந்தது. ஆங்கில 'இந்து' நாளேடு இதன் குரலாக இருந்தது. கஸ்தூரிரங்க ஐயங்கார் பொறுப்பில் 'இந்து' வந்ததும் ஓரளவுக்குத் திலகரின் அரசியலுக்கு ஆதரவளித்தது. 'இந்து'வைத் தோற்றுவித்து அதன் பிறகு 'சுதேசமித்திர'னைத் தொடங்கி நடத்திய ஜி. சுப்பிரமணிய ஐயரின் குரல் 'இந்து'வைவிட வலுவாக ஒலித்தது. ஆனாலும் கள அளவில் சுதேசிய இயக்கம் தமிழகத்தில் காலூன்றவில்லை. வங்காளத்தைப் போல் பெரும் வீச்சைத் தமிழகம் காணவில்லை.

இந்தப் பின்னணியில்தான், பாரதி குறிப்பிட்டது போல், 'வாராது வந்த மாமணி'யாக, இந்தியத் துணைக்கண்டத்தின்

தென்கோடியில், தூத்துக்குடி துறைமுக நகரில், இந்தியப் பெருநாடே வியப்புடனும் மலைப்புடனும் அண்ணாந்து பார்க்கும் வகையில் ஒரு பெரும் சுதேசிய முன்னெடுப்பு தொடங்கியது. உள்நாட்டு முதலீட்டில் சுயசார்புடன் கூடிய தொழில் முயற்சி என்று என்னதான் தேசிய இயக்கம் தைரியமாகப் பேசினாலும் ஏழைநாட்டில் மூலதனம் திரட்ட இயலாத நிலையே இருந்தது. எனவே மெழுகுவத்தி, வளையல், கொண்டை ஊசி, பீங்கான் பொருள்கள் என்பனபோன்ற எளிய தொழில் முயற்சிகளே முளைவிட்டு, பாசனமும் உரமுமின்றி விரைவிலேயே கருகிவிட்டன. இந்தப் பின்னணியில்தான் 'பெரிதினும் பெரிது கேள்' என்றவாறு தப்பினாலும் பரவாயில்லை என்று பிரித்தானிய முதலீடு என்னும் யானையை நோக்கிச் சுதேசிக் கப்பல் கம்பெனி என்ற வேலை வீசினார் வ.உ.சி. (1872–1936). உலகத்தின் கடல்வழி வணிகத்தைத் தன் கைக்குள் வைத்திருந்த பிரிட்டிஷ் இந்திய ஸ்டீம் நாவிகேஷன் கம்பெனிக்கு எதிராகத் துணிந்து இறங்கினார்.

இத்தகைய பெருமுயற்சியைச் செயல்படுத்தும் எண்ணம் எப்படி வ.உ.சி.க்கு ஏற்பட்டது என்பது விளக்க முடியாத புதிராக இன்றும் உள்ளது. தூத்துக்குடிக் கீழமை நீதிமன்றத்தில் எளிய இரண்டாம்நிலை ப்ளீடராக வக்கீல் தொழில் பார்த்துவந்த வ.உ.சி., 1898இல் சென்னை காங்கிரஸ் மாநாட்டுக்குப் பேராளர்களைத் தேர்ந்தெடுக்கும் ஒரு கூட்டத்தில் பங்கெடுத்துக் கொண்டிருக்கிறார். மற்றபடி, 1905வரை அவருடைய பொது வாழ்வு என்பது மதுரைத் தமிழ்ச் சங்கப் பணிகள், தூத்துக்குடியில் சைவ சபைப் பணிகள் என்ற அளவிலேயே அமைந்திருந்தன. ஆனால், திடீரென ஓர் எரிநட்சத்திரம் போல் தென்கோடியில் வ.உ.சி.யின் அரசியல் வாழ்வு தோன்றி, இரண்டாண்டுக் காலத்தில் திருநெல்வேலி எழுச்சியோடு அதன் உச்சக்கட்டத்தை அடைந்து, பின்னர் ஒடுங்கியது.

1906 ஏப்ரல் திங்களையொட்டி, தூத்துக்குடி, கொழும்பு துறைமுகங்களுக்கு இடையே தூத்துக்குடி வணிகர்கள் வாடகைக் கப்பல் விடுவதாகச் செய்திகள் வரலாயின. இதனைக் குறித்து வந்த பத்திரிகைச் செய்திகளில் வ.உ.சி.யின் பெயர் தொடக்கத்திலிருந்தே அடிபடலாயிற்று.[3]

அப்போது சுதேசிக் கப்பல் முயற்சியைப் பற்றிய அறிக்கையை அரசுக்கு அனுப்பிவைத்த அன்றைய மாவட்ட ஆட்சியர், இது தேறாத முயற்சி என்றே உதாசீனத்துடன் குறிப்பிட்டார்.[4] ஆனால், அவருடைய மதிப்பீட்டை வரலாறு ஏளனம் செய்தது.

---

3. *சுதேசமித்திரன்*, 11-4-1906.
4. NTR.

வாடகைக் கப்பல் முயற்சியாகத் தொடங்கியது சில மாதங்களிலேயே – 1906 அக்டோபரில் – 'சுதேசி ஸ்டீம் நாவிகேஷன் கம்பெனி லிமிடெட்' என்ற பதிவுபெற்ற கம்பெனியாக உருமாறியது. இந்த முயற்சியில் கடும்முனைப்புடன் செயல்பட்டார் வ.உ.சி. அவரை அதன் 'பிதா' என்றும் கம்பெனியை அவருடைய 'குழவி' என்றும் பாரதி வருணித்ததுதான் எவ்வளவு பொருத்தமானது!

கம்பெனி பதிவு செய்யப்பட்டதைத் தொடர்ந்து, அதற்குப் பங்குகள் சேர்க்கும்முகமாகச் சென்னை, கடலூர், தஞ்சை, மதுரை, சேலம் முதலான மாவட்டங்களுக்கும் கொழும்புவுக்கும் பயணம் செய்த வ.உ.சி. பல சொற்பொழிவுகளை நிகழ்த்தினார். அரங்கக் கூட்டங்களில் ஆங்கிலத்தில் உரையாற்றுவதற்கு மாறாகப் பொதுக்கூட்டங்களில் தமிழில் சொற்பொழிவாற்றும் வழக்கம் இத்தருணத்தில்தான் தமிழகத்தில் முளைவிடலானது. மக்கள் சார்ந்த ஒரு வெகுசன அரசியல் இயக்கமாகச் சுதேசி இயக்கம் உருப்பெறலானதை இது கட்டியங்கூறியது.

சுதேசிக் கம்பெனிக்கும் வலுமிக்க பிரிட்டிஷ் இந்தியா ஸ்டீம் நாவிகேஷன் கம்பெனிக்கும் இடையே பெரும் போட்டி ஏற்பட்டது. தல அளவில் உரசல்களும் மோதல்களும் ஏற்பட்டன. சில சமயங்களில் கைகலப்புகளும்கூட நடந்தன. இந்தப் போட்டியில், வெள்ளையர் கம்பெனிக்கு ஆதரவாக அரசாங்கம் வெளிப்படையாகவே நடந்துகொண்டது. தமிழகத்தின் இதழ்கள் பலவும், இந்தியாவின் முக்கிய இதழ்கள் சிலவும் தூத்துக்குடியில் சுதேசிக் கப்பல் முயற்சியைப் பற்றித் தொடர்ந்து செய்திகளை வெளியிட்டன. பெரும் இன்னல்களுக்கு இடையேயும் சுதேசிக் கம்பெனி வெற்றிகரமாகச் செயல்பட்டுவந்தது மக்களிடையே வளர்ந்துவந்த தேசிய உணர்ச்சிக்கு அளவுகோல் என்றால் அதில் தவறிருக்க முடியாது.

தமிழ்நாட்டில் சுதேசி இயக்கத்தின் மையமாகத் தூத்துக்குடி விளங்கியதையும் அங்கு மக்களிடையே நிலவிய சுதேசிய உணர்வையும் ஓர் அரசு ஆவணம் தெளிவாகப் புலப்படுத்துகின்றது. சுதேசி இயக்கத்தின் வளர்ச்சியைப் பற்றி அறிக்கை அனுப்புமாறு அனைத்து மாவட்டங்களின் ஆட்சியர்களையும் சென்னை அரசாங்கம் 1906 டிசம்பர் மாத இறுதியில் பணித்தது. சுதேசி இயக்கம் மக்கள் மனத்தில் வேரூன்றவில்லை என்றே எல்லா மாவட்டங்களிலிருந்தும் அறிக்கை வர, நெல்லை மாவட்ட ஆட்சியரின் அவதானிப்பு மட்டும் இதற்கு மாறாக அமைந்திருந்தது. மாவட்டத்தில் வெள்ளையர் எதிர்ப்புணர்வு நிலவுவதாகத் தாம் கருதுவதாகவும், அதிலும் தூத்துக்குடி நகரில் இவ்வுணர்வு மேலோங்கியிருப்பதாகவும் அவர் குறிப்பிட்டார்.[5]

---

5. NTR.

1907ஆம் ஆண்டு டிசம்பர் முடிவில் சூரத் நகரில் நிகழ்ந்த காங்கிரஸ் மாநாட்டில், புதுக் கட்சியினர் என்று அழைக்கப்பட்ட திலகரின் தலைமையிலான தீவிரப் பிரிவினரின் கை ஓங்கியது. இம்மாநாட்டுக்குப் பாரதி, சக்கரை செட்டியார் முதலானோருடன் சென்ற வ.உ.சி.யின் எண்ணங்கள் வன்மை பெற்றன. பல பேராளர்களுள் ஒருவராகச் சூரத் மாநாட்டுக்குச் சென்ற வ.உ.சி. அவர்களின் தலைவராகத் திரும்பினார்.

இந்நிலையில் துறவுக்கோலத்தில் புதிதாக ஓர் அரசியல் செயல்பாட்டாளர் திருநெல்வேலி வந்துசேர்ந்தார். அவர்தான் சுப்பிரமணிய சிவா (1884–1925). வத்தலகுண்டுவில் பிறந்த சிவா தொடக்கக் கல்வியைத் திருவனந்தபுரத்தில் பெற்றார். 1900இல் கோவையில் சில காலம் படித்த அவர் மீண்டும் திருவனந்தபுரம் வந்துவிட்டார். வேதாந்த ஈடுபாடு மிகுந்து, ஆன்மீக நாட்டம் கொண்ட அவர் துறவுக்கோலம் பூண்டார். 1907ஆம் ஆண்டின் இடைப்பகுதியில் பஞ்சாப் மாகாணத்தின் லாலா லஜபதி ராய், அஜித் சிங் ஆகியோர் நாடுகடத்தப்பட்ட செய்தியைக் கேட்டு சுதேசி இயக்கத்தால் ஈர்க்கப்பட்ட சிவா 'தமிழ்நாட்டு மக்களைத் தட்டி எழுப்பிய' வ.உ.சி.யைக் காண விருப்பம் தெரிவித்து அவருக்கு ஒரு கடிதம் அனுப்பிவிட்டு கால்நடையாகவே திருநெல்வேலி மாவட்டத்துக்குள் நுழைந்தார்.[6] 1908 ஜனவரி 8ஆம் நாள் நெல்லை நகரில் சங்கரநாராயண பிள்ளை[7] நடத்திவந்த சுதேசி பண்டகசாலைக்கு வந்துசேர்ந்தார். அதற்கடுத்த நாளே அவர் நெல்லையப்பர் கோவில் மண்டபத்தில் சொற்பொழிவாற்றினார். அதன் பிறகு அம்பாசமுத்திரம், கல்லிடைக்குறிச்சி, தென்காசி, கடையநல்லூர் என்று பல ஊர்களிலும் உரையாற்றிய சிவா, பிப்ரவரி 3ஆம் நாள் தூத்துக்குடியில் வந்திறங்கினார். அதற்கடுத்த ஒன்றரை மாத காலம் தூத்துக்குடியில் கனல் மணந்தது. சுதேசி இயக்க உணர்வைக் கொழுந்துவிட்டெரியச் செய்யும்வகையில் அன்றாடம் பொதுக்கூட்டங்கள் நிகழ்ந்தன. வ.உ.சி.யின் ஆதரவிலும் தலைமையிலும் தூத்துக்குடியில் பல சொற்பொழிவுகள் நிகழ்ந்தன.

சிவாவின் சொற்பொழிவுகள் தொடங்கிய சில வாரங்களில், பிப்ரவரி 28இல் பத்மநாப ஐயங்கார் என்ற பெயர் முதன்முதலாக அடிபடுகிறது. அன்று மாலை தூத்துக்குடிக் கடற்கரையில் நடந்த மாபெரும் பொதுக்கூட்டத்தில் சுதேசியம், அந்நியப் பொருள் விலக்கம் ஆகியன பற்றி வ.உ.சி., சிவா ஆகியோர்

---

6. ஸு. ஜம்புநாதன், 'சுப்பிரமணிய சிவா', *கலைமகள்*, மார்ச் 1946.

7. ரா. ஸ்ரீநிவாசவரதன், *சுப்பிரமணிய சிவா* (ராமசந்திரபுரம்: ரிப்பன் பிரசுரம், 1947), இவர் பெயரை சங்கரநாராயண ஐயர் என்று பிழைபடக் குறித்துள்ளார்.

முன்னிலையில் பத்மநாப ஐயங்காரும் உரையாற்றினார். பி.ஏ. பட்டதாரி, திருநெல்வேலி மாவட்டத்தினர் என்பதற்கு மேல் அவரைப் பற்றித் தகவல் தெரியாமல் சி.ஐ.டி. துறை முதலில் விழித்தது.[8] பத்மநாப ஐயங்காரின் (1868–1937) சொந்த ஊர் திருநெல்வேலி மாவட்டத்திலுள்ள இடையன்குளம். (போலீஸ் குறிப்பு இடையன்குளத்திற்கு அருகிலுள்ள சிங்கிகுளம் என்கிறது.) பிறந்தது திருவனந்தபுரத்தில். தந்தை சுந்தரராஜ ஐயங்கார் காவல் துறையில் பணியாற்றியவர். தாயாரின் பெயர் ஸ்ரீவரமங்கா. இப்போது இந்துப் பள்ளி என்றழைக்கப்படும் சென்னை திருவல்லிக்கேணி பள்ளியில் படித்துப் பின்பு நெல்லை இந்துக் கல்லூரியில் இடைநிலையும் படித்தார். பின்பு பி.ஏ. பட்டம் பெற்றார். சென்னையில் 'மெட்ராஸ் மெயில்', 'மெட்ராஸ் ஸ்டாண்டர்டு' ஆகிய நாளேடுகளில் பணியாற்றினார். கைது செய்யப்படுவதற்கு முன்பும் பின்பும் சென்னை உயர் நீதிமன்றத்தில் மலையாள மொழிபெயர்ப்பாளராகச் சில காலம் பணியாற்றியிருக்கிறார்.[9] 1887இலேயே அவருக்குச் சுதேசியப் பற்று ஏற்பட்டுவிட்டதாக 'மராட்டா' நிருபர் குறிப்பிடுகிறார். பள்ளியாசிரியர், இதழாளர் என்ற அனுபவங்களுக்குப் பிறகு திருவனந்தபுரத்திலிருந்தவாறு (சிவாவைப் போலவே) அமைதியாகச் சுதேசியத் தொண்டாற்றிவந்தவர், தூத்துக்குடியில் இயக்கம் வலுப்பெற்றுவந்ததை அறிந்து அதில் சேர முற்பட்டார். அந்தத் தருணத்தில் நல்வாய்ப்பாக வ.உ.சி.யிடமிருந்தே அழைப்புக் கடிதம் வரவும் மகிழ்ச்சியுடன் புறப்பட்டார். வழியில் அம்பாசமுத்திரத்தில் அரசியல் பணிகளை மேற்கொண்ட பிறகு பத்மநாப ஐயங்கார் தூத்துக்குடிக்கு வந்துசேர்ந்தார்.[10] மேலே சொன்னவாறு, பிப்ரவரி 28ஆம் தேதி அவருடைய முதல் சொற்பொழிவு அமைந்தது. இதற்கடுத்த பத்து நாள்களில் அவர் பல கூட்டங்களில் உரையாற்றினார்; கோரல் ஆலைத் தொழிலாளர் வேலைநிறுத்தத்திலும் பங்காற்றினார். வ.உ.சி., சிவா ஆகியோரோடு முற்றிலும் எதிர்பாராதவகையில் அவர் கைதாகிச் சில வாரங்களுக்கு அனைத்திந்தியப் புகழ் பெற்றார்.

1908 பிப்ரவரி முழுவதும், ஏறத்தாழ எல்லா நாளிலும் பெரும்பாலும் தூத்துக்குடிக் கடற்கரையில் பொதுக்கூட்டங்கள்

---

8. MPAI, 1908, para 297b.

9. MPAI, 1911, para 976.

10. பத்மநாப ஐயங்காரைப் பற்றிய தகவல்களை மூன்று ஆதாரங்களி லிருந்து இங்கே தொகுத்துத் தந்துள்ளேன்: MPAI, 1908, para 528; திலகரின் 'மராட்டா' (3–5–1908) இதழில் வெளியான கட்டுரை; பத்மநாப ஐயங்காருடைய பேரன் பார்த்தா தேசிகன் அளித்த வாழ்க்கைக் குறிப்பு.

நடந்தன. சில ஆயிரக்கணக்கில் பொதுமக்கள் கூடி, வ.உ.சி., சிவா முதலானோர் ஆற்றிய வீறுமிக்கசொற்பொழிவுகளை ஆர்வத்துடன் கேட்டு அரசியல் உணர்வு பெற்றனர். இவற்றுள் பல கூட்டங்கள் வ.உ.சி.யின் தலைமையில் நிகழ்ந்தன. இவ்விருவரைத் தவிரப் பத்மநாப ஐயங்கார், சோமசுந்தர பாரதியார், சூசை பர்னாந்து ஆகியோரும் உரையாற்றினர். இக்கூட்டங்கள் ஒவ்வொன்றிலும் இரண்டாயிரம் முதல் நாலாயிரம் மக்கள் கலந்துகொண்டனர். இது காவல் துறைக் கணக்கு. எனவே குறைவு நவிற்சியாகவே கொள்ள வேண்டும். ஐயாயிரம், ஆறாயிரம் பேருக்கு மேல் கூட்டம் கூடியிருக்கலாம். தமிழ்ப் பொதுமக்கள் சாதி, மத, வர்க்க அடையாளமின்றி இவ்வாறு பெருமளவில் அரசியல் கூட்டங்களில் கலந்துகொண்டது இதுவே முதல்முறை எனலாம்.

தேசங்கள் பல கொண்டது இவ்வுலகம்; ஒவ்வொரு தேசமும் அதனதன் மக்களின் நலன்களைப் பிரதிபலிக்கவும் பாதுகாக்கவுமானது. எந்தவொரு தேசத்தையும் அதனதன் மக்களே ஆள வேண்டும். அப்போதுதான் அந்தத் தேசம் செழிக்கும். அந்நிய தேசம் அதனை ஆளுவது சுரண்டுவதற்கே ஆகும். அந்நிய ஆட்சியின் விளைவாக நாடு வறுமை அடைவது மட்டுமல்லாமல், மக்கள் தங்கள் பண்பாட்டையும் இழந்துவிடுவர். எனவே அந்நிய ஆதிக்கத்தை எதிர்த்துப் போராடுவது அறமும் முறையுமாகும். இவ்வாறு எதிர்த்துப் போராடுவதற்கு சாதி, மத வேறுபாடுகளைக் கடந்து ஒற்றுமை பெறவேண்டும். சுதேசத் தொழிலை வளர்த்து, அந்நியப் பொருள்களையும் புறக்கணித் தால், வெள்ளையர் ஆட்சி ஒழிந்து சுயராச்சியம் கிடைக்கும். இதைத்தான் 'நாமிருக்கும் நாடு நமதென்பதறிந்தோம், அது நமக்கே உரிமையாம் என்பதறிந்தோம். பூமியில் எவர்க்கும் இனி அடிமை செய்யோம்' என்ற பாரதியின் வரிகள் பறைசாற்றுகின்றன. இன்று இந்தக் கருத்துகள் பழையனவாகத் தோன்றலாம்; இருபதாம் நூற்றாண்டின் தொடக்கத்தில் இவை புதுமையானவையாக, புரட்சிகரமானவையாக விளங்கின. இவற்றை மக்களிடம் கொண்டுசேர்க்கப் பாரதி கவிதை பாடினார் என்றால், வ.உ.சி.யும் சிவாவும் தமிழை வெகுசன அரசியல் மொழியாக வளர்த்தெடுத்தார்கள். சாதி, சமய வேறுபாடுகளுக்கு அப்பாற்பட்ட 'பொதுமக்கள்' என்ற திணையை அவர்களுடைய அரசியல் மொழி கட்டமைத்தது. இதன் வழியாக உண்டான அணிதிரட்டல் அந்நிய ஆட்சிக்கெதிரான முரணைக் கூர்மைப்படுத்தியது.

இந்தச் சூழலில் சுதேசிக் கப்பல் கம்பெனிக்கும் வெள்ளைக்காரக் கம்பெனிக்கும் போட்டி முற்றியது. சுதேசியப் பிரசாரத்தினால் சுதேசிக் கப்பல் கம்பெனியின் வணிகம் ஓங்கியது.

கப்பல்களை இயக்கியது நீராவியா தேசபக்தியா என்று மயங்கும் நிலை உண்டானது. இந்த நிலையில் தூத்துக்குடியிலிருந்த கோரல் ஆலைத் தொழிலாளர் பிப்ரவரி 27ஆம் தேதியிலிருந்து வேலைநிறுத்தம் செய்தனர். ஆலை மூடப்பட்டது. குறைந்த கூலி, வார விடுமுறைகூட இல்லாமல், விடியற்காலை முதல் அந்தி மயங்கும்வரை கடும் வேலை, மேஸ்திரிகளின் கொடிய மேலாண்மை ஆகியவற்றுக்கு எதிராக வேலைநிறுத்தம் அறிவிக்கப்பட்டாலும் இதிலும் சுதேசி இயக்க அரசியலே அடியோட்டமாக இருந்தது. வேலைநிறுத்தத்துக்கு முந்திய நாள்களில் தொழிலாளர்களிடையே உரையாற்றிய வ.உ.சி.யும் சிவாவும் வெள்ளையராட்சியை ஒழித்து சுயராச்சியத்தை அமைக்க வேலைநிறுத்தம் ஒரு வழி என்று பரப்புரை செய்தனர். பட்டினி போட்டால் தொழிலாளர்கள் தாமாகவே பணிவர் என்ற நிர்வாகத்தின் மமதையை அடக்கவும் தொழிலாளர்களுக்கு உற்சாகமூட்டவும் அவர்களிடையே வ.உ.சி. பல கூட்டங்களை ஏற்பாடுசெய்தார். போராட்டம் முடியும்வரை பொதுமக்களிடமிருந்து திரட்டிய பணத்தைக் கொண்டு தொழிலாளருக்கு உணவு கொடுக்கப்பட்டது; தற்காலிக மாற்றுவேலை ஏற்பாடுகளும் செய்யப்பட்டன. சூழல் சூடாவதைக் கண்டு மாவட்ட ஆட்சியர் தூத்துக்குடிக்கு நேராக வந்தார். கூடுதல் போலீசை அமர்த்தினார். தூத்துக்குடிப் பிரிவின் இணை மாஜிஸ்திரேட்டாக அண்மையில் பதவியேற்றிருந்த ராபர்ட் ஆஷ் என்பாருடன் வ.உ.சி. நேரடியாகப் பேச்சுவார்த்தை நடத்தினார். இந்த நேர்ச்சந்திப்பு கடும் முரணை உருவாக்கி, ஒருபுறம் வ.உ.சி.மீது கடும் அரசாங்க ஒடுக்குமுறை பாயவும், மறுபுறம் சில ஆண்டுகளில் ஆஷின் உயிருக்கே உலைவைக்கவும் செய்தது. தொழிலாளரின் கோரிக்கைகள் அனைத்தும் ஏற்கப்பட்டன. மார்ச் 7ஆம் நாள் தொழிலாளர் வேலைக்குத் திரும்பினர்.

பிரிட்டிஷ் கப்பல் கம்பெனியின் தூத்துக்குடி முகவர்களான ஏ. அண்டு எஃப். சகோதரர்கள்தான் *(Andrew & Frank Harvey Brothers / A. & F. Harvey Bros)* கோரல் ஆலையின் நிர்வாக முகவர்களுமாவர் *(Managing Agents)* என்னும்போது இந்தத் தோல்வி அவர்களை வெகுண்டெழவைத்ததில் என்ன வியப்பு?

மக்களின் சுதேசிய உணர்வு உச்சத்தை அடைந்தது. வெள்ளையரும் அவர்களுக்கு ஆதரவு தருவோரும் புறக்கணிக்கப் பட்டனர். குதிரைவண்டிக்காரரும் நாவிதரும் வண்ணாரும் கசாப்புக் கடைக்காரரும் அவர்களுக்குப் பணிபுரிய மறுத்தனர். சுதேசியத்துக்கு எதிராகப் பேசியதால் ஒரு வக்கீலைப் பாதி சிரைத்துவிட்டு நாவிதரொருவர் எழுந்து வந்துவிட்டார்.

இவற்றுக்கெல்லாம் மகுடமிட்டாற்போல் வங்காளத்தின் முக்கிய சுதேசி இயக்கத் தலைவரான விபின் சந்திர பால் ஆறு மாதம் சிறையிலிருந்துவிட்டு வெளியாகும் 1908 மார்ச் 9ஆம் நாளை சுயராச்சிய நாளாகக் கொண்டாடச் சுதேசி இயக்கத் தலைவர்கள் முடிவு செய்தார்கள்.

இனிப் பொறுப்பதில்லை என்று அரசாங்கம் முடிவெடுத்தது. அப்போது மாவட்ட ஆட்சியராக இருந்தவர் விஞ்சு (Lionel Maling Wynch). ஆக்ஸ்போர்டு பல்கலைக்கழகத்தில் பட்டம் பெற்ற விஞ்சு 1884இல் இந்தியக் குடிமைப் பணியில் (ஐ.சி.எஸ்.) சேர்ந்தார். செங்கல்பட்டு, வடார்க்காடு, கிருஷ்ணா, கடப்பா, கோயம்புத்தூர் என்று பல்வேறு மாவட்டங்களில் பணியாற்றியவர், 1901முதல் பல ஆண்டுகள் ஆளுநரின் அந்தரங்கச் செயலராகவும் இருந்துவிட்டு, ஏறத்தாழ கால் நூற்றாண்டுக் கால நிர்வாக அனுபவத்துடன் 1907 டிசம்பர் 2ஆம் தேதிதான் நெல்லை மாவட்டத்துக்குப் பொறுப்பேற்றிருந்தார். நேரடி மாவட்ட நிர்வாகத்திலிருந்து சில காலம் விலகியிருந்தவருக்குச் சுதேசி இயக்கச் செயல்பாடுகள் மிகுந்த நெருக்கடியைத் தந்தன. 1908 மார்ச் 7ஆம் தேதி மாலை, தலைமைச் செயலர் அட்கின்சனுக்கு எழுதிய நேர்முக மடலில் (demi-official letter) பின்வருமாறு எழுதினார்: 'தூத்துக்குடி நிலை கடும் நெருக்கடியை எட்டிவிட்டதை நீங்கள் அறிவீர்கள். எனவே நடவடிக்கை எடுப்பது கட்டாயமாகிவிட்டது. இன்று காலை [நெல்லைக்கு] வந்த ஆஷுடன் இப்போது அங்குச் சென்றுகொண்டிருக்கிறேன். சுதேசிகளின் கை வலுத்துவிட்டது. திங்கட்கிழமை அவர்கள் நடத்தத் திட்டமிட்டுள்ள ஒரு பிரம்மாண்டமான கூட்டத்தை *நிறுத்தியே ஆக வேண்டும்*.'[11]

குற்ற விசாரணை முறைச் சட்டத்தின் (Criminal Procedure Code) 144ஆவது பிரிவின் கீழ் இக்கூட்டத்தினை விஞ்சு தடை செய்தார். அதே சட்டத்தின் 108ஆம் பிரிவின்படி திருநெல்வேலியில் மார்ச் 9ஆம் தேதி காலை ஆட்சியர் முன் ஆஜராகுமாறு வ.உ.சி., சிவா, பத்மநாப ஐயங்கார் ஆகியோருக்கு 8ஆம் தேதி ஞாயிற்றுக்கிழமை மாலை 6 மணிக்கு அறிவிப்புத் தரப்பட்டது. இந்த அறிவிப்புக் கிடைத்த உடனே தூத்துக்குடியில் நடந்த பொதுக்கூட்டத்தில் 4000 பேர் கலந்துகொண்டனர். அதில் சிவாவின் பேச்சு உணர்ச்சி மீதூர அமைந்திருந்தது. ஆட்சியரைச் சந்திக்கச் செல்கின்ற நாங்கள் திரும்புவோமோ மாட்டோமோ என்று அவர் சொன்னதும் மக்கள் கண்ணீர் சிந்தினர். வ.உ.சி. எழுந்து அவர்களை அமைதிப்படுத்திய

---

11. Wynch to Atkinson, 7-3-1908, Bundle no 43, Sedition in Tinnevelly, 1908, Miscellaneous Papers. அழுத்தம் நூலாசிரியருடையது.

பிறகே கூட்டம் அமைதியானது என்று பதிவுசெய்த காவல் அதிகாரி, மக்களின்மீது வ.உ.சி. செலுத்திய செல்வாக்கு 'அசாதாரணமானது' என்று எழுதினார்.[12]

மறுநாள், மார்ச் 9ஆம் தேதி மூவரும் திருநெல்வேலி சென்று ஆட்சித் தலைவருக்கு முன் நின்றனர். காலையில் வரச்சொல்லி இருந்தாலும் மாலை 4:30 மணிக்குத்தான் விசாரணையைத் தொடங்கினார் விஞ்சு. அவரிடம் நியாயம் கிடைக்காது என்று தாங்கள் நினைப்பதால் இவ்வழக்கை வேறு நீதிமன்றத்திற்கு மாற்ற விரும்புவதாகவும், அதன் பொருட்டு உயர் நீதிமன்றத்துக்கு விண்ணப்பிக்கப்போவதாகவும், அதற்கேற்ப விசாரணையைத் தள்ளிவைக்குமாறும் மூவரும் கேட்டனர்; ஈடுகாணம் கொடுக்கவும் மறுத்தனர். முதல் நாள் விசாரணை முடிந்ததும், நெல்லையப்பர் கோயிலிலிருந்து ஊர்வலமாகப் புறப்பட்டுத் தாமிரவருணி ஆற்றங்கரையில் விபின் சந்திர பாலின் விடுதலை நாளைச் சிறப்புறக் கொண்டாடி, வ.உ.சி.யும் சிவாவும் உரையாற்றினர். அதாவது, தூத்துக்குடியில் தடைசெய்த விழாவைக் கலெக்டரின் மூக்கின்கீழேயே கொண்டாடினர். அதோடு நிற்கவில்லை. மார்ச் 10ஆம் நாள் காலை மூவரும் தூத்துக்குடிக்குத் திரும்பி, முந்திய நாள் தடைசெய்திருந்த விழாவையும் கொண்டாடினர். தூத்துக்குடி ரயில் நிலையத்தில் வ.உ.சி., சிவா இறங்கியதும் பெருங்கூட்டம் கூடிக் கலவரம் நிகழும் சூழல் ஏற்பட்டது. அங்கிருந்த வெள்ளைக்காரத் துணை ஸ்டேஷன் மாஸ்டர் அடிபட இருந்த நிலையில் வ.உ.சி.யின் இடையீட்டினால் கலவரம் தவிர்க்கப்பட்டது. கூட்டத்தைக் கிளர்ந்தெழவைக்கும் ஆற்றலைப் பெற்றிருந்த வ.உ.சி.க்கு அதனைக் கட்டுப்படுத்தும் ஆற்றலும் இருந்தது என்பதைக் காவல் துறையும் கவனிக்கத் தவறவில்லை. வ.உ.சி.யின் தலைமைப் பண்புக்கு இது சான்றாகும். கொண்டாட்டம் முடிந்ததும் பிற்பகலுக்கு மேல் நெல்லை நகருக்குத் திரும்பி ஆட்சியர் முன் வ.உ.சி. முதலான மூவரும் மீண்டும் ஆஜராயினர்.

எதைத் தடுக்க வேண்டுமென்று விஞ்சு நடவடிக்கையை எடுத்தாரோ அதே செயல்களை அவர்கள் தொடர்ந்து செய்துவந்தது அவரைச் சீற்றமடையச்செய்தது. வ.உ.சி.க்கும் விஞ்சுக்கும் கடும் வாக்குவாதம் ஏற்பட்டது. இதைத்தான் பாரதி, 'நாட்டிலெங்கும் சுதந்திர வாஞ்சையை நாட்டினாய் . . .' என்ற விஞ்சின் குற்றச்சாட்டாகவும், 'சொந்த நாட்டிலே பரர்க்கடிமை செய்தே துஞ்சிடோம்' என்ற வ.உ.சி.யின் பதிலாகவும் கவிதையில் வடித்தார்.

---

12. NTR.

வ.உ.சி. ஆட்சியரின் மிரட்டலுக்குப் பணியாத நிலையில் குற்றவியல் சட்டத்தின் 108ஆவது பிரிவின் கீழ் நடவடிக்கை எடுத்தால் சிறையிலடைக்க முடியாது என்று வழக்கை 107ஆம் பிரிவுக்கு மாற்ற முடிவுசெய்தார் விஞ்சு. நன்னடத்தைக்கு ஈடுகாணம் வழங்க முன்வந்த நிலையிலும் அதை ஏற்க மறுத்து 12ஆம் நாள் பிற்பகல் 4 மணிக்கு வ.உ.சி., சிவா, பத்மநாப ஐயங்கார் ஆகிய மூவரையும் கைதுசெய்ய உத்தரவிட்டார். உடனே அவர்கள் பாளையங்கோட்டைச் சிறைக்கு அழைத்துச்செல்லப்பட்டனர்.[13]

அடுத்த நாள்...

~~

13. திருநெல்வேலி அமர்வு நீதிமன்றம் மூவருக்கும் பிணை வழங்க மறுத்தது. அதற்கடுத்து உயர் நீதிமன்றத்தின் முழு அமர்வு இவர்களைச் சிறைப்படுத்த விஞ்சுக்கு அதிகாரம் இல்லை என்று தீர்ப்பளித்ததும், மார்ச் 25ஆம் தேதி விடுவிக்கப்பட்ட வ.உ.சி.யும் சிவாவும் சிறையை விட்டு வெளிவருமுன்னரே இ.பி.கோ. 124ஏ, 153ஏ பிரிவுகளின் கீழ் (sedition: ராஜதுரோகம்) கைதுசெய்யப்பட்டனர். (பத்மநாப ஐயங்கார் மட்டும் விடுதலையானார்.) ஜூலை 7ஆம் தேதி திருநெல்வேலி அமர்வு நீதிமன்றம் வ.உ.சி.க்கு இரட்டை ஆயுள் தண்டனையும் சிவாவுக்குப் பத்தாண்டுக் கடுங்காவலும் விதித்தது.

2

எழுச்சி

வெள்ளிக்கிழமை, மார்ச் 13 காலை 10:00 மணியளவில் திருநெல்வேலியில் அசாதாரணச் சூழ்நிலை நிலவியது.[1] அன்று (பிலவங்க ஆண்டு)

---

1. திருநெல்வேலி எழுச்சியைப் பற்றி அறிவதற்கான முதல்நிலை ஆவணம் *Madras Police Abstracts of Intelligence*. இதில் காவல்துறையினரின் பல்வேறு அறிக்கைகளைத் தவிரத் திருநெல்வேலி மாவட்ட ஆட்சியர் விஞ்சு சென்னை மாகாணத்தின் தலைமைச் செயலருக்கு எழுதிய அறிக்கைகளும் தந்திகளும், திருநெல்வேலி மாவட்டக் கண்காணிப்பாளர் ஸ்வீட்டிங்கு மாகாணக் காவல் துறை ஆய்வாளர் நாயகத்துக்கு (Inspector General of Police) எழுதிய அறிக்கைகளும் தந்திகளும், தூத்துக்குடிப் பிரிவின் துணைக் கண்காணிப்பாளர் லீவிஸ் மாவட்டக் கண்காணிப்பாளர் ஸ்வீட்டிங்குக்கு எழுதிய அறிக்கைகளும் தந்திகளும் அடங்கும். இவை நிகழ்வுகள் நடக்கநடக்கச் சுடச்சுட எழுதப்பட்டவை. இந்த அறிக்கைகளை மட்டுமல்லாது இந்திய அரசினுடைய உள்துறையின் நடவடிக்கைகளையும் கொண்டது *Disturbances in the Tinnevelly and Tuticorin Districts* என்ற Home Political A, Proceedings Nos 79–87, Government of India என்ற கோப்பு (DTTD). சென்னை மாகாண அரசின் சி.ஐ.டி. துறை 1911இல் தயாரித்தது Note on Tinnevelly Riots & Tuticorin in March 1908 (NTR) என்ற அறிக்கை; இது G.O.no. 1542 Judicial (Confidential), 3–10–1911 என்ற அரசாணையில் அடங்கியது. இவற்றின் அடிப்படையிலேயே எழுச்சியின் போக்கை விவரித்துள்ளேன். வேறு சான்று காட்டாதவரை இவையே ஆதாரம் எனக் கொள்க. ஒவ்வொரு தனி விவகாரம் தொடர்பாகவும் சென்னை அரசாங்கம் இயற்றிய பல்வேறு அரசாணைகளையும் பயன்கொண்டுள்ளேன். இவை தவிர *The Hindu, 16–3–1908, Madras Weekly Mail, 26–3–1908*; சுதேசமித்திரன் 17–3–1908 ஆகிய இதழ்களில் வெளியான விரிவான செய்திகளும் முக்கியமானவை. எழுச்சி தொடர்பான வழக்குகளின் விசாரணைகளையும் தீர்ப்புகளையும் 'இந்து' நாளேடு விரிவாக வெளியிட்டுள்ளது. இவற்றோடு 'டைம்ஸ் ஆப் இந்தியா' நாளேட்டுச் செய்திகளும் முக்கியமானவை.

பங்குனி முதல் நாள் விரதமும்கூட. நல்ல வியாபாரம் நடந்திருக்க வேண்டும். ஆனால் திருநெல்வேலிப் பாலம் எனப்பட்ட வீரராகவபுரம்[2] என்ற ரயில் நிலையத்துக்கு அருகிலிருந்த பகுதியில் கடைகள் எல்லாம் திடீரென மூடப்படலாயின. மாவட்டக் காவல் கண்காணிப்பாளர் ஸ்வீட்டிங்கு குறிப்பிட்டதுபோல் 'கடைகள் சரசரவென மூடப்படுவது வருவதை முன்னுரைக்கும் அபாயக் குறியாகும்.[3] பொதுமக்களின் நடமாட்டமும் வண்டிகளின் போக்குவரவும் நின்றுபோயின. இதற்குள் அப்பகுதியிலிருந்த மக்களும் அங்கிருந்த கடைக்காரர்களும் பெருமளவில் திரண்டுவிட்டனர். தூத்துக்குடியிலிருந்து பல வியாபாரிகள் தங்கள் கடைகளை அடைத்துவிட்டு ரயிலேறித் திருநெல்வேலிக்கு வந்திறங்கியதாகவும் 'மதராஸ் மெயில்' குறிப்பிட்டது.[4] வணிகர்கள் கடைகளையெல்லாம் அடைத்ததும் கடைத்தெருவிலிருந்து அதே பகுதியிலிருந்த இந்துக் கல்லூரிக்கு மாறியது களம்.

சில ஆயிரம் பேர் திரண்டு இந்துக் கல்லூரிக்குள் நுழைந்தனர்.[5] மக்கள் திரளின் ஆரவாரத்தின் காரணமாக வகுப்பெடுக்க முடியாத நிலையில் கல்லூரியை மூடிவிடலாம் என்று சில ஆசிரியர்கள் கருதினர். மாணவர்களைத் திரட்டித் தெருவில் இறக்கியதில் கல்லூரியின் கணக்குப் பேராசிரியர் கே.ஜி. லோகநாதய்யர் தம் பங்கை ஆற்றினார். (எழுச்சியை முன்னின்று நடத்திய தலைவர்களில் ஒருவராக இவர் இருந்ததைப் பின்னர் காண்போம்.) வேறு சில ஆசிரியர்களும் அவருக்கு ஆதரவாக நின்றனர். தகவல் அறிந்து, மாணவர் சிலரைப் பெற்றோர் வந்து கூட்டிச் சென்றுவிட்டனர். இவர்களுள் திருநெல்வேலி தாசில்தாரும் ஒருவர். சில மாணவர்கள் அஞ்சி வெளியேறிவிட்டனர். பின்னாளில் பெயர் பெற்ற அறிவியல் தமிழ் எழுத்தாளராக விளங்கிய பெ.நா. அப்புஸ்வாமியும் நீதிபதி பி.வி. கிருஷ்ணசாமியும்

---

2. எழுச்சியைப் பற்றிய செய்திகளைக் கண்ட இந்திய அரசு அலுவலர் ஒருவர், 'படிப்போருக்கு இடப்பெயர்கள் தெரியும் என்ற எண்ணத்தில் எழுதப்பட்டுள்ளமையால் கலகத்தைப் பற்றிய செய்திகள் புதிராக உள்ளன' என்று குறிப்பிட்டார் (DTTD). இதே குழப்பம் நமக்கும் ஏற்படக்கூடும் என்பதால் எழுச்சி தொடர்பான அரசாணை ஒன்றில் உள்ளவாறு நெல்லை நகரின் வரைபடம் இந்நூலில் இணைக்கப்பட்டுள்ளது. (பக். 35)

3. Sweeting to D.W.G. Cowie, 13–3–1908, DTTD.

4. *சுதேசமித்திரன், 16–3–1908*. 'மதராஸ் ஸ்டாண்டர்டு' நாளிதழுக்கு அளித்த பேட்டியில் கே.ஆர். குருசாமி ஐயர் இதை உறுதியாக மறுத்தார் *(Madras Standard, 19–3–1908, 20–3–1908 in MNNR 1908)*. இதை உறுதிப்படுத்த வேறு சான்றுகள் இல்லை. சிறிய அளவில் தூத்துக்குடியிலிருந்து கிளர்ச்சியாளர்கள் வந்திருக்கலாம்.

5. இப்போதைய இந்து மேல்நிலைப் பள்ளி வளாகத்திலேயே அக்காலத்தில் இந்துக் கல்லூரி இயங்கியது.

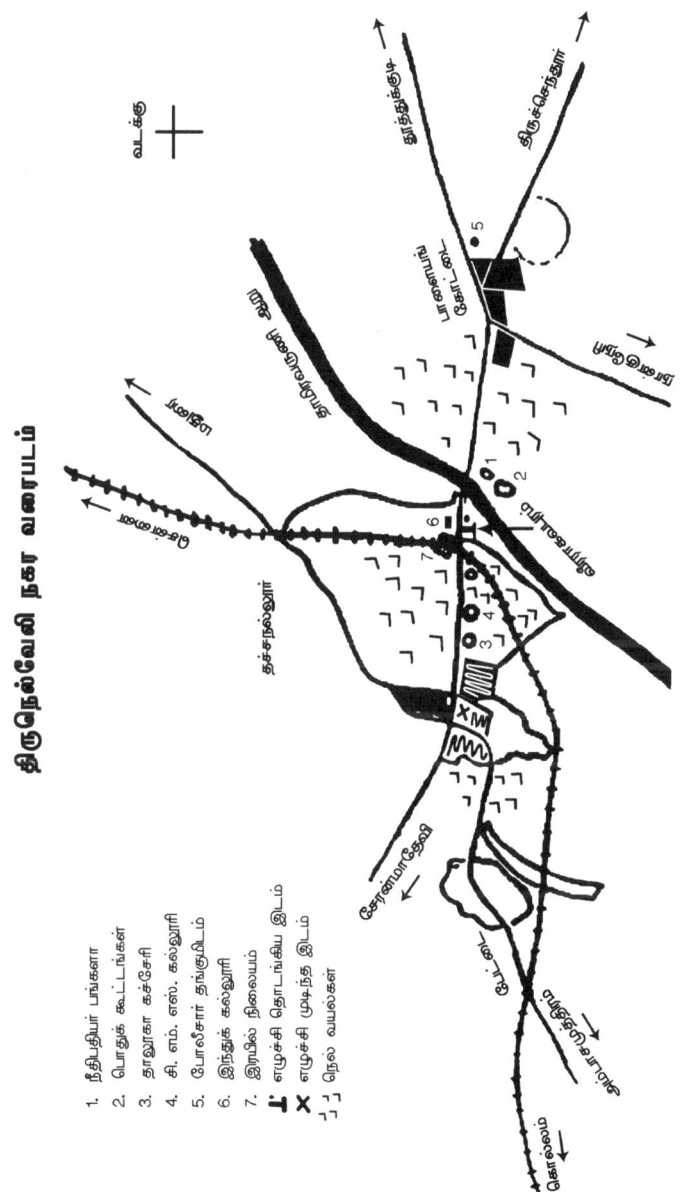

திருநெல்வேலி நகர வரைபடம்

G.O.no. 899 Judicial, 30-6-1908 என்ற
அரசாணையில் உள்ள வரைபடத்தைத் தழுவியது

அவர்களுள் அடங்குவர். கூட்டத்தில் சிக்கிக்கொள்ளாமல் தப்பிக்கும் பொருட்டுச் சில மாணவர்களைக் கல்லூரியிலேயே தங்கவைத்தனர் சில ஆசிரியர்கள்.[6] கல்லூரியின் செயலாளர் என்.ஏ.வி. சோமசுந்தரம் பிள்ளை அப்பொழுது தலத்தில் இருந்தார். கல்லூரி நிர்வாகிகள் எவ்வளவோ தடுத்தும்கூடப் பெரும் எண்ணிக்கையிலான மாணவர்கள் ஆர்வமுடன் திரளில் சேர்ந்துகொண்டனர். கடைசியில், மக்கள்திரளின் அழுத்தத்தை எதிர்கொள்ள முடியாமல் கல்லூரியின் அடுத்தநிலை அதிகாரிகள் கல்லூரியை மூடிவிட்டனர்.[7]

அப்போது இந்துக் கல்லூரியின் முதல்வராக இருந்தவர் 25 வயதேயான ஹெர்பர்ட்டு சாம்பியன் (Herbert Champion). இங்கிலாந்திலிருந்து தைப்பொங்கலின்போதுதான் அவர் நெல்லைக்கு வந்து முதல்வராகப் பொறுப்பேற்றிருந்தார்.[8] அவர் பொறுப்பேற்றதிலும் பணியாற்றியதிலும் எவருக்கும் திருப்தியில்லை. பத்து மாத அளவிலேயே அவர் இப்பணியைத் துறந்துவிட்டு மாகாணப் பொதுக் கல்வி இயக்ககத்தில் ஆய்வாளராகப் பொறுப்பேற்றுச் சென்னைக்குச் சென்றுவிட்டார்.[9] நெல்லைக்கு வந்த இரண்டு மாதங்களிலேயே அவருக்கு வாழ்க்கையில் மறக்க முடியாத அனுபவம் ஏற்பட்டுவிட்டது.

அன்றைக்கு வழக்கம்போல் சாம்பியனும் மற்றொரு வெள்ளையரான காமரூனும் (Donald Edward Tabbot Cameron) பாளையங்கோட்டையிலிருந்து திருநெல்வேலிப் பாலத்தை நோக்கி வந்துகொண்டிருந்தனர். 36 வயதான காமரூன் ஸ்காட்லாந்துக்காரர்; தனது சக்கரை ஆலைகளுக்காகத் திருநெல்வேலிப் பகுதியில் கருப்பட்டியைக் கொள்முதல் செய்துவந்த பாரி கம்பெனியின் (Parry & Co.) முகவர். 1901 முதல் விட்டுவிட்டுத் திருநெல்வேலியில் வாழ்ந்துவந்தவரான காமரூன் நகருக்குப் புதிதாக வந்துசேர்ந்திருந்த சாம்பியனுக்கு வழிகாட்டியாக இருந்திருப்பார் என்று எதிர்பார்க்கலாம். மிதிவண்டிகளில் வந்துகொண்டிருந்த இருவரும் தமிழ் தேவாலயத்திற்கு (இன்றைய ஊசிக் கோபுரம் தேவாலயம்) அருகே பல வண்டிகள் நிறுத்தப்பட்டிருந்ததைக் கண்டனர். அவற்றைக் கடந்து சென்றபோது வண்டிக்காரர்கள் வந்தே

---

6. T&TD.

7. பெ.நா. அப்புஸ்வாமி, 'காலம் தாழ்த்திப் புகழ்பெற்ற அறிஞர்,' *சுடர் வ.உ.சி. மலர்* (தில்லி: தில்லி தமிழ்ச் சங்கம், 1961), ப. 23.

8. *The Hindu*, 21–1–1908.

9. *The Hindu*, 13–11–1908. பிறகு சென்னை மாகாணப் பொதுக் கல்வித் துறை இயக்குநராக இருந்தவர்.

மாதரம் என்று முழக்கமிட்டனர். அந்த முழக்கத்தின் பொருள் அவர்களுக்குப் புரியவில்லை என்றாலும்கூட வெள்ளையருக்கு எதிரான உட்கிடை அதில் பொதிந்திருந்ததை அவர்கள் உணராமலில்லை. அடுத்து, சுலோசன முதலியார் பாலத்தைத் தாண்டியதும் அஞ்சல் நிலையத்திற்கு அருகே நடுவீதியில் மக்கள் குழுமியிருந்ததை அவர்கள் கண்டனர். ஊரில் நிலவிய அசாதாரணமான சூழலைப் பற்றிப் பேசிக்கொண்டே இருவரும் இந்துக் கல்லூரியை அடைந்தார்கள். கல்லூரி வாயிலிலும் கூட்டம் செறிந்திருந்தது. மக்களின் கொந்தளிப்பான உணர்வுநிலையை அவதானித்த சாம்பியன், காமரூனுடன் பாரி கம்பெனிக்குச் செல்ல முடிவெடுத்தார். ரயில்வே கிராசிங்கைக் கடந்து பிரதான சாலையிலிருந்த பாரி கம்பெனியை நோக்கி இருவரும் செல்லலானதும் வந்தே மாதர முழக்கமிட்டவாறு மக்கள் அவர்களைத் துரத்தத் தொடங்கினர். பாரி அலுவலக வளாகத்திற்குள் பதறியடித்துக்கொண்டு நுழைந்த சாம்பியனும் காமரூனும் தங்கள் மிதிவண்டிகளைச் சிப்பந்திகளிடம் தள்ளிவிட்டு அவசரஅவசரமாகக் கட்டடத்திற்குள் புகுந்து கொண்டனர். சாலை அமைப்பதற்காக குவித்துவைக்கப் பட்டிருந்த கருங்கற்களை எடுத்து மக்கள் வீசலானார்கள். சூழலின் தீவிரத்தைப் புரிந்துகொண்ட காமரூன், மேலாளரை அழைத்து, வேலையாட்களை வீட்டுக்கு அனுப்பச் சொன்னார். இந்த அமளியிலும், நிலவரத்தை விளக்கி ஒரு கடிதத்தை ஆட்சியர் விஞ்சுக்கு அவர் எழுதியனுப்பினார். சிறிது நேரத்திற்குப் பிறகு அவர்கள் வெளியே வந்து பார்த்தபோது வாயிற்கதவும் பெயர்ப் பலகைகளும் நொறுங்கியிருந்ததைக் கண்டனர். மிதிவண்டிகளிலும் சொட்டை விழுந்திருந்தது.[10]

1906இலிருந்தே சுதேசி இயக்கத்தின் செல்வாக்குக்கு ஆளாகியிருந்த இந்துக் கல்லூரி மாணவர்களும் ஆசிரியர்களும் இந்த எழுச்சியில் பெரும்பங்காற்றினர். (இதனை இவ்வியலின் பிற்பகுதியில் காண்போம். இதன் காரணமாக அரசின் பாதகமான பார்வைக்குக் கல்லூரி உள்ளாகியதை 4ஆம் இயலில் காணலாம்.)

திருநெல்வேலி ரயில் நிலையப் பகுதியிலிருந்து மேற்கே, டவுண் என்று அழைக்கப்படும் திருநெல்வேலி நகரத்தை நோக்கி நகர்ந்தது மக்கள்திரள். வ.உ.சி., சிவா ஆகியோர் அடைபட்டிருந்த பாளையங்கோட்டைச் சிறையை நோக்கிச் செல்வதே திட்டம் என்றும், ‘எதிர்பாராதவிதமாய் . . . திருநெல்வேலி டவுண் நோக்கி’த் திரும்பிவிட்டது என்றும் பிற்காலச் சான்று ஒன்று

10. வ.உ.சி. வழக்கில் காமரூன், ஹெர்பர்ட் சாம்பியன் ஆகியோர் சாட்சியம், *Times of India*, 25–6–1908. மேலும் காண்க Hilton Brown, *Parry‘s of Madras*, p. 193.

சொல்கிறது.[11] இதற்கு வேறு ஆதாரத்தைக் காண முடியவில்லை. அப்படிச் சென்றிருந்தால் எழுச்சி மேலும் தீவிரப்பட்டிருக்கும் என்பதில் ஐயமில்லை. ஏனெனில் மக்கள்திரள் வ.உ.சி. அடைத்து வைக்கப்பட்டிருந்த சிறையைத் தாக்கியிருக்கும்; பாளையங்கோட்டையிலிருந்து வந்துகொண்டிருந்த ரிசர்வ் போலீஸ் படையினையும் நேராக எதிர்கொள்ள வேண்டியிருந்திருக்கும். ஆனால் மேற்குத் திசையில் திரும்பியதற்குக் காரணம் இல்லாமலில்லை.

அன்றைய திருநெல்வேலி நகரம் என்பது திருநெல்வேலிப் பாலம் தொடங்கி டவுணிலிருந்த பெரிய கோயில் என்ற நெல்லையப்பர் கோயிலைச் சுற்றியிருந்த நான்கு ரதவீதிகளோடு அடங்கிவிட்டது. திருநெல்வேலிப் பாலத்துக்கும் கோயிலுக்கும் இடைப்பட்ட இரண்டு மூன்று மைலும் அகன்ற மருத மர நிழலமைந்த நற்சாலையாக அக்காலத்தில் விளங்கியது. இருமருங்கும் வயல்கள் நிறைந்த இச்சாலையில்தான் திருநெல்வேலியின் ஏறத்தாழ அனைத்து அரசு, அரசுசார் அலுவலகங்களும் அமைந்திருந்தன. அரசதிகாரத்தின் சின்னமான இவற்றைக் குறிவைத்தே தென்மேற்காக மக்கள்திரள் சென்றது என்று கொள்ள வேண்டும்.

வ.உ.சி.யின் பெயரை முழங்கிக்கொண்டே[12] அந்தச் சாலையில் முன்னேறிய மக்கள் கூட்டம் சி.எம்.எஸ். கல்லூரி என்ற சர்ச்சு மிஷன் சொசைட்டி காலேஜுக்குச் (இன்றைய சாப்டர் பள்ளி) சென்றது. அதிலிருந்து ஒரு குழு கல்லூரி வளாகத்துள் நுழைந்து கட்டடத்தின் மேல்மாடிவரை சென்றுவிட்டது. ஒரு குழு அதன் முதல்வர் ஷாப்டரை (*Henry James Schaffter*) எதிர்கொண்டது. நெல்லையில் 35 ஆண்டுகளாக வாழ்ந்துவந்த மறைப்பணியாளரான ஷாப்டர் தமிழ் நன்கு பேசத் தெரிந்தவர்.[13] கல்லூரியை மூடுமாறு அவரை மக்கள் வற்புறுத்தினர். இதை எதிர்த்த உதவிப் பேராசிரியர் ஒருவருக்கு 'நல்ல பூசை' விழுந்தது. துணை முதல்வர் அந்தோணி, தமிழாசிரியர் சாமுவேல் பிள்ளை,[14] பாரசீக முன்ஷி (புலவர்) முகம்மது மொஹிதீன் சாகிபு, அருணாசல ராவ், பாக்கியம் முதலியார், காதர் பாட்சா, அன்பு முதலானோரும் அப்போது அங்கேயிருந்தனர். கல்லூரியின் பொருள்களும் சாளரங்களும்

---

11. ரா. ஸ்ரீநிவாசவரதன், *சுப்பிரமணிய சிவா*, ப. 34. இவர் சுப்பிரமணிய சிவாவின் உற்ற சீடர்.
12. பெ.நா. அப்புஸ்வாமி, 'காலம் தாழ்த்திப் புகழ்பெற்ற அறிஞர்,' ப. 124.
13. *The Hindu*, 5–5–1908.
14. *The Hindu*, 2–5–1908

மேசை நாற்காலி முதலான தளவாடங்களும் உடைக்கப்பட்டன. இந்தக் கூட்டத்திலிருந்த நாகப்ப முதலி என்ற இருபத்திரண்டு வயது இந்துக் கல்லூரி மாணவர் கல்லூரியின் துணை முதல்வரை மடக்கிய முட்டியுடன் மிரட்டினார். கூட்டத்தில் பலர் கைது செய்யப்பட்டபோது இவ்விளைஞர் தப்பிவிட்டார்.[15] சி.எம்.எஸ். கல்லூரி மாணவர்கள் சிலரும் திரளில் தம்மை இணைத்துக்கொண்டிருந்ததாக அறிய முடிகிறது.

அடுத்து, நகரப் பகுதியை நோக்கிக் கூட்டம் முன்னேறியது. முதலில் நகராட்சி அலுவலகக் கட்டடத்துக்குள் சென்று அதன் சுவரை இடித்தது. அலுவலக ஆவணங்களையும் மண்ணெண்ணெய் ஊற்றிக் கொளுத்தியது. கட்டடம் பெரும் சேதத்துக்கு உள்ளானது. அங்கிருந்த வலுவான இரும்புப்பெட்டி உடைக்கப்பட்டு ஆவணங்கள் எரிக்கப்பட்டன. ரூ *1,334–9–5*[16] பணத்தையும் சில பணப் பத்திரங்களையும் கருவூலக் கணக்கேட்டையும் மக்கள்திரள் ஒன்றும் செய்யவில்லை. மேசை இழுப்பறையிலிருந்து ஏறத்தாழ *200* ரூபாய் மட்டும் காணாமல் போனது. திரளின் மிகப்பெரும் இலக்காக அமைந்தது அருகிலிருந்த மண்ணெண்ணெய்க் கிடங்கும் மாட்டுக் கொட்டிலும் ஆகும். நகராட்சிக்குச் சொந்தமான மண்ணெண்ணெய்க் கிடங்கிற்குத் தீயிட்டதில் தொடர்ந்து இரண்டு மூன்று நாளுக்கு அது கனன்றுகொண்டிருந்தது. நடந்ததையெல்லாம் விவரித்து நகராட்சித் தலைவர் பி.எம். கைலாசம் பிள்ளை அறிக்கை அனுப்பிக்கொண்டிருந்த நேரத்திலும் கட்டடமும் எண்ணெய்க் கிடங்கும் கொழுந்துவிட்டு எரிந்துகொண்டுதானிருந்தன. கட்டடத்தின் இரு சிறகுகள் மட்டுமே நெருப்பிலிருந்து தப்பின.[17]

இதற்குப் பின்னர், எழுச்சி கொண்ட மக்கள் அஞ்சலகத்துக்குச் சென்று அதற்கும் தீயிட்டனர். அஞ்சல் அதிகாரி சங்கரநாராயண ஐயர் என்பவர் அதன் முன்பகுதியை எப்படியோ காப்பாற்றிவிட்டார்.[18]

---

15. G.O.no. 751 Judicial, 21–5–1910.

16. இது ரூபாய், அணா, பைசா என்பதைக் குறிக்கும். ஒரு ரூபாயில் *16* அணா அல்லது *192* காசு அடங்கும். ஓர் அணா என்பது *12* பைசாவைக் கொண்டது. *1957*இல்தான் இன்றைய புழக்கத்திலிருக்கும் பதின்ம முறை அறிமுகமானது.

17. நெல்லை நகராட்சி அலுவலகத்தில் நிகழ்ந்த சேதத்தை அதன் தலைவர் பி.எம்.கைலாசம் பிள்ளை ஆட்சியருக்கு நேரில் விவரித்ததோடு மட்டுமல்லாமல் எழுத்து வடிவிலும் அறிக்கையாகக் கையளித்தார் (DTTD).

18. *Times of India*, 21–5–1908.

அவர்களின் அடுத்த இலக்கு மாவட்டத் துணை முன்சீபின் கச்சேரி (அலுவலகம்). அதற்கு ஏற்பட்ட அழிவும், அதனைத் தாக்கிய மக்களின் செயல்முறையும் அந்தத் துணை முன்சீபின் அலுவல் கடிதம் ஒன்றின் மூலம் விரிவாகத் தெரியவருகின்றன.[19] பன்னிரண்டு மணியளவில் மாவட்டத் துணை முன்சீபு வழக்குகளை நடத்திக்கொண்டிருந்தார். இருநூறு பேரடங்கிய கூட்டம் ஒன்று நீதிமன்ற வராந்தாவரை வந்து அங்கிருந்த தட்டிகளை வீசியெறிந்து, சுவர்களையும் தட்டிகளையும் கழிகளால் தாக்கியது; நீதிமன்றம் செயல்படக் கூடாது என்றும் முழங்கியது. வெளியே வந்த முன்சீபு கூட்டத்தை அமைதிப்படுத்த முயன்றார். நீதிமன்றத்தை மூட வேண்டும் என மக்கள்திரள் மேலும் முழங்கியது. அங்கிருந்த வக்கீல்களும் அவ்வாறே செய்யுமாறு அச்சத்தில் கூறினர். முன்சீபும் நீதிமன்றத்தை மூடிவிட்டுத் தமது தனியறையில் அமர்ந்து தம் வேலைகளைப் பார்க்கத் தொடங்கினார். கிழக்கு நோக்கி நகர்ந்த கூட்டம் ஐந்து நிமிடத்திற்கெல்லாம் திரும்ப வந்தது. வெளியே வந்த முன்சீபு மீது கற்களை வீசியது. உயிருக்கு அஞ்சிய அவர் நீதிமன்றத்தைப் பெரிய பூட்டுகளால் அடைத்துவிட்டுத் தம் வீட்டுக்கு ஓடிவிட்டார். மக்கள் திரளோ பின்னர், நீதிமன்றத்தின் பூட்டுகளை உடைத்து மேசை நாற்காலிகளையும் தூர எறிந்தது; மேசை விரிப்புகளை இழுத்து அவற்றின் மீதிருந்த சில நூல்களையும் கோப்புகளையும் தீயிலிட்டது; பந்தல்களையும் எரித்தது. ரிசர்வ் போலீஸ் வரும்வரை மக்கள்திரளின் சீற்றத்துக்கு அணைபோட யாருமில்லை. ஆவண அறையும் தலைமை எழுத்தர் அறையும் கனத்த பூட்டுகளால் அடைக்கப்பட்டிருந்ததால் அவை தப்பின. அந்தச் சமயத்தில் நடந்துகொண்டிருந்த வழக்குகள் தொடர்பான பத்திரங்கள் அடங்கிய பெட்டியை நெருப்புக்கு இரையாகாமல் ஒரு சிப்பந்தி காப்பாற்றினார். மறுநாளும் நீதிமன்றத்தைச் சுற்றிச் சிறுசிறு கூட்டங்கள் குழுமியிருந்தன. நீதிமன்ற அறையும் எழுத்தர் அறையும் தாறுமாறாகக் கிடந்தன. மறுநாளும் நீதிமன்றம் செயல்படவில்லை.[20]

திருநெல்வேலிப் பாலம் காவல் நிலையம் அடுத்த இலக்கா யிற்று. கூட்டம் அங்குச் சென்றபோது போலீஸ்காரர் ஒருவருக்கு நல்ல அடி விழுந்தது. காவல் நிலையத்தைத் தாக்கி அங்கிருந்த ஆவணங்களை அக்கூட்டம் எரித்தது. அங்கிருந்த ஆவணங்களும் கத்திகளும் ஒரு பெட்டி குண்டுகளும் (catridge) அழிக்கப்பட்டன. அங்கே சிறைப்பட்டிருந்த மூன்று கைதிகளை மக்கள் விடுவித்தனர். காவல் நிலையத்தில் புகுந்தவர்கள் போலீசாரை 'வந்தே மாதரம்'

---

19. G.O.no. 470, Judicial, 23-3-1908.
20. G.O.no. 470 Judicial, 23-3-1908.

என முழக்கமிடுமாறு கட்டாயப்படுத்தினர் என்று சங்கரசுப்பு நாயுடு என்ற போலீஸ்காரர் சாட்சியம் அளித்தார். மக்களுள் ஒருவர் சுப்பா நாயுடு என்ற காவலரைப் பிடித்து உலுக்கி, 'நீ சுதேசியா, பரதேசியா சொல்லு' என்று உணர்ச்சி மீதூரக் கேட்டிருக்கிறார்.[21]

அடுத்து காவல் நிலையத்துக்கு எதிரிலிருந்த மருத்துவ நிலையத்துக்குத் தீயிட முயன்றபோது சிலர் கைது செய்யப்பட்டனர். மருந்தாளுநர் விட்டல் ராவ், அதன் எதிரிலிருந்த காவல் நிலையம் சூறையாடப்பட்டுகொண்டிருக்கும்போதே தப்பி ஓடிவிட்டார்.[22]

வழியிலிருந்த தந்திக் கம்பிகள் அறுக்கப்பட்டன. நகரெங்கிலும் தெருவிளக்குகள் ஏறத்தாழ அனைத்துமே உடைக்கப்பட்டன.[23] இந்தச் செயல்கள் நெடுகவும் கல்வீச்சு நடந்திருக்கிறது. 'வந்தே மாதரம்', 'சுயராச்சியம்' என்ற முழக்கங்களும் ஓயவில்லை.

அடுத்து மேலும் மேற்கு நோக்கி சுவாமி சன்னிதி தெருவுக்குள் நுழைந்து, நெல்லையப்பர் கோயிலைச் சுற்றி வடக்கு ரத வீதியில் புகுந்து மேலரதவீதி வழியாக மருத்துவமனைக்கு அடுத்திருந்த கச்சேரி சாலையிலுள்ள டவுண் காவல் நிலையம் சென்றடைந்தது மக்கள்திரள். ஒருவர் மன்னரின் (ஏழாம் எட்வர்டு) படத்தை ஏன் இங்கு மாட்டியிருக்கிறீர்கள் என்று கேட்டுச் சுவரிலிருந்து அதைக் கீழே இறக்கி அடித்து நொறுக்கினார். கலவரம் மிகுந்துவந்த நிலையில் காவல் நிலைய அபாயமணியை அங்கிருந்த ஒரேயொரு போலீஸ்காரர் அடிக்கவும் அதனால் மேலும் சினமுற்று அவரைத் தாக்கியது மக்கள்திரள்.[24]

இந்தத் தருணத்தில்தான் எழுச்சிகொண்ட மக்களின் ஊர்வலம் போலீஸ் படையை எதிர்கொள்ள வேண்டியதாயிற்று. அதைக் காண்பதற்கு முன் இந்துக் கல்லூரியின் பங்கைத் தனித்து நோக்குவோம்.

இந்துக் கல்லூரி

தென்மாவட்டங்களின் மிக முக்கியமானதும் பாரம்பரிய மானதுமான கல்வி நிறுவனம் இந்துக் கல்லூரி ஆகும்.

---

21. *The Hindu*, 17–4–1909.

22. இதற்காக இவர் இடைநீக்கம் செய்யப்பட்டார், *Madras Weekly Mail*, 26 March 1908

23. இவை மண்ணெண்ணெய் விளக்குகள் (*circular burner kerosene lamps*). 1908ஆம் ஆண்டின் இறுதியில்தான் நெல்லை நகருக்கு ரூ. 250 செலவில் பன்னிரண்டு ஒளிவிளக்குகள் (*incandescent lamps*) பொருத்துவதற்கு நெல்லை நகராட்சிக்கு அரசாங்கம் அனுமதி வழங்கியது. G.O.no. 1786M, Local & Municipal, 30–10–1908.

24. *The Hindu*, 17–4–1909.

சி.எம்.எஸ். கிறிஸ்தவ மறைப்பணியாளர்கள் நடத்திய பாளையங்கோட்டைப் பள்ளிக்கூடத்தில் சில மாணவர்கள் மதம் மாறியதால் கலக்கமுற்ற 'மேற்'சாதிக் கனவான்கள் 1859இல் 'ஆங்கிலோ வெர்னாகுலர்' பள்ளியைத் தொடங்கினர். 1878இல் மனோன்மணீயம் பெ. சுந்தரம் பிள்ளை இதன் முதல் முதல்வராக அமர்ந்தபோது இந்துக் கல்லூரி என்று இது பெயர் மாற்றம் பெற்றது. இவருடைய முயற்சியால் விரைவிலேயே சென்னைப் பல்கலைக்கழகத்தின் இரண்டாம்நிலைக் (second-grade) கல்லூரியாக அறிந்தேற்பைப் பெற்றது.[25] மதுரைக்குத் தெற்கே இருந்த முக்கியக் கல்லூரி என்பதாலும் வளமான கல்வி மரபு கொண்ட பிராந்தியமானதாலும் ஆற்றல்வாய்ந்த மாணவர்களின் நாற்றங்காலாக இந்துக் கல்லூரி விளங்கியது. சுந்தரம் பிள்ளையைத் தவிர, கே.ஏ. நீலகண்ட சாஸ்திரி, எம்.எஸ். பூரணலிங்கம் பிள்ளை, வே. சாரநாதன் முதலான அறிஞர்கள் ஆசிரியர்களாக விளங்கிய பெருமையினை உடைய இக்கல்லூரியில் பாரதி மட்டுமல்ல, வ.உ.சி.யும்கூடச் சில காலம் பயின்றிருக்கிறார். புதுமைப்பித்தனும் இங்குப் படித்தவரே. மேலைநாட்டு முறையிலான கல்வியை வழங்கிய இக்கல்லூரி புதிய சிந்தனைகளை மாணவர் மனங்களில் விதைத்ததில் வியக்க ஒன்றுமில்லை. கல்லூரிகள் தேசிய, சமூகச் சீர்திருத்த இயக்கங்களின் நாற்றங்கால்களாக இருந்தது இந்தியா முழுவதிலுமான பொதுப்போக்கே ஆகும். எம். விங்க்ளர் என்ற ஐரோப்பியர் (ஆங்கிலேயர் அல்லர்) 1891 முதல் 1907 வரை இந்துக் கல்லூரியின் முதல்வராக விளங்கியபோது மாணவரின் அறிவுப் பசியைக் கிளறிவிட்டார். மேலையுலகின் அறிவொளிக் கருத்தியலை அவர்களுக்கு அறிமுகப்படுத்தினார். தேர்ந்த ஆசிரியராக, மாணவரிடையே விவாதங்களைக் கிளப்பினார். நவீன அறிவியல் மனப்பான்மையைக் கைக்கொள்ளாதவரை இந்தியா அரசியல் விடுதலை பெறாது என்ற வாதம் மாணவரின் தேசிய உணர்வைத் தட்டியெழுப்பியது.[26] ஊரிலிருந்த கிறிஸ்தவக் கல்வி அமைப்புகளின் போட்டியும் மாணவர்களின் அறிவு முனைப்புக்கு உந்தாற்றலாக இருந்திருக்கும் என்று சொல்ல வேண்டியதில்லை.

வங்காளப் பிரிவினையைத் தொடர்ந்து சுதேசி இயக்கம் கிளர்ந்தெழுந்ததும் தேசிய இயக்கக் கருத்து வித்துகள் இந்துக்

---

25. தொடக்கக் கல்வி, மேல்நிலை வகுப்புகளோடு மெட்ரிக்குலேஷன் என்ற பள்ளி இறுதி வகுப்பையும், எப்.ஏ. (*F.A.: First Examination in the Arts*) என்ற இளங்கலைப் பட்டப்படிப்புக்கு முந்திய இரண்டாண்டு இடைநிலை (*intermediate*) வகுப்புகளையும் கொண்டது இரண்டாம்நிலைக் கல்லூரியாகும். பி.ஏ. பட்டப்படிப்பைக் கொண்டவை முதல்நிலைக் (*first-grade*) கல்லூரிகளாகும்.

26. பி.ஸ்ரீ., *கொஞ்சமோ நினைவின் வெள்ளம்!* (சென்னை: நன்செய்ப் பதிப்பகம், 1973), ப. 11–16.

கல்லூரி மாணவரின் உள்ளத்தில் முளைவிட்டன. (கல்லூரியின் குழுவிலிருந்த முக்கிய உறுப்பினர்கள் – அ. சுந்தர சாஸ்திரி, எம்.ஆர். இராமகிருஷ்ண ஐயர், என்.ஏ.வி. சோமசுந்தரம் பிள்ளை, நகராட்சித் தலைவராகயிருந்த பி.எம். கைலாசம் பிள்ளை[27] – பலரும், வ.உ.சி.க்கு எதிரான மிதவாத அரசியல் நிலைப்பாடு எடுத்திருந்தாலும் சுதேசி இயக்கத்துடன் தொடர்பு கொண்டிருந்தவர்களாவர் என்பதும் இங்கு மனங்கொள்ள வேண்டிய செய்தி.)

வ.உ.சி.யின் பேச்சினால் சுதேசி இயக்கத்தின்பால் ஏராள மான மாணவர்கள் ஈர்ப்புக் கொண்டனர். அக்காலப் பகுதியில் அங்குப் பயின்ற, பின்னாளில் தமிழ் அறிவுலகத்தில் பெரும்பங்காற்றிய வையாபுரிப் பிள்ளை, பி.ஸ்ரீ., பெ.நா. அப்புஸ்வாமி, பொ. திரிகூடசுந்தரம் (பி.ஸ்ரீ. 1886இல் பிறந்தவர்; மற்ற மூவரும் 1891இல் பிறந்தவர்கள்) ஆகியோரின் நினைவுக் குறிப்புகள் இதை உணர்த்துகின்றன.

1906இல் சுரேந்திரநாத் பானர்ஜி கல்கத்தாவில் கைதானதைத் தொடர்ந்து ‘சுதேசமித்திரன்’ உதவியாசிரியர் குருமலை சுந்தரம் பிள்ளை எழுதிய பத்துப் பாடல்கள் துண்டுப்பிரசுரமாக அச்சாகிப் பரப்பப்பட்டிருந்தன. அதில் ஒரு பிரதி கல்லூரி வாசல் சுவரில் ஒட்டப்பட்டிருந்தது. தம் நண்பர்களுடன் பொருநை ஆற்றங்கரையில் அமர்ந்து அவற்றைப் படித்து ஊக்கம் பெற்றவர்களில் ஒருவர் பொ. திரிகூடசுந்தரம்.[28] அடுத்த ஆண்டு அவர் மெட்ரிக்குலேஷன் படிக்கும்போது மாணவர் கூட்டமொன்று ஆற்றங்கரை நோக்கிச் செல்வதைக் கண்டு, அவர் களைப் பின் தொடர்ந்ததில் தவசு மண்டபத்தில் ஐயாயிரம் பேர் கூடியிருந்த கூட்டத்தில் குள்ளமான ஒருவர் மேடையேறினார். இவரா பேச்சாளர் என்று திரிகூடசுந்தரமும் அவருடைய நண்பர்களும் அசட்டையாகக் கேட்டுகொண்டிருந்தவர்கள், அவர் பேசத் தொடங்கியதும் வாய்பிளந்தார்கள். அவர்தாம் வ.உ.சி. ‘அன்று அவர் எழுப்பிய சுதந்திர தாகம் இன்னும் எனக்கு அடங்கவில்லை’ என்று பின்னாளில் நினைவுகூர்ந்தார் பொ. திரிகூடசுந்தரம்.[29]

அதே காலத்தில் வ.உ.சி.யின் பேச்சை நெல்லையில் கேட்ட மற்றொரு இந்துக் கல்லூரி மாணவர் வையாபுரிப்

27. பி.எம். கைலாசம் பிள்ளை: 1–4–1900–29–5–1901; 25–9–1903–2–12–1906; 25–2–1908–24–2–1910 என இவர் பலகாலம் நெல்லை நகராட்சிக்குத் தலைவராக இருந்தவர். பிரம சமாஜத்தில் ஈடுபாடுகொண்டவர்.

28. பொ. திரிகூடசுந்தரம் பிள்ளை, ‘வ.உ.சி. செய்த உதவி’, *வ.உ. சிதம்பரம் பிள்ளை மலர்* (பம்பாய்: பம்பாய்த் தமிழ்ச் சங்கம், 1951), ப. 15–16.

29. பொ. திரிகூடசுந்தரம் பிள்ளை, ‘வ.உ.சி. செய்த உதவி’, ப. 17.

பிள்ளை. 1907இல் ஒருநாள், மாணவரிடையே பரபரப்பு ஏற்பட்டதை அவர் உணர்ந்தார். நெல்லை கீழரத வீதியில் அம்மன் சன்னிதிக்கு எதிரே வ.உ.சி. பேசுகிறார் என்று அறிந்து அங்கே சென்றிருக்கிறார். திரிகூடசுந்தரத்திற்கு ஏற்பட்ட அதே உணர்வுதான் வையாபுரிப் பிள்ளைக்கும். 'குட்டையான சரீரம், திரண்டு உருண்ட கைகால்கள், நிறம் சற்றுக் கறுப்புத்தான் . . . அவரைப் பார்த்தவுடன் முதலாவது இவர் என்ன பேச முடியும் என்றுதான்' நினைத்தார். ஆனால் பேச்சைக் கேட்டு அனைவரும் பரவசமுற்றிருக்கின்றனர்.[30] இதையொத்த அனுபவங்களைப் பி.ஸ்ரீ.யும் பெ.நா. அப்புஸ்வாமியும்கூடப் பதிவுசெய்துள்ளனர்.[31]

முன்னரே குறித்தவாறு, வீரராகவபுரம் கடைத்தெருவில் கடைகளை அடைப்பதில் தொடங்கிய எழுச்சி, இந்துக் கல்லூரி வாயிலில் மக்களின் பெருங்கூட்டமாகத் திரண்டது. அக்காலத்தில் அறுநூறு மாணவர்கள் பயின்ற கல்லூரி அது. மாணவர்களும் ஆசிரியர்களுமாக ஏராளமானோர் அதில் சேர்ந்துகொண்டனர். மாணவர்கள் பெருந்திரளாகக் கலந்துகொண்டதை நேரில் பார்த்தவர்களில் அப்போது 17 வயது எப்.ஏ. மாணவராக இருந்த பெ.நா. அப்புஸ்வாமியும் ஒருவர்.[32] வீரராகவபுரத்திலிருந்த பெ.நா. அப்புஸ்வாமியும் மற்றொரு நண்பரும், அவருடைய தந்தையின் நண்பர் வீட்டின் மாடியிலிருந்து ஒன்றரை மைலுக்கு அப்பால் எண்ணெய்க் கிடங்கு எரிந்துகொண்டிருந்த புகையைப் பார்த்திருக்கிறார்கள்.[33] பெ.நா. அப்புஸ்வாமி வேடிக்கை பார்த்தார் என்றால், பின்னாளில் புகழ்வாய்ந்த பதிப்பாசிரியராக விளங்கிய வையாபுரிப் பிள்ளை எழுச்சியில் கலந்துகொண்ட மாணவர்களில் ஒருவராக இருந்தார். 'உற்ற நண்பர்கள் இருவரும்' தம்முடன் வந்ததைக் குறிப்பிடும் வையாபுரிப் பிள்ளை அவர்கள் பெயரைச் சுட்டவில்லை.[34]

மாணவர்களைத் தவிர, கே.ஜி. லோகநாதய்யர் என்ற கணக்குப் பேராசிரியர் எழுச்சியை வழிநடத்திச் செல்லும் பணியைச் செய்தார். எழுச்சி கொண்ட மக்களை நோக்கி உரையாற்றி,

30. வையாபுரிப் பிள்ளை, 'நான் கண்ட வ.உ.சி.', *வ.உ. சிதம்பரம் பிள்ளை மலர்*, ப. 5.

31. பி.ஸ்ரீ., *கொஞ்சமோ நினைவின் வெள்ளம்!*, ப. 9–10.

32. பெ.நா. அப்புஸ்வாமி, 'காலம் தாழ்த்திப் புகழ்பெற்ற அறிஞர்,' ப. 125. பொ. திரிகூடசுந்தரம் பிள்ளையும் பி.ஸ்ரீ.யும் சுதேசி இயக்கத்தால் கவரப்பட்டிருந்தாலும், எழுச்சியை நேராகப் பார்த்ததாகச் சொல்லவில்லை.

33. அப்புஸ்வாமி, 'காலம் தாழ்த்திப் புகழ்பெற்ற அறிஞர்,' ப. 125.

34. வையாபுரிப் பிள்ளை, 'நான் கண்ட வ.உ.சி.', ப. 6–7.

அரசு சொத்துகளை அழிக்கத் தூண்டினார் என்று அவருக்கு அரசு கடுந்தண்டனை வாங்கித்தந்தது.

எழுச்சிக்கு மொத்தக் கல்லூரியின்மீதும் அரசாங்கம் பழிசுமத்தியது. திருநெல்வேலி தூதுக்குழு ஆளுநரைச் சந்தித்த போது (இது 4ஆம் இயலில் விரிவாகப் பேசப்பட்டுள்ளது.) அவர் நேரடியாகவே இக்குற்றச்சாட்டை முன்வைத்தார். கலவரத்திற்கும் இந்துக் கல்லூரிக்கும் ஒரு தொடர்பும் இல்லை; அதன் மாணவர்கள் மக்கள்திரளின் ஒருபகுதியாகப் பங்குபற்றினாலும் எவரும் வன்முறையில் ஈடுபடவில்லை என்ற தூதுக்குழுவின் தலைவர் கே.ஆர். குருசாமி ஐயர் முன்வைத்த வாதத்தை ஆளுநர் ஏற்கவில்லை; ஏராளமான மாணவர்கள் வன்முறையில் ஈடுபட்டார்களென அழுத்தமாகச் சாதித்தார்.

எழுச்சிக்கு அடுத்த நாள் கல்லூரி மாணவர்கள் கைது செய்யப்பட்டனர் என்ற வதந்தியைக் கேள்வியுற்ற குருசாமி ஐயர் உடனே துணை மாஜிஸ்திரேட் திரவிய நாடாரைச் சந்தித்திருக்கிறார். மாணவர்கள் கலவரத்தில் ஈடுபடவில்லை என்று அவர் உறுதி கூறியிருக்கிறார். இதுபற்றி மேல் விவரங்கள் தெரியவில்லை. இந்துக் கல்லூரி திங்கட்கிழமைதான் மீண்டும் திறந்தது.

லோகநாதய்யர் பற்றி விரிவாகத் தூதுக்குழு பேட்டியில் பேசப்பட்டது. பிணையில் வெளிவந்தவர் தொடர்ந்து வேலைக்கு வந்திருக்கிறார், பாடமும் எடுத்திருக்கிறார் என்பதைக் கேட்டுத் துணுக்குற்ற ஆளுநரிடம், கல்லூரியின் அமைப்பில் பல பெரிய மாற்றங்கள் நிகழ்ந்துவருவதாகவும், அதன் காரணமாகப் புதிய குழு அமைக்கப்பட்டுத் தேர்தல் நடக்கவுள்ளதாகவும், அதன் காரணமாகவே நடவடிக்கை எடுக்க முடியவில்லை என்றும் குருசாமி ஐயர் விளக்கினார். முதல்வர் சாம்பியனும்கூட எந்த நடவடிக்கையும் எடுக்கவில்லை என்று சொன்னார். மாஜிஸ்திரேட்டின் முன் நிறுத்தப்பட்டுப் பிணையில் வெளியே வந்த ஒருவர்மீது நடவடிக்கை எடுக்கப்படவில்லை என்பது வியப்புக்குரியது என்றார் ஆளுநர். லோகநாதய்யர் மீதான நடவடிக்கையில் ஏற்பட்டது தாமதம் மட்டுமே என்ற குருசாமி ஐயரின் வாதத்தை நொண்டிச்சாக்காகவே அரசாங்கம் கருதியது.

எழுச்சியில் இந்துக் கல்லூரி ஆற்றிய பங்கின் எதிரொலி ஆறு மாதங்கள் கழித்து ஆளுநர் நெல்லைக்கு வருகை தந்தபோதும்கூடக் கேட்டது. அதை உரிய இடத்தில் பார்ப்போம்.

இனி எழுச்சி நிகழ்ந்த தலத்துக்கு மீண்டும் திரும்புவோம்.

போலீசின் எதிர்த்தாக்குதல்

மக்கள் திரண்டு தம் எதிர்ப்பை அரசின் சின்னங்களான பொதுச்சொத்துகளை அழிப்பதன் மூலம் வெளிப்படுத்திக் கொண்டிருந்த தகவல் மிக விரைவிலேயே மாவட்ட நிர்வாகம் அறியவந்ததும் முதலில் பாளையங்கோட்டையிலிருந்த[35] போலீஸ் ரிசர்வ் படைக்குத் தகவல் சென்றது. மூன்று நான்கு கிலோமீட்டருக்கு அப்பாலிருந்த பாளையங்கோட்டையிலிருந்து ரிசர்வ் காவலர்கள் வருவதற்குள் உதவி போலீஸ் சூப்பரிண்டண்டு சாயர்ஸ் *(Sayers)*, தாலுகா மாஜிஸ்திரேட், சார் மாஜிஸ்திரேட் முதலானோர் இருந்த கான்ஸ்டபிள்களைத் திரட்டிக்கொண்டு தலத்துக்கு வந்துவிட்டனர். ஆட்சியர் விஞ்சும் காவல் கண்காணிப்பாளர் ஸ்வீட்டிங்கும் இடத்துக்கு விரைந்தனர். இவர்கள் எவ்வாறு தலத்துக்கு வந்துசேர்ந்தனர் என்பதைச் சென்னை அரசின் தலைமைச் செயலருக்கு விஞ்சு, காவல் துறை ஐ.ஜி.க்கு ஸ்வீட்டிங் ஆகியோர் அன்றிரவு அனுப்பிய அறிக்கைகள் விவரிக்கின்றன.[36]

காலை 11 மணி அளவில், அதாவது கலவரம் தொடங்கிய சிறிது நேரத்துக்குள்ளேயே அதைப் பற்றி விஞ்சுக்கு முதல் தகவல் வந்துவிட்டது. ஸ்வீட்டிங்குக்குத் தகவல் சொல்லியனுப்பிவிட்டு விஞ்சு கொக்கிரகுளத்திலிருந்த தம் பங்களாவிலிருந்து கச்சேரிக்கு விரைந்தார். பாளையங்கோட்டையில் தமது அலுவலகத்திலிருந்த ஸ்வீட்டிங்குக்கும் அதே சமயத்தில் தூத்துக்குடியிலிருந்து துணைக் கண்காணிப்பாளர் ஈ.எச். லூயிஸ் *(E.H. Lewis)* அனுப்பிய அவசரத் தந்தி வந்துவிட்டது. உடனே பாளையங்கோட்டையிலிருந்து விஞ்சு பங்களாவுக்கு ஸ்வீட்டிங்கு விரைந்து வந்து, கச்சேரிக்கு அவசரமாகச் சென்றுகொண்டிருந்த ஆட்சியருடன்

---

35. திருநெல்வேலி என்பது உண்மையில் இரண்டு தனித்தன்மை வாய்ந்த நகரங்களைக் கொண்டதாகும். நெல்லையப்பர் கோயிலை மையமாகக் கொண்டது பாடல் பெற்ற தலமாகிய திருநெல்வேலி நகரம். நெல்லை நகருக்குக் கிழக்கே கிறிஸ்தவரும் மறைப்பணியாளரும் ஐரோப்பியரும் கல்வி நிறுவனங்களும் அதிகம் கொண்ட பகுதியாக அமைந்த பாளையங்கோட்டையே திருநெல்வேலி மாவட்டத்தின் தலைமையகமாகும். இரண்டு நகரங்களையும் பிரிப்பது தாமிரபரணி ஆறு. இரு நகரங்களுக்கு இடைப்பட்ட பகுதியிலுள்ளது 'திருநெல்வேலிப் பாலம்' (இன்று 'ஜங்ஷன்') எனப்படும் ரயில் நிலையம். இந்தப் பகுதியே வீரராகவபுரம். அண்மைக்காலம்வரையும்கூட இரு நகரங்களுக்கிடையே இருமருங்கும் நெடும் மருத மரங்கள் அடர்ந்த சாலையும் வளமான நெல்வயல்களும் இருந்தன.

36. DTTD. விஞ்சும் ஸ்வீட்டிங்கும் அவர்களுடைய மேலதிகாரிகளுக்கு அனுப்பிய அறிக்கைகளை இணைத்தே இந்தப் பகுதி எழுதப்பட்டுள்ளது.

இணைந்துகொண்டார். (இருவரும் குதிரைமீது சவாரி செய் திருப்பார்கள் என அனுமானிக்கலாம்: ஆனால் எந்த ஆவணத் திலும் குதிரை பற்றிய பேச்சு இல்லை.) பாளையிலிருந்து புறப்படு வதற்கு முன் அங்கேயிருந்த ரிசர்வ் படையினை (1 சார்ஜெண்டு, 50 காவலர்) பிற்பகல் 2 மணி ரயிலில் தூத்துக்குடிக்குப் புறப்படத் தயாராக இருக்குமாறு பணித்துவிட்டே அவர் புறப்பட்டார்.[37] அதே ரயிலில் அவரும் பயணிக்கும் எண்ணத்தில் இருந்தார். நெல்லையின் நிலை அதற்கு இடம்தராது என்பதை அப்போது அவர் முன்னுணர்ந்திருக்க முடியாது. விஞ்சுடன் ஸ்வீட்டிங்கு புறப்பட்ட சமயத்தில் தலைமையகத் துணை மாஜிஸ்திரேட் ஜெ. தர்மரங்க ராஜுவும் சேர்ந்துகொண்டார். தாம் கூட்டத்தால் சூழப்பட்டிருப்பதாகவும் தொடர்ந்து கல்வீச்சு நடப்பதாகவும் பாரி கம்பெனி முகவர் கேமரூன் அனுப்பிய சீட்டும் விஞ்சுக்கு வந்து, நிலைமையின் உக்கிரத்தை உணர்த்தியது.

பாளையங்கோட்டையிலிருந்த ரிசர்வ் படைக்கு ஒரு சிப்பந்தி மூலம் தகவல் அனுப்பிய கையோடு திருச்சி ரிசர்வ் போலீசுக்கும் தொலைவரி அனுப்பிவைத்தார் விஞ்சு. உதவிக் காவல் கண்காணிப்பாளர், தாலுகா மாஜிஸ்திரேட், சார் மாஜிஸ்திரேட் ஆகியோரும் சில காவலர்களைத் திரட்டினர்.

முதலில் வீரராகவபுரத்திற்குச் சென்று அங்கு நிலைமையைச் சீராக்க முயன்றனர். மக்கள்திரள் ஏற்கெனவே நகரை நோக்கி நகர்ந்துவிட்டதால் இது அவ்வளவு சிரமமாக இல்லை. முற்றுகை யிலிருந்த கேமரூனைப் பாரி கம்பெனி கட்டடத்திலிருந்து முதலில் மீட்டனர். அங்கே கிருஷ்ணசாமி நாயுடு என்ற காவலர் துப்பாக்கி முனையில் கத்தியைப் பொருத்தி 'பயனெட் சார்ஜ்' செய்தார். கலவரத்தைத் தூண்டியதாக ஐயுற்ற இரண்டொருவர் உடனே கைதுசெய்யப்பட்டனர்.

ஜட்கா வண்டியோட்டிகள் அனைவரும் எழுச்சியில் பங்குகொண்டதில் – இது எழுச்சியின் தலைவர்களுடைய கைவரிசை என்றும், அவர்களே குதிரை வண்டிகளை முடக்கிவிட்டனர் என்றும் அரசு கருதியது வேறு – ரிசர்வ்

---

37. 1917இல் நெல்லை மாவட்டத்தில் ரிசர்வ் போலீஸ், சிறப்புப் படை என மொத்தம் 1,300 காவலர்கள் இருந்தனர். 1908க்குப் பிறகு, அதாவது நெல்லை எழுச்சிக்குப் பிறகு நிறுத்தப்பட்ட (கேரளக் கரையோரத்திலிருந்து திரட்டப்பட்ட மாப்பிள்ளை முஸ்லிம்களும் இந்துகளும் கொண்ட திடகாத்திரமான) 'சிறப்புப் படை'யும் இதில் அடங்கும். (கடுமைக்குப் பேர்போன இந்தப் படையைப் பேச்சு வழக்கில் மலபார் போலீஸ் என்பர்.) எனவே, எழுச்சியின்போது நெல்லை மாவட்டத்தில் ஆயிரம் பேருக்குச் சற்றுக் குறைவான போலீசார் இருந்திருக்கலாம். (*Tinnevelly District Gazetteer*, p. 346.)

போலீசுக்குச் சரியான வாகன வசதி அமையவில்லை என்பதால் பாளையங்கோட்டையிலிருந்து அவர்கள் வரவு தாமதப்பட்டது. எப்படியோ ரிசர்வ் இன்ஸ்பெக்டர் வால்டர்ஸ் (J.E.D. Walters) தலைமையில் 15 பேர் முதல்நிலைப் படையாக (advance party) கிடைத்த வண்டிகளில் வந்துசேர்ந்தனர். (20 ரிசர்வ் படைக் காவலரைப் பாளையிலேயே காவல் இருக்குமாறு ஸ்வீட்டிங்கு ஏற்கெனவே ஆணையிட்டிருந்தார்.)

வீரராகவபுரத்தை அடுத்து, இருப்புப்பாதையைத் தாண்டி மக்கள்திரள் சென்ற திக்கில் அரசுப் படையும் சென்றது. இதற்குள் மேலும் பத்து ரிசர்வ் போலீஸ் வந்துவிடவே முன்னே பதினைந்து காவலரும் பின்னே பத்துப் பேருமாக ஆட்சியர் முன்னேறினார். ரிசர்வ் போலீசார் தயாராகத் துப்பாக்கி முனையில் கத்தியைச் செருகியிருந்தனர். நெல்லையப்பர் கோயிலுக்குச் செல்லும் பெருஞ்சாலையில் ஒரு பெருந்திரள் வழியை மறித்துக்கொண் டிருந்தது. இவர்கள் முன்னே செல்லவும் பின்னேயும் ஒரு கூட்டம் திரண்டது. அதற்குள் ஓரிருவர் கைதுசெய்யப்பட்டிருந்த நிலையில் அவர்களை அடைத்துவைக்கலாம் என்று காவல் நிலையத்திற்குச் சென்றால் அதுவும் நகராட்சி அலுவலகமும் எரிந்துகொண்டிருந்தது. வழியில் அஞ்சலகத்தின் முன்பகுதி விறாந்தையும் எரிந்திருப்பதைக் கண்டனர். இவ்வளவும் சரமாரி யான கல்வீச்சுக்கு இடையில் நடந்தன. காவல் நிலையத்திற்கு எதிர்ப்புறமிருந்த மருந்தகத்துக்குத் தீயிட்டுக்கொண்டிருந்த அறுவரை ஸ்வீட்டிங்கு கைதுசெய்தார். கைதிகளைப் பிடித்தவாறு முன்னேறிச் செல்வதில் போலீசார் இடர்ப்பட்டனர்.

கூட்டத்தைக் கட்டுப்படுத்துவதில் விஞ்சு முன்னணியில் நின்றார். தெப்பக்குளத்திற்கு அருகில் சுவாமி சன்னிதித் தெருவிலிருந்த ஒரு சுதேசியக் கடை (National Emporium) சிறப்பாக அணி செய்யப்பட்டிருந்ததைக் கண்ட விஞ்சு அதற்கான காரணத்தை உசாவினார். விபின் சந்திர பாலின் விடுதலை நாளைக் கொண்டாடும் பொருட்டு அவ்வாறு செய்துள்ளதாகக் கடைச் சிப்பந்தி கூறியிருக்கிறார். உடனே, விஞ்சு அவரைச் சவுக்கால் அடிக்க மக்கள் கொந்தளித்திருக்கின்றனர்; துப்பாக்கிச் சூடும் நிகழ்ந்தது.[38] இருவர் இறந்தனர். துப்பாக்கிச்சூட்டுக்கு வித்திட்ட நிகழ்வாக இது கருதப்பட்டது.

மக்கள்திரளை நோக்கி ஆட்சியர் முன்னேறிச் செல்கையில் பின்னே வேடிக்கைப் பார்க்கவும் ஒரு கூட்டம் திரண்டு

---

38. *சுதேசமித்திரன்*, 17–3–1908. இந்நிகழ்வின் தொடர்பான பிற விவரங்களை யும் இது பற்றி விஞ்சு எடுத்த நடவடிக்கைகளையும் 6ஆம் இயலில் காணலாம்.

விட்டது. ஆட்சியர் தலைமையிலான படை நெருங்கியதும் துணைச் சாலைகளிலும், இருமருங்கிலுமிருந்த வீடுகளின் தாழ்வாரங்களிலும் விலகி ஒதுங்கிச் சென்ற எழுச்சி கொண்ட மக்கள், அதன் பின்னே மீண்டும் குழுமினர். முன்புறமும் ஒரு பெருங்கூட்டம். இரண்டு சிறகுகளிலும்கூட மக்கள் திரண்டிருந்தனர். திகிலடைந்த காவல் கண்காணிப்பாளர் இந்தச் சூழலைப் பின்வருமாறு விளக்கினார்:

> ஒரு பெரிய நகரத்தின் மையப் பகுதியில், குறைந்த எண்ணிக்கையிலான போலீசார் மட்டுமே உடனிருக்க, பின்னாலிருந்து சிலர் வன்முறைக்குத் தூண்டிவிட, திரு. விஞ்சையும் என்னையும் எல்லாப் புறங்களிலிருந்தும் சூழ்ந்துகொண்டு ஓலமிடும் கும்பல் கற்கள் வீசுவதை அனுபவித்தவர்களால்தான் அதிகாரத்தின் பிரதிநிதிகளை அவர்கள் எவ்வளவு துச்சமாக மதித்தார்கள் என்பதை எழுத்தில் வடிக்க முடியும்.[39]

இவ்வாறு முற்றிலும் சூழப்பட்ட நிலையில், ஒரு கையில் சுழல்துப்பாக்கியும் மற்றொரு கையில் சாட்டையுமாக மக்கள் திரளைக் கலைக்க முற்பட்டார் விஞ்சு. ஆனால் சிறிது கலைந்த கூட்டம் மீண்டும் அவரைச் சூழ்ந்துகொண்டதும் தாம் சுட உத்தரவிட்டதாக விஞ்சு பின்னர் அறிக்கை அனுப்பினார். முதல் சூடு நடந்த இடம் தெப்பக்குளத்திற்கு அருகில் சுவாமி சன்னிதி தெருவிலிருந்த சுதேசி பண்டகசாலைகளுக்கு முன். வானத்தை நோக்கி முதலில் சுட்ட பிறகு 'பக் ஷாட்' *(buck shot)* எனப்படும் குறைந்த விசையிலான துப்பாக்கி பிரயோகிக்கப்பட்டது. அதன் பிறகு சரியான சூடு நிகழ்ந்திருக்கிறது. இந்த நிலையில் ஆட்சியருக்கு முன்பும் பின்புமிருந்த கூட்டம் சிறிது பம்மியது.

கூட்டத்தின்மீது மேலும் இரண்டு முறை துப்பாக்கிச்சூடு நடந்ததாகத் தெரிகிறது. இது பற்றித் தெளிவில்லை. தெற்கு மாட வீதியிலிருந்த டவுண் காவல் நிலையத்துக்கு எதிரிலிருந்த மருத்துவ நிலையத்தை எரிக்க முயற்சி நடந்துகொண்டிருந்தபோது மாவட்ட ஆட்சியர் சுடுவதற்கு ஆணையிட்டிருக்கிறார். மார்கெட் அருகிலும் சூடு நடந்திருக்கிறது.[40]

இத்தனைக்கு இடையிலும் கூட்டம் ஓயாமல் 'வந்தே மாதரம்' என்று முழங்கிக்கொண்டேயிருந்தது. கல்வீச்சும் விடாமல்

---

39. Report of P.P. Sweeting, to D.W.G. Cowie, I.G. of Police, DTTD.

40. G.O.no. 595 Judicial (Confidential), 23–4–1908.

நடந்தது. தந்திரோபாயமாகக் காவலர் விலகும்போதெல்லாம் அதைப் பின்வாங்கலாகக் கருதிய கூட்டம் மீண்டும் அவர்களைச் சூழ்ந்துகொண்டது. புதிதாகப் பத்து ரிசர்வ் போலீஸ் வந்ததால் அவர்கள் பின்புற அரணாக இருக்க முடிந்தது. சுற்றியிருந்தவர்களைக் 'கீழ்வர்க்க ரவுடிகள்' என்று குறிப்பிட்டார் ஸ்வீட்டிங்கு.

ரதவீதிகளை வலம் வந்தபின் இத்துடன் கலவரம் முடிந்ததென்று முடிவுசெய்து தம் பங்களாவிற்கும் திரும்பி விட்டார் விஞ்சு.

பாளையங்கோட்டையில் எந்தவிதக் கலவரமும் நிகழ வில்லை. தாலுகா மாஜிஸ்திரேட்டையும் உதவி ஆட்சியர் (Gray) ஆகியோரை அங்கு அனுப்பி இருக்கின்ற காவலர்களைக் கொண்டு ரோந்து வரச்செய்தார் விஞ்சு. திருநெல்வேலிப் பாலத்திற்கும் நகரத்திற்கும் இடையே தாலுகா கச்சேரியருகில் ஒரு ரிசர்வ் படையை நிறுத்திவைத்தார். அதன் நோக்கம் இரண்டு: நகரத்திலிருந்து மக்கள்திரள் ஏதேனும் வந்தால் அதைத் தடுப்பது; தேவையானால் முன்னணிப் படையாக அதைப் பயன்படுத்துவது.

சென்னை மாகாணத்தின் தலைமைச் செயலருக்கு அனுப்ப அன்றிரவு விரிவான அறிக்கையைத் தயாரிக்குமுன், எழுச்சியை ஒருங்கிணைத்த தலைவர் என்று கருதப்பட்ட 'ஏட்டு' குருநாதய்யரைக் கைது செய்யப் பிடியாணை பிறப்பித்தார் விஞ்சு. நெல்லையில் தண்டக் காவல் படையை நிறுத்த வேண்டும் என்ற பரிந்துரையினையும் அன்றே செய்துவிட்டார். அரைக் கம்பெனி சிப்பாய்களை (ஏறத்தாழ ஐம்பது பேர்) அனுப்புமாறும் திருச்சிக்குத் தந்தி அனுப்பினார்.[41] 1 சார்ஜெண்டு, 4 ஏட்டுகள், 60 காவலர் கொண்ட ரிசர்வ் போலீஸ் படையை அனுப்புமாறு ஸ்வீட்டிங்கும் திருச்சிக்குத் தனியே தந்தி கொடுத்தார். 'தொல்லை மிகுந்த இந்த மாவட்டத்தில் அமைதி நிலவ வேண்டும் என்றால் தண்டப் போலீசை நிறுத்துவதைத் தவிர வேறு வழி இல்லை' என்று ஸ்வீட்டிங்கும் கருதினார். '1899இல் படிப்பித்த பாடத்தை மக்கள் மறந்துவிட்டார்கள்; அவர்கள் நினைப்பதைப் போல் அரசு பலவீனமானதல்ல என்று நினைவூட்ட வேண்டும் போலும்' என்றும் அப்போதே அவருடைய தலைமை அதிகாரியான ஐ.ஜி.க்கு எழுதிவிட்டு, அன்றிரவு தம் இல்லம் திரும்பாமல் விஞ்சு பங்களாவிலேயே ஸ்வீட்டிங்கு தங்கிவிட்டார்.

---

41. Wynch to Chief Secretary, GoM, 13-3-1908, DTTD.

தூத்துக்குடியில்

வ.உ.சி.யின் செயல்பாடுகளின் மையமாக விளங்கிய தூத்துக்குடி தன் தலைவனின் கைதை எப்படி எதிர்கொண்டது?

வ.உ.சி.யும் பிறரும் கைது செய்யப்பட்ட 12ஆம் தேதி இரவு

> ... செய்தி எட்டினவுடன் ஜனங்கள் பட்ட பாட்டை என்ன என்று சொல்கிறது! ஜனங்கள் எல்லாம் திரண்டு இரவு பூரா தூங்காமல் தெருக்கள்தோறும் வந்தே மாதர கோஷத்துடன் அலைந்து திரிந்தார்கள் ... 7.30 மணி சுமாருக்கு தூத்துக்குடி கீழூரில் கும்பல் கும்பலாகக் கூடிக்கொண்டிருந்தார்கள்.[42]

சிவகாசிச் சிறப்புக் காவல் படையின் சார்ஜண்ட் பர்க் வழங்கிய சாட்சியத்தில் தூத்துக்குடி கடைத்தெருவில் கடைகளெல்லாம் அடைக்கப்பட்டிருந்தன என்றும், வழக்கத்தைவிட அதிகமாகக் காரணமற்ற நடமாட்டம் இருந்ததென்றும் கூறினார். வழமைக்கு மாறான மக்கள் கூட்டம் எப்போதுமே வேற்று இனத்தவரான ஆட்சியாளர்களுக்கு அச்சமூட்டுவதாகும்.

மறுநாள் 13 அன்று காலை பெரும் குழப்பம் ஏற்பட்டது. சந்தையிலிருந்த கடைகள் மூடப்பட்டன. கோரல் ஆலை, பெஸ்டு அண்டு கம்பெனி என்று இரண்டு வெள்ளைக் கம்பெனியின் தொழிலாளரும் வேலைநிறுத்தம் செய்தனர். அதற்குச் சில நாள் முன்பு வேலையை நிறுத்திய பர்மா ஷெல் கம்பெனித் தொழிலாளர்கள் ஏனோ அன்றைக்கு மட்டும் போராட்டத்தில் இணையவில்லை.

11ஆம் தேதியிலிருந்தே நகராட்சித் தூய்மைத் தொழிலாளர் வேலைநிறுத்தத்தைத் தொடங்கியிருந்தனர். இப்போது பிற தூய்மைத் தொழிலாளரும் வேலைக்குப் போகாமல் நின்றுவிட்டனர். ஏற்கெனவே நகராட்சிச் சட்டத்தின்படி முன்னறிவிப்பு இல்லாமல் வேலைநிறுத்தம் செய்ததால் நால்வர்மீது குறிப்பாணை கொடுத்து ஒருவருக்கு ஒரு மாதச் சிறைத் தண்டனையும் கொடுத்திருந்தார் ஆஷ்.[43] ஆனாலும் தூய்மைத் தொழிலாளர்களெல்லாம் 13ஆம் தேதியன்று வேலைநிறுத்தம் செய்தனர்.

---

42. சுதேசமித்திரன், 16–3–1908.

43. அக்காலத்தில் ஆட்சியருக்கும் துணை ஆட்சியருக்கும் நிர்வாகப் பணி மட்டுமல்லாமல் குற்றவியல் வழக்குகளை விசாரித்துத் தண்டனை வழங்கும் அதிகாரமும் இருந்தது. இவ்விரண்டு அதிகாரங்களையும் பிரிக்க வேண்டும் என்பது தேசிய இயக்கத்தின் கோரிக்கையாக இருந்தது.

சுதேசி இயக்கத்திற்கு எதிரானவர்களுக்கு வண்டியோட்டுவதை முன்னரே குதிரை வண்டிக்காரர்கள் நிறுத்திவிட்டிருந்தனர். ஆஷ் அழைத்து மிரட்டியும் அவர்கள் பணியவில்லை. 13ஆம் தேதி அவர்களும் முழு அடைப்பில் பங்குகொண்டனர். கசாப்புக் கடைக்காரர்களும் வேலையை நிறுத்தித் தம் எதிர்ப்பைக் காட்டினர். எழுச்சிக்குச் சில வாரங்கள் முன்பாகவே அவர்கள் வெள்ளையருக்கு இறைச்சி விற்பதை நிறுத்திவிட்டிருந்ததால் கொழும்புவிலிருந்துதான் இறைச்சியை வரவழைத்துக் கொண்டிருந்திருக்கிறார்கள்.[44] ஐரோப்பியர் வீடுகளுக்குத் தண்ணீர் கொண்டுசென்ற வண்டிக்காரர்களை மக்கள் தடுத்து நிறுத்தியதில் அவற்றுக்கும் போலீஸ் பாதுகாப்பு ஏற்பாடு செய்ய வேண்டியதாயிற்று.

தெருக்களில் கூடிய மக்கள் சீற்றத்தோடு உலவி, தெருவிளக்குகளை எல்லாம் உடைத்தனர்.[45] ராலி பிரதர்ஸ் என்ற பஞ்சைத் தூய்மைப்படுத்தும் ஜின்னிங் தொழிற்கூடத்தின் பொறியாளர் அன்று காலை தமது குதிரை வண்டியில் வேலைக்குச் சென்றுகொண்டிருந்தபோது மக்கள் கல்வீசி வண்டியை நிறுத்தினர்; மிரண்ட குதிரை தனியே ஓட்டம் பிடித்தது.[46]

நெல்லையைப் போலல்லாமல் தூத்துக்குடியில் கூடுதலான போலீஸ் பரிவாரம் இருந்தது. கோரல் பஞ்சாலையில் நடந்த பெரும் வேலைநிறுத்தம் காரணமாக ஏற்கெனவே 2 சார்ஜெண்டும் 60 காவலரும் கொண்ட சிவகாசிச் சிறப்புப் போலீஸ் படையை விஞ்சு நிறுத்தியிருந்தார் என்பதை முன்னரே சுட்டினோம். இதைத் தவிர 2 ஏட்டுகளும் 20 காவலரும் கொண்ட ரிசர்வ் படையும் இருந்தது. வழக்கமான போலீஸ் படையைத் தவிர்த்த எண்ணிக்கை இது. உப்புத் துறையின் உதவி ஆணையாளர் சி.இ. ரெனியூஸ் (*Cecil Ewald Rhenius*) என்பவரையும், அத்துறையின் சிப்பந்திகளையும்கூட ஆஷ் பயன்படுத்திக்கொண்டார். மொத்தத்தில் நூற்றுக்கும் மேற்பட்ட ஆயுதந்தாங்கிய காவல் படை தூத்துக்குடியில் நின்றிருந்தது என்று கணக்கிடலாம். எழுச்சிக்குப் பிறகு வந்த கூடுதல் படைகள் தனி. அக்காலத்தில் தூத்துக்குடி நகராட்சிப் பகுதியின் மக்கள்தொகையே 40,185 என்னும்போது இது கணிசமான எண்ணிக்கை என்று சொல்ல வேண்டியதில்லை.[47]

---

44. வெஸ்ட்மோர்லாண்ட் என்ற ராலி பிரதர்ஸ் கம்பெனியின் பொறியாளர், பிரிட்டிஷ் கப்பல் கம்பெனி முகவர் ஆகியோர் வழங்கிய சாட்சியம். *Times of India*, 9–4–1908.

45. NTR.

46. *Times of India*, 9–4–1908.

47. *Census of India*, 1911, Vol. XII, Madras, part II, table XVIII, part I.

துணைக் கண்காணிப்பாளர் இரண்டு படைகளைக் கடைத்தெருவிலும் கடற்கரைச் சாலையிலுமாக அணிவகுத்துச் செல்லப் பணித்தார். இதைக் கண்டு அஞ்சாமல் கடைத்தெருவி லிருந்த கூட்டம் கலைய மறுத்து நடமாடிக்கொண்டிருந்தது. 'கடுமை'யாக நடந்துகொண்ட பின் கலைந்த கூட்டம் மீண்டும் திரண்டது. அப்போது 30 பேரைப் போலீசார் கைது செய்தனர்.[48]

தூத்துக்குடியில் எழுச்சி நிகழ்ந்த நாளன்று கோரல் ஆலைத் தொழிலாளர் செய்த வேலைநிறுத்தம் முக்கியமானதாகும். இதற்குச் சில வாரங்களுக்கு முன்புதான் தமது பொருளாதாரக் கோரிக்கைகளுக்காக அவர்கள் வெற்றிகரமாக வேலை நிறுத்தம் செய்திருந்தார்கள். ஆனால், இப்போதோ தமது தலைவர்கள் கைது செய்யப்பட்ட ஒரே காரணத்துக்காக, எவ்விதப் பொருளாதாரக் கோரிக்கையுமின்றித் தொழிலாளர்கள் மீண்டும் வேலைநிறுத்தம் செய்தனர்.[49]

கடைகளெல்லாம் மூடியிருந்ததால் ஊரில் தங்கியிருந்த சிவகாசி ரிசர்வ் போலீஸ் படைக்கும் சிறைக் கைதிகளுக்கும் உணவு கிடைக்கவில்லை. சப்மாஜிஸ்திரேட் திரவிய நாடார் எவ்வளவோ கேட்டுக்கொண்டும் ஒருவரும் கடையைத் திறக்க முன்வரவில்லை. சில கடைக்காரர்கள் கடையைத் திறக்க விரும்பினாலும் அவர்களும் மக்களின் கோபத்திற்கு அஞ்சி நடுங்கினர். கடைசியில், துப்பாக்கி ஏந்திய மூன்று போலீசார் உடனிருக்க, சப்மாஜிஸ்திரேட்டே கூட இருந்துதான் அரிசியை வாங்கவேண்டியதாயிற்று.

ஆனால் பிற்பகல்வரை பெரிதாக எதுவும் நடக்கவில்லை. காலை 10 மணிக்கு நெல்லையில் தம் மேலதிகாரிக்கு அவசரத் தந்தி அனுப்பிய துணைக் கண்காணிப்பாளர் லீவிஸ் பிற்பகல் 4 மணிக்கு அடுத்த அறிக்கையை அனுப்பியபோது நிலைமை அமைதியாகிவிட்டது என்றே எழுதினார். இரவு சில தொந்தரவுகள் ஏற்படலாம் என்று எழுதினாலும் நடக்கவிருந்ததை அவர் எதிர்பார்த்திருக்க முடியாது.

இந்தத் தருணத்தில் தூத்துக்குடி மேலூர் ரயில் கிராஸிங் அருகில் கற்கள் குவித்துவைக்கப்பட்டிருப்பதாக லீவிஸுக்குத் தகவல் வந்தது. வீசுவதற்காக 'ரவுடிகள்' திரட்டியது என்று கருதி அவற்றை உடனே காவல் நிலையத்திற்கு அப்புறப்படுத்த அவர் ஏற்பாடு செய்தார். அது நகராட்சிப் பணிக்காகக் குவிக்கப்பட்ட

---

48. T&TD, pp. 28–29.

49. இந்தப் போராட்டத்தை இந்தியாவின் முதல் அரசியல் வேலை நிறுத்தம் என ஆ. சிவசுப்பிரமணியன் வாதிடுகிறார்: *வ.உ.சி.யும் முதல் தொழிலாளர் வேலைநிறுத்தமும்* (சென்னை: மக்கள் வெளியீடு, 1986).

கற்கள் என்பது பிறகே தெரியவந்தது. போலீஸ் உயரதிகாரியும்கூடப் பதற்றத்தில் நிலைகுலைந்துபோயிருந்ததற்கு இது அறிகுறி.

ஊரில் பொதுக்கூட்டங்கள் நடத்தக் கூடாது என்ற 144 தடையுத்தரவை ஆஷ் பிற்பகலில்தான் பிறப்பித்திருந்தார். (இதைப் போதுமான அளவுக்கு விளம்பரப்படுத்தவில்லை என்று ஆளுநரைச் சந்தித்த குருசாமி ஐயர் தலைமையிலான தூதுக்குழு குறைகூறியது.[50] தடையுத்தரவின் தமிழ் வடிவம் வெளியாக வில்லை என்றும் அறிய முடிகிறது.) இதற்கிடையில் மாலையில் ஒரு கூட்டம் நடக்கவுள்ளதாக ஓர் அறிவிப்பு உலவியது. இதை உருட்டச்சு செய்து வெளியிட்டவர் ச. சோமசுந்தர பாரதி.[51]

மேலூர் மசூதியை அடுத்த வண்டிப்பேட்டையில் ஒரு பெரிய கூட்டம் திரண்டுகொண்டிருப்பதாக லீவிஸுக்குச் செய்தி வரவே நான்கு ரிசர்வ் போலீசை அங்கு அனுப்பிவைத்தார். விளம்பர அறிவிப்பிலிருந்து தகவலை அறிந்து மிதிவண்டியில் சென்ற ஆஷ், இதை முன்பே விசாரிக்கச் சென்ற சப்-இன்ஸ்பெக்டர் சுந்தரமையரை எதிர்கொண்டு மேல்விவரம் அறிந்தார். இதையடுத்து லீவிஸ், சார்ஜண்ட் பர்க், துறைமுக அதிகாரி லெப்டினண்ட் டபிள்யூ.எல். கெல்லி, 20 ரிசர்வ் கான்ஸ்டபிள்கள் ஆகியோரோடு 7 மணியளவில் வண்டிப்பேட்டைக்குள் நுழைந்தார் ஆஷ்.

வண்டிப்பேட்டையில் இருள் கவிந்துகொண்டிருந்தது. ஏறத்தாழ 3,000 பேர் குழுமியிருக்க, ஒருவர் உரையாற்றுவதைக் கண்டு ஆஷும் பிறரும் திடுக்கிட்டனர். பேச்சாளர் யாரென்று இருட்டில் தெரியவில்லை. துணைக் கண்காணிப்பாளர் எச்சரித்தும் கூட்டம் சிறிதும் அயரவில்லை. முதலில் வானம் நோக்கிப் போலீசார் சுட்டனர். சுட்டதும் பேட்டைத் திடலிலிருந்து மக்கள் தென்புறமாகக் கடைத்தெருவுக்குள் நுழைந்தனர். தெருவிலிருந்தும் வீட்டு மாடிகளிலிருந்தும் வேறு பலர் கல்வீசினர். வண்டிப்பேட்டைக்கான இரு வழிகளில் ஒன்று அடைபட்டிருந்ததால் குழப்பம் மிகுந்தது. பேட்டைத் திடலிலிருந்து காவலர் படை பிரதான வாயில் வழியாக வெளியேற முயன்றபோது அவர்களுக்கும் வழி இருக்கவில்லை. அதே நேரத்தில் கல்வீச்சு நடந்துகொண்டிருந்தது.[52] ரிசர்வ் போலீஸ் துப்பாக்கிமுனையில் கத்தியைச் செருகி முன்னேறினர். ஏறத்தாழ

---

50. T&TD, pp. 28–29.

51. சுதேசி இயக்கத்தில் இவர் ஆற்றிய பங்கு இன்னும் போதிய கவனம் பெறவில்லை.

52. திட்டமிட்ட தாக்குதல் என்பதற்கு ஆதாரமாக அரசு இதைக் கருதியது (T&TD, pp. 28–29).

10 பேரைக் கைது செய்தனர். கடும் கல்வீச்சு நிகழ்ந்ததில் காவலர் எவரும் அதிலிருந்து தப்ப முடியவில்லை. பதினைந்து 'பக்ஷாட்டு'களும் பதினைந்து குண்டுகளுமாக மொத்தம் முப்பது சுற்றுகளைக் காவலர் சுட்டனர். போலீசார்மீது மக்கள் வீசிய கற்கள் உடைந்துவிடும் தன்மையுடையனவாக (sea froth substance of dried mortar or cement) இருந்தமையால் போலீசார் கடும்காயங்களிலிருந்து தப்பினர். அப்படியும் எட்டு ஒன்பது பேருக்கு நல்ல சிராய்ப்பும் கடும் வீக்கமும் ஏற்பட்டன. நான்கைந்து பெருங்கற்கள் குதிரைமீதமர்ந்திருந்த துணைக் கண்காணிப்பாளரைத் தாக்கிக் கீழே தள்ளின. அவர் அணிந்திருந்த நெட்டியாலான தலைக்கவசமே ஒரு பெரிய கல்லின் தாக்குதலிலிருந்து அவரைக் காத்தது.[53] மேலும் 3, 4 சுற்றுத் துப்பாக்கிச்சூட்டைக் காவலர் நடத்தினர். கைதிகளை உடன் வைத்துக்கொண்டிருப்பது இடைஞ்சலாக இருந்ததால் பிடித்துவைத்திருந்தவர்களைப் போலீசார் விட்டுவிட்டனர். ஆனாலும் வீடுகளுக்குள்ளே சென்று கல் வீசியோரைப் போலீசார் பிடித்தனர். இதற்கிடையில் சப்இன்ஸ்பெக்டர் சுந்தரமையரைக் காணவில்லை. அவருடைய குதிரை மட்டுமே தனியாக நின்றுகொண்டிருந்தது. (பிறகு எப்படியோ தப்பித்துத் தாமாகக் காவல் நிலையம் வந்தடைந்தார்.) ('கொழுத்த இன்ஸ்பெக்டர்' என்று வ.உ.சி. சுயசரிதை குறிப்பிடும்) சப்-இன்ஸ்பெக்டர் வேங்கடவரதாசாரி பலமாக அடிவாங்கிக்கொண்டிருந்ததாகவும் தகவல் கிடைத்தது.[54] உடனே சென்று போலீசார் அவரை மீட்டனர். தலையில் பலமாக அடிப்பட்டு ரத்தம் சிந்திக்கொண்டிருந்த அவர், தம்மிடமிருந்த சுழல்துப்பாக்கியையும் ஐந்து சுற்றுத் துப்பாக்கி ரவைகளையும் அடித்தவர்கள் பிடுங்கிக்கொண்ட தாகக் கூறினார்.[55] சார் மாஜிஸ்திரேட் ஒருவரை அருகிலிருந்த அவருடைய சொந்த கிராமத்துக்குப் போலீசார் பத்திரமாக அழைத்துச் சென்று விட்டுவிட்டு வந்தனர். தூத்துக்குடியில் ஒரு சப்இன்ஸ்பெக்டர் காயம்பட்டு இறந்துவிட்டதாக முதல் அறிக்கைகள் கூறின. ஆனால் அப்படி எதுவும் நடக்கவில்லை.[56]

மாலை ஏழு மணிக்கு மேல் தொடங்கிய அமர்க்களம் முடிவதற்கு இரவு ஒன்பது மணி ஆயிற்று.[57] நடந்ததை அறிக்கை

---

53. G.O.no. 2135, Judicial (Confidential), 2–12–1912.

54. Lewis to Sweeting, 15–4–1908, Bundle no 43, Sedition in Tinnevelly, 1908, Miscellaneous Papers. Also, G.O.no. 1542, Judicial (Confidential), 3–10–1911.

55. DTTD

56. DTTD

57. NTR. *மாவட்டக் காவல் கண்காணிப்பாளருக்குத் தூத்துக்குடி துணைக் கண்காணிப்பாளரின் சிறப்பு அறிக்கை.*

யாக லீவிஸ் எழுதி முடித்தபோது பின்னிரவு 2 மணி. நகருக்கு அமைதி திரும்பியிருந்தது.[58]

அடுத்த நாள் காலை சம்பவ இடத்தைச் சென்று பார்வை யிட்ட லீவிஸ் சுவர்களிலிருந்து பெயர்த்தெடுத்த பெரியபெரிய கற்கள் எங்கும் சிதறியிருப்பதைக் கண்டு, முந்திய நாள் உயிரோடு தப்பியதை எண்ணி வியந்தார்.[59] மார்ச் 19ஆம் தேதி அதே இடத்தைப் பார்வையிட்ட விஞ்சு தம்மைவிட அதிக இடரை ஆஷ் அனுபவித்ததாகச் சொன்னார்.[60]

தச்சநல்லூரில்

திருநெல்வேலியிலும் தூத்துக்குடியிலும் எழுச்சி நிகழ்ந்த மறுநாள், அதாவது வ.உ.சி.யும் சிவாவும் கைதான இரண்டாவது நாள், திருநெல்வேலியின் புறத்தே இருந்த தச்சநல்லூரிலும் மக்கள் எழுச்சி ஏற்பட்டது.[61] 1,300 பேர் மட்டுமே வசித்த ஊர் என்பதாலோ என்னவோ அங்கு நடந்தவற்றைப் பற்றிய விரிவான செய்திகள் அரசாவணங்களில் இல்லை. ஒன்றிய அலுவலகத்தை எரிக்க முயன்ற குற்றத்திற்காகத் தச்சநல்லூரில் ஆறு பேர் கைதானார்கள். அங்குப் பல மாட்டுவண்டிகளும் தீக்கிரையாயின என்று ஒரு பத்திரிகைச் செய்தி மட்டும் கிடைக்கிறது.[62]

இருப்பினும், நெல்லை எழுச்சியைத் தொடர்ந்து, எழுச்சி நிகழ்ந்த இடங்களில் நிலைநிறுத்திய தண்டப் போலீசைப் பராமரிக்கும் பொருட்டு அந்தப் பகுதி மக்களுக்கு விதிக்கப்பட்ட தண்டத் தீர்வையிலிருந்து விலக்கு அளிக்குமாறு தச்சநல்லூருக்குப் புறத்தேயிருந்த சத்திரம் புதுக்குளம் என்ற ஊரிலிருந்து அனுப்பிய விண்ணப்பம் ஒன்றிலிருந்து தச்சநல்லூர் நிகழ்ச்சியைப் பற்றி ஓரளவு அறிந்துகொள்ள முடிகின்றது.[63]

> திருநெல்வேலி டிவிஷன் ம–ா–ா–ஶ்ரீ ஹெட்குவார்டர் டிப்டி மாஜிஸ்டிரேட்டவர்கள் சமுகத்துக்கு திருநெல்வேலித்

---

58. DTTD

59. Lewis to Sweeting, 15–4–1908, Bundle no 43, Sedition in Tinnevelly, 1908, Miscellaneous Papers.

60. Wynch to Atkinson, 19–3–1908, Bundle no 43, Sedition in Tinnevelly, 1908, Miscellaneous Papers.

61. NTR.

62. *Madras Weekly Mail*, 26 March 1908.

63. G.O.no. 1190, Judicial (Confidential), 27–8–1908.

தாலுகா தச்சநல்லூர் யூனியன் சரகம் சத்திரம் புதுக்குளம் கிராமத்திலிருக்கும் S. இராமலிங்கம் பிள்ளை வணக்கமாயெழுதிக் கொண்ட மனு,

யென்னவென்றால் சென்ற மாசத்தில் தச்சநல்லூரிலுள்ள சில ஜனங்கள் யூனியனுக்குச் சம்மந்தமான லாந்தல்களை உடைத்தும் குப்பைவண்டி கக்கூஸ் வண்டிகளை தீயினால் எரித்தும் நடத்திய அக்கிரமச் செய்கைகளுக்காக பியூனிட்டிவ் போலீஸ் வைத்து ஷை யூனியன் சரகத்திலுள்ள குடிகளிடத்தில் திமிர் வரித்தீர்வை வசூலிக்கப்போகிறதாகக் கேள்விப்படுகிறேன்.

ஷை அக்கிரமச் செய்கை நடந்தயிடத்துக்கும் இந்த சத்திரம் புதுக்குளம் கஸ்பாவுக்கும் சுமார் ஒரு மயில் தூரமிருக்கும். இந்த சத்திரம் புதுக்குளம் கஸ்பாவிலுள்ள ஜனங்களில் ஒரு நபராவது மேற்படி செய்கைக்குப் போகவில்லை. ஷை சத்திரம் புதுக்குளம் கஸ்பாவில் யூனியனுக்குச் சம்மந்தமான சொத்துக்கள் சேதமில்லை. குற்றங்கள் நடக்கவுமில்லை.

ஷை தச்சநல்லூரில் யூனியன் வண்டிகளை அந்த ஊர் ஜனங்களில் சில துஷ்டர்கள் தீயினால் எரித்துவிட்ட சமாசாரம் தெரிந்தவுடனே நானும் என்னுடைய சகோதரர் ஷை யூனியன் சேர்மன் ஆறுமுகம் பிள்ளையும் ஷையிடத்துக்குப்போய் அக்கிரமச் செய்கைகள் மேற்கொண்டு நடக்கவொட்டாமல் தடுத்ததுமின்றி ஷை குற்றம் நடத்தியவர்கள் விஷயமாய் வேண்டிய ஸ்டெப்பு எடுத்ததை சமுகத்தில் ஆலோசித்து எனக்கும் என் சகோதரர் சேர்மன் ஆறுமுகம் பிள்ளைக்கும் சத்திரம் புதுக்குளம் கஸ்பாவிலுள்ள குடி ஜனங்களுக்கும் ஷை திமிர் வரித் தீர்வையேற்படுத்துவது நியாயமில்லை என்று நீதி செலுத்தப் பிரார்த்திக்கிறேன்.

4–4–08 S. இராமலிங்கம் பிள்ளை

[லாந்தல்: lantern *(தெருவிளக்கு); மயில்:* mile *(தொலைவைக் குறிப்பது); ஸ்டெப்பு:* step *(முயற்சி).]*

தச்சநல்லூரிலுள்ள ஒன்றியத்துக்குச் சொந்தமான தெரு விளக்குகள் உடைக்கப்பட்டன வென்றும், குப்பை வண்டிகளும் மலம் அகற்றும் வண்டிகளும் தீக்கிரையாயினவென்றும் இந்த விண்ணப்பத்திலிருந்து புலனாகின்றன.

இறந்தோர்

எழுச்சியில் நிகழ்ந்த துப்பாக்கிச்சூட்டில் நான்கு பேர் திருநெல்வேலியில் இறந்துபோயினர். இன்னொருவரும் இறந்திருக்கலாம் எனத் தெரிகிறது, ஆனால் உறுதிப்படுத்த முடியவில்லை. தூத்துக்குடியில் நடந்த துப்பாக்கிச்சூட்டில் எவரும் இறந்ததாகத் தெரியவில்லை. துணைக் காவல் ஆய்வாளர் ஒருவர் இறந்திருக்கலாம் என்ற உறுதிப்படுத்தப்படாத தகவலை முன்னரே சுட்டினோம்.

முன்னர் குறிப்பிட்டவாறு, நெல்லையில் மூன்று இடங்களில் துப்பாக்கிச்சூடு நடந்தது. கோயிலுக்கு அருகே தெப்பக்குளத்துக்குப் பக்கத்தில் சுவாமி சன்னிதித் தெருவில் ஒரு முறையும், காவல் நிலையத்துக்கு எதிரிலிருந்த மருத்துவ நிலையம் தாக்கப்பட்ட போது ஒரு முறையும், மார்கெட் வாயிலில் ஒரு முறையும் துப்பாக்கிச் சூடு நிகழ்ந்தது. இருவர் தெப்பக்குளத்தருகில் பலியாயினர். ஒருவர் நெல்லைச் சந்தையின் முதல் வாயிலிலும் மற்றவர் காவல் நிலையத்தின் மேற்கே இரண்டாம் வாயிலிலும் சுடப்பட்டனர். நாலாமவர் துப்பாக்கிக் கத்தியின் முனையில் சிக்கி உயிரிழந்தார் என்பது மற்றொரு செய்தி.[64]

துப்பாக்கிச்சூட்டுக்கு இரையானவர்களைப் பற்றியும் சில பத்திரிகைச் செய்திகள் கிடைக்கின்றன.

> ...சுடப்பட்டுக் கொல்லப்பட்டவர்களுள் ஒருவனுக்கு 17 வயது. அவன் தான் பூஜை செய்யும் வேம்புலியம்மன் கோயிலில் அம்மனுக்குப் பூஜை செய்துவிட்டு வரும் வழியில் கலகக் கூட்டத்தின் கிளர்ச்சியில் தன் கையிலிருந்த தேங்காய்முறி கீழே தவறி விழுந்துவிட்டது. அதை யெடுப்பதற்காகக் கீழே குனிந்தான். அதற்குள் குண்டு பாயவே உடனே உயிர் துறந்தான். குண்டுபட்டிறந்த மற்றவருள் ஒருவர் மகமதியர். ஒருவன் பறையன்.[65]

---

64. *Madras Weekly Mail*, 26–3–1908; *Times of India*, 27–3–1908.

65. *சுதேசமித்திரன்*, 17–3–1908. இந்தப் பதிவு *இந்தியா* (21–3–1908) இதழிலும் வெளிவந்தது போலும். இதைக் கண்ணுற்ற செகந்திராபாதைச் சேர்ந்த 'ஓர் சாக்கிய வீரன்' அயோத்திதாச பண்டிதரின் *ஒரு பைசாத் தமிழன்* (1–4–1908) இதழில் எதிர்வினையாற்றினார். மகமதியரை 'அர்' விகுதியால் சுட்டியவர்கள், பறையரை 'அன்' விகுதியால் சூட்டியதைக் கவனப்படுத்திய அவர், இந்த அவமரியாதை பறையரின்மீது இந்துக்கள் கொண்ட பகைமையையும் ஆணவத்தையும் வஞ்சத்தையும் காட்டுகிறது என்றார். 'சிலர் (கம்பாசிட்டர்) தப்பிதமென ஆட்சேப சமாதானஞ் சொல்வார்கள்', ஆனால் அதை ஏற்பதற்கில்லை என்றார்.

மற்றொருவர் இறந்துபோனதையும் அதே 'சுதேசமித்திரன்' பின்வருமாறு விவரித்தது:

> ...போலீஸ் சுப்பரிண்டெண்டே சுடவே ஒரு பையன் நெற்றியில் குண்டுபட்டு அலறிக்கொண்டு கீழே விழுந்தான். இவன் ஒரு ரொட்டிக்கடைப் பையனாம். கடையைப் பூட்டிவிட்டு இடது கையில் சாவியும், வலது கையில் ஒரு ரொட்டியும் கொண்டு வீட்டுக்குப் போய்க்கொண்டிருந்தான். இவன் குண்டுபட்டு ரோட்டில் அலறிக்கொண்டு விழுந்து ரத்தம் கக்கிக்கொண்டு உயிர் துறந்தான். இவன் சரீரத்திலிருந்து வெளிப்பட்ட ரத்தம் 10 சதுர அடி பூமியை நனைத்துக்கொண்டு அதன்மேல் கட்டி நிற்கிறது.[66]

சிறுவன் குண்டுபட்டு இறந்த செய்தி அந்நாளைய இதழ்கள் பலவற்றில் வெளிவந்தது.[67] மக்களின் மனத்தில் இரக்க உணர்வைக் கிளப்பி எழுச்சியின் சார்பான ஆதரவு உணர்வையும் அரசுக்கு எதிரான வெறுப்பையும் உண்டாக்குவதே இந்தப் பத்திரிகைகளுக்கு நோக்கம் என்பதைச் சொல்ல வேண்டியதில்லை.

சுடப்பட்டு இறந்தவர்களில் ஒருவர் இடைச் சிறுவன்.[68] ஒருவர் நிலத்தீர்வை அலுவலகச் சிப்பந்தி என்றும், ஒருவர் கொத்தனார் என்றும் தெரிகிறது.[69] ஒரே நபர்களைப் பற்றிய வெவ்வேறு தகவல்கள் மயங்கியிருக்கவும் வாய்ப்புண்டு.

மேலே குறித்த செய்திகளைத் தவிர, எழுச்சி நடந்த ஒரு மாதத்திற்குப் பிறகு நெல்லைக்கு நேரில் சென்ற பாரதி பின்வருமாறு குறிப்பிடுகிறார்.[70]

> . . . . வந்தவுடனே திருநெல்வேலியில் சுடப்பட்டு இறந்த சுதேசிகளின் பெயர்களை விசாரித்தேன். . . . நான் விசாரித்ததில் இதுவரை ஒரு மனிதனுடைய பெயர்மட்டிலும் தெரிந்திருக்கிறது. இவன் பெயர் ஆறுமுகம் பிள்ளை. இவன் வண்ணாரப்பேட்டை ஸ்பெஷல் ஸெட்டில்மெண்ட் ஆபிஸில் சேவக வேலை பார்த்துவந்தானாம். இவன் நல்ல சாது

---

66. *சுதேசமித்திரன், 17–3–1908.*

67. *எ–டு* The Hindu, 16–3–1908.

68. *The Hindu*, 9–5–1908

69. *Madras Standard*, 17–3–1908, MNNR 1908.

70. *இந்தியா, 2–5–1908,* பத்மநாபன், *பாரதி புதையல் பெருந்திரட்டு, ப. 355.*

என்றும், இவனிடத்தில் கலக சுபாவமே கிடையா தென்றும் சொல்லுகிறார்கள். சுட்டுக் கொலை செய்ததைப் பற்றி என்னிடம் பேசியவர் பரிதாபம் பாராட்டினார். இன்னும் மற்ற மூன்று பெயர்களை யும் அவர்களுடைய விருத்தாந்தங்களையும் தீர விசாரணை புரிந்தபின் எழுதுகிறேன்.

ஆனால் இக்கட்டுரையின் தொடர்ச்சி வெளிவந்த 'இந்தியா' இதழ் கெடுவாய்ப்பாக இதுவரை கிடைக்கப்பெறாததால் பாரதியின் சொற்களில் மேல் விவரங்களை அறிய முடியாமல் போய்விட்டது.

துப்பாக்கிச்சூட்டில் இறந்துபோனவர்கள் பற்றி நமக்குக் கிடைக்கும் மொத்தத் தகவல்கள் இவ்வளவே. நகராட்சிக்கு ஒப்பந்த வேலை பார்த்துவந்த ஒருவருக்குக் குண்டடிபட்டது.[71] குண்டடிபட்டும் உயிர் பிழைத்த நான்கைந்து பேரை உள்ளூர் மருத்துவமனையில் போலீசார் கைதுசெய்தனர். போலீசிடம் சிக்காமலிருப்பதற்காக வெளியூர்களுக்குச் சென்று பண்டுவம் பார்த்துக்கொண்டவர்களும் உண்டு.

எழுச்சி தொடங்கியது எப்படி ?

எழுச்சி தொடங்கியது எப்படி என்பது பற்றிக் கிடைக்கின்ற செய்திகள் முரண்படுகின்றன.

தமது கடைகளை அடைத்துவிட்டு நெல்லைக்கு வந்த தூத்துக்குடி வணிகர்கள் நெல்லை வீரராகவபுரத்திலுள்ள கடைக்காரர்களைக் கடைகளை மூடிவிடுமாறு தூண்டியதே தொடக்கப் புள்ளி. 'நம்முடைய தலைவர் மிஸ்டர் சிதம்பரம் பிள்ளை ஜெயிலிலிருக்கும்போது நீங்கள் உங்கள் கடைகளைக் கட்டாமல் வைத்திருக்க யாதொரு நியாயமுமில்லை யென்று இடித்துக் காண்பித்துத் தூண்டினார்கள்' என்று 'மதராஸ் மெயில்' வெளியிட்ட அறிக்கையைத் தமிழாக்கி 'சுதேசமித்திரன்' மறுவெளியீடு செய்த செய்தி இது.[72]

எழுச்சி நிகழ்வதற்கு முந்திய நாள் வ.உ.சி.மீது விஞ்சு விசாரணை நடத்தியபோது உடனிருந்து குறிப்புகள் எடுத்தவர், அவருடைய தனிச்செயலர்போல் செயல்பட்ட குருநாதய்யர். வ.உ.சி. பிற்பகல் நான்கு மணியளவில் கைதுசெய்யப்பட்ட பின்,

---

71. *The Hindu*, 17–4–1908.

72. *சுதேசமித்திரன், 16–3–1908*

மாலை 5:20 ஷட்டில் ரயிலில் வ.உ.சி.யின் மகன் உலகநாதனுடன் தூத்துக்குடிக்குச் சென்ற குருநாதய்யர், அன்று நள்ளிரவே திருநெல்வேலிக்கு ரயிலில் திரும்பி, வீரராகவபுரத்திலிருந்த சாது கணபதி பந்துலு வீட்டுக்குச் சென்றார். அவரைப் பின்தொடர்ந்த ரகசியக் காவலர், 'இன்னும் இரண்டு நாழிகையில் பிரமாதமான நிகழ்ச்சிகள் அரங்கேறவிருப்பதாக' அவர் சொல்லியதைக் கேட்டதாக நீதிமன்றத்தில் சாட்சி கூறினார்.[73] குருநாதய்யர் கடைகளை அடைக்குமாறு கடைக்காரர்களைக் கட்டாயப்படுத்தினார் என்றும், சாது கணபதி பந்துலுவின் வீட்டில் சில 'கீழ்ச்சாதிப் பறைய'ருடன் அமர்ந்து சதியாலோசனை செய்தார் என்றும் அரசு தரப்பு குற்றஞ்சாட்டி நிறுவியது.[74] சிவாவின் வரலாற்றை எழுதிய அவருடைய உற்ற தொண்டர் ரா. ஸ்ரீநிவாசவரதன், 'நமது இரு நேத்திரங்களான தலைவர்கள் நேற்று நம்முடன் வெளியே இருந்தார்கள். இன்று நம்மை விட்டுப் பிரிந்து உள்ளே சென்றுவிட்டனர். நாளை நாம் எவ்விதத்திலும் நம்மிடம் கொண்டுவர வேண்டும்' என்று அவர் மக்களிடையே பேசியதாகவும் எழுதுகிறார்.[75]

ஆயின், குருநாதய்யரின் கூற்றாகப் பின்வரும் வரிகள் வ.உ.சி.யின் சுயசரிதையில் அமைந்துள்ளன.[76]

> வெள்ளிக் கிழமை வீரரா கவபுரம்
> பள்ளிச் சிறுவர் பலத்தொடு கூடி
> 'அடைமின் கடைகளை அன்பர் சிறையுள்
> அடைபட நின்றதன் அறிகுறியாக'
> என்று மொழிந்தனர். யானும் அவருடன்
> நன்றென மொழிந்தேன் நாலைந் தடைத்தனர்.

பள்ளிச் சிறுவர்கள் பலரும் கூடி வ.உ.சி.யும் சிவாவும் கைது செய்யப்பட்டதைக் கண்டிப்பதன் அறிகுறியாகக் கடைகளை அடைக்குமாறு வற்புறுத்தினர் என்பதும், இதற்குப் பிறகே குருநாதய்யரும் அவர்களோடு சேர்ந்து குரல் கொடுத்தார் என்பதும் வ.உ.சி. வழிமொழிவு.

மக்கள் பங்களிப்போடு நடக்கும் நிகழ்வுகளின் தொடக்கத்தைத் துல்லியமாக நிறுவிவிட முடியாது. கடைக்காரர்கள், மாணவர்கள் என அனைவருமே கொதிநிலையிலிருந்தனர் என்றும், அவரவர் தத்தம் உணர்ச்சி மேலீட்டுக்கேற்பத் தன்னியலாக நடந்துகொண்டனர் என்றும் கொள்வதே சரியாக இருக்கும்.

---

73. *The Hindu*, 2–9–1908.

74. G.O.no. 103, Judicial (Confidential), 25–1–1909.

75. ரா. ஸ்ரீநிவாசவரதன், *சுப்பிரமணிய சிவா*, ப. 33.

76. வ.உ.சி. *சுயசரிதை*, ப. 83.

கடைகள் பல இருந்த வீரராகவபுரத்துக்கு அண்மையில்தான் இந்துக் கல்லூரி இருந்தது, அந்தக் கல்லூரி மாணவர்கள் பலரும் எழுச்சியில் பங்கு கொண்டனர். வ.உ.சி. வழியாக குருநாதய்யர் குறிப்பிடும் 'பலத்தொடு கூடிய பள்ளிச் சிறுவர்' இந்துக் கல்லூரி மாணவர்களே.

எழுச்சி எப்போது முடிந்தது?

மார்ச் 13ஆம் நாள் தொடங்கிய எழுச்சி உண்மையில் எப்போது முடிவடைந்தது என்பது தெளிவாகப் புலப்படவில்லை. வன்முறை நிகழ்ச்சியை மட்டுமே எழுச்சியாகக் கொள்வதா அல்லது தொடர்ந்து நிலவிய எதிர்ப்புணர்வையும் அதன் தொடர்ச்சியாகக் கொள்வதா என்பதே நம்முன் உள்ள கேள்வி.

திருநெல்வேலி சிறிய நகரம். ஏறத்தாழ மூன்று மணிநேரத்தில் எல்லாம் முடிந்துவிட்டது. வீரராகவபுரத்திலிருந்து நெல்லையப்பர் கோயில்வரை வந்து, வழியிலிருந்த அனைத்து அரசு சொத்துகளின் மீதும் சினத்தை வெளிப்படுத்தி அழித்து, ரதவீதிகளைச் சுற்றியதும் அதற்கு மேல் செல்வதற்கோ செய்வதற்கோ மக்கள்திரளுக்கு ஒன்றும் இருக்கவில்லை. அதற்குள் ஆட்சியர் தலைமையில் போலீஸ் படை துப்பாக்கியைப் பயன்படுத்தியதும் மக்கள்திரள் சிதறிவிட்டது. எந்தத் தலைமையும் இல்லாமலேயேதான் மக்கள் திரண்டனர் என்பதற்கு இதையும் ஓர் ஆதாரமாகக் கொள்ளலாம்.

அடுத்த நாள், மார்ச் 14இல் விஞ்சும் ஸ்வீட்டிங்கும் ஊரை வலம்வந்தனர். கடைத்தெருக்கள் அமைதியாக இருந்ததைக் கண்ட ஸ்வீட்டிங்கு, முந்தைய நாள் புகட்டிய பாடம் மக்களைப் பணியவைத்துவிட்டது என்று பெருமிதம் கொண்டார். ஏராளமான மக்கள் தெருவோரங்களில் குழுமியிருந்தாலும் முந்தைய நாளில் இருந்த மக்களாக அவர்கள் தோன்றவில்லை என்றும் அவர் அவதானித்தார். ஆனால், அரசு உயரதிகாரிகள் ஆயுதத்தோடு வலம்வந்தபோதும் வேறு எதிர்ப்பைக் காட்டவில்லையென்றாலும்கூட இருநூறு இளைஞர்கள் திரண்டு அப்போதும் முழக்கமிட்டிருக்கிறார்கள். மேலும் இவர்கள் ஆட்சியரின் பரிவாரத்துக்குப் பின்னே தொடர்ந்தும் வந்திருக்கின்றனர். மக்களின் மனநிலையைப் பொறுத்தமட்டில் 'மக்கள் இன்னும் பதற்றத்துடன் உள்ளனர்; வந்தே மாதர முழக்கமிடுகின்றனர்; எரிச்சலுற்ற போலீசாருக்குச் சுட வேண்டு மென்ற எண்ணம் ஏற்பட்டது' என்று 'இந்து' நாளேடு பதிவிட்டது.[77]

---

77. *The Hindu*, 16–3–1908, G.O.no. 532, Judicial (Confidential), 3–4–1908.

நகராட்சி அலுவலகம் தொடர்ந்து புகைந்துகொண்டுதானிருந்தது. ஆவணங்கள் எரியுண்டும் வெளியே மண்ணில் சிதைந்தும் புதைந்தும் காணப்பட்டன. காவல் நிலைய ஊழியர்கள் தற்காலிகமாகத் தாலுகா கச்சேரிக்கு இடம்மாறியிருந்தனர். சனிக்கிழமை காலையிலேயே கடைகள் திறந்துவிட்டன என்கிறார் ஸ்வீட்டிங்கு.[78] எழுச்சியைப் பற்றிய விரிவான அறிக்கையைத் தொகுத்தளித்த சி.ஐ.டி. துறையும், 13ஆம் தேதியன்றே எழுச்சி அடங்கிவிட்டது என்ற எண்ணத்தையே ஏற்படுத்துகின்றது.[79] ஆனால், 'சனிக்கிழமையன்றும் கடைகள் அடைக்கப்பட்டே இருந்தன' என்று மார்ச் 14ஆம் நாளைப் பற்றி 'சுதேசமித்திரன்' குறிப்பிடுகின்றது.[80]

எழுச்சி நிகழ்ந்ததற்கு மறுநாள் நெல்லையின் நிலையைப் பற்றி 'இந்து'வின் பதிவு வருமாறு:

> *அன்று அமைதியாக விடிந்தது. இந்த நகரில்தான் அதற்கு முந்திய நாள் கட்டடங்கள் தீக்கிரையாயின; ஒரே நொடியில் நான்கு பேர் இறந்துபோயினர் என்று சொன்னால் நம்ப முடியாத அளவுக்கு இருந்தது. நேரம் கடந்தது. எட்டு ஒன்பது மணி ஆயிற்று. இருப்பினும் எந்தச் சந்தடியும் இல்லை. கடைகள் அனைத்தும் மூடியே இருந்தன. அன்றைய நாளும் அவை திறக்கப்படக் கூடாது என்ற உறுதி தெரிந்தது. சிறிய மளிகைக் கடை ஒன்று மட்டுமே திறந்திருந்தது. அதற்கு முன் ஒரு போலீஸ்காரன் காவலுக்கு நின்றிருந்தான்.[81]*

இதைத் தவிர, முன்னர் குறித்த கட்டுரையில் பாரதி, 'பொதுஜன பீதி' எனும் துணைத் தலைப்பில் பின்வருமாறு கூறுகிறார்.[82]

> *பொது ஜனங்கள் நடுக்கத்தில் இருப்பார்களென்று நான் சென்னையில் வைத்து நம்பியிருந்தேன். 'பெரிய மனிதர்கள்' என்று சொல்லிக்கொள்ளும் சிலரைத் தவிர மற்ற ஸாமானிய ஜனங்கள் அதிக அச்ச நிலையில் இருக்கவில்லை. கலகம் நடந்து அதிகாரிகளின் பராக்கிரமச் செயல்களெல்லாம்*

---

78. DTTD.

79. G.O.no. 1542, Judicial (Confidential), 3–10–1911.

80. *சுதேசமித்திரன்*, 17-3-1908

81. *The Hindu*, 16-3-1908, G.O.no. 440, Judicial, 17-3-1908, *அழுத்தம் நூலாசிரியருடையது.*

82. பத்மநாபன், *பாரதி புதையல் பெருந்திரட்டு*, ப. 355.

> நடந்து முடிந்த காலத்தில் பீதி அதிகப்பட்டிருந்த தாகவே தெரிகிறது. இரண்டு மூன்று தினங்களுக்குத் தெருக்களிலே மனிதர்களின் நடமாட்டமில்லாமல் ஊர் 'மரணபுரம்' போல் இருந்ததாம். ஆனால் அந்த பீதி இப்பொழுது தெளிந்து போய்விட்டது. ஜனங்கள் வழக்கம் போலவே தமது காரியாதிகளில் பிரவேசித்து நடத்திவருகிறார்கள். தெருக்களிலே போலீஸ் கோஷங்களைக் காணவில்லை; பாளையங்கோட்டையிலிருக்கும் பூனிடிவ் போலீஸார் மட்டும் அங்கங்கே இடையிடையில் சுற்றிவருவதாகத் தெரிகிறது.

பாரதியின் பதிவில் அடியோட்டமாக ஓடும் ஒரு சரடைக் கூர்ந்து மனங்கொள்ள வேண்டும். திருநெல்வேலிப் பகுதியில் சுதேசி இயக்கம் நன்கு பரவியிருந்திருக்கிறது. சமூகத்தின் கற்ற பிரிவினரும் வணிகரும் மாணவரும் தொழிலாளரும் பிற எளிய பிரிவினரும் சுதேசிய உணர்வுடன் செயல்பட்டிருக்கிறார்கள். ஆனால் தன்னியலாக எழுச்சி ஏற்பட்டு வன்முறையும் துப்பாக்கிச்சூடும் நிகழ்ந்த நிலையில் மேட்டுக்குடியினர் இயக்கத்தி லிருந்து அஞ்சி சிறிது விலக்கம் காட்டியிருக்கின்றனர். இதன் வெளிப்பாடு திருநெல்வேலி தூதுக்குழு ஆளுநரைச் சந்தித்தபோது இன்னும் துலக்கமாக வெளிப்பட்டதைப் பிறகு காண்போம்.

தூத்துக்குடியிலும் நெல்லையையொத்த நிலவரமே நிலவியிருக்கிறது. 'தூத்துக்குடி சமாசாரம் 21–3–1908' என்னும் தலைப்பில் வெளிவந்த செய்திகளில், 'தூத்துக்குடியில் குழப்பம் பூராவும் அமர்ந்துவிட்டது. கடைகளெல்லாம் திறந்தாய் விட்டன. கோரல் மில்லிலும் வேலை நடந்துவருகிறது' என்பதிலிருந்து எழுச்சி முடிந்த சில நாளுக்கேனும் இயல்புநிலை திரும்பவில்லை என்பது தெளிவாகின்றது.[83]

மேலும், திருநெல்வேலி மாவட்டப் போலீஸ் சூப்பரிண்டண்டு 16–3–1908 பிற்பகல் 3:50 அனுப்பிய தந்தியில், *'bazaars opened tuticorin but coral mill hands out since saturday bazaars open tinnevelly, no crowds anywhere'* எனக் காணும் தொலைவரிகள் மார்ச் 16ஆம் நாள்தான் தூத்துக்குடி, திருநெல்வேலியில் கடைகள் திறக்கப்பட்டனவென்று எண்ணவைக்கின்றன.

இந்தப் பின்னணியில் மார்ச் 19ஆம் தேதி காலை துணை போலீஸ் ஐ.ஜி. ஃப்.இ.சி. கார் என்பாருடன் விஞ்சு தூத்துக்குடிக்குச் சென்றார்; விசாரணையை முடித்துவிட்டு அன்றிரவே

---

83. சுதேசமித்திரன், 23–3–1908

திருநெல்வேலிக்குத் திரும்பினார்.[84] எழுச்சி முடிவடைந்துவிட்டதை இது உணர்த்துவதாகவும் கொள்ளலாம்.

கோரல் ஆலைத் தொழிலாளர் வ.உ.சி. முதலானோரின் கைதைக் கண்டித்துச் செய்த வேலைநிறுத்தம் தோல்வியில் முடிந்தது. முந்தைய வேலைநிறுத்தத்தில் வென்ற அனைத்து நலன்களையும் தொழிலாளர் இழந்தனர். அனைத்துச் சலுகைகளையும் ஆலை நிர்வாகம் திரும்பப் பெற்றது. எழுச்சி ஒடுக்கப்பட்டதன் தவிர்க்க இயலாத விளைவு இது என்று சொல்ல வேண்டியதில்லை.

எழுச்சியன்று வந்த போலீஸ் படையினாலும், அவர்களின் துப்பாக்கிச் சூட்டினாலும் 13ஆம் தேதிக்குப் பிறகு மக்களால் திரள முடியவில்லை, பொதுச் சொத்துக்களைத் தாக்க முடியவில்லை என்றபோதும், மக்கள் மனத்தில் கொந்தளிப்பு அடங்கவில்லை என்பதும், அதன் வெளிப்பாடாக அவர்கள் வந்தே மாதர முழக்கமிட்டதோடு பல கடைகளையும் தொடர்ந்து மூன்று நான்கு நாளுக்கு மூடியே வைத்திருந்தனரென்பதும் புலனாகின்றன.

ஐரோப்பியரின் அச்சம்

பிரிட்டிஷ் காலனியாதிக்கத்தின் பிடியில் இந்தியா இருந்தாலும் எந்தக் காலத்திலும் ஒன்றரை லட்சம் வெள்ளையருக்கு மேல் இந்தியாவில் இருந்ததில்லை. இவர்களுள் 60,000 பேர் படைஞர்கள். இந்தக் குறைந்த அளவு எண்ணிக்கையைக் கொண்டு முப்பது கோடி மக்கள்தொகை கொண்ட ஒரு பெரும் துணைக்கண்டத்தில் வலுவான அரசு, இராணுவக் கட்டமைப்பு ஆகியவற்றைக் கொண்டு அவர்கள் தங்கள் ஆதிக்கத்தை நிலைநாட்டினர். இந்தக் கட்டமைப்பை அன்றாடம் சீராக நடத்திக்கொடுத்தவர்கள் இந்தியர்களே என்பதுதான் விந்தை. இந்தக் கட்டமைப்பு எப்போது உடைந்து, கிளர்ந்தெழும் மக்கள் தங்கள் உயிருக்கும் உடைமைக்கும் ஊறு விளைவிப்பார்களோ என்பது வெள்ளையர் அடிமனத்தில் இடையறாமல் ஓடிய அச்சமாகும். வெள்ளைப் பெண்கள் பாலியல் வன்முறைக்கு ஆளாகலாம் – அப்படி எந்த நிகழ்வும் நடக்காவிட்டாலும் – என்ற அச்சமும் அவர்களிடம் வேரூன்றி இருந்தது.[85] சட்டம் ஒழுங்குப் பிரச்சினை எழும்போது மட்டுமல்லாமல் எந்தச் சூழலில் மக்கள் கூட்டமாகத் திரண்டாலும் அசாதாரணமான மக்கள் நடமாட்டங்கள் நிகழ்ந்தாலும் இந்த அச்சம் அரசினிடமும் அதிகாரிகளிடமும் தவிர்க்க முடியாமல் மேலோங்கியது.

---

84. *Madras Weekly Mail*, 26 March 1908.

85. இ.எம். ஃபார்ஸ்டர், *A Passage to India (1924)* என்ற நாவல் இங்குக் கருதத்தக்கது.

அக்காலத்தில் நெல்லை மாவட்டத்திலிருந்த மொத்த ஐரோப்பியரின் தொகை பெண்கள் *167*, ஆண்கள் *230* என *397* பேர் மட்டுமே.[86] அரசு அதிகாரிகள், பட்டாளத்தினர், வணிகர், கிறிஸ்தவ மறைப்பணியாளர் என அனைவரையும் உள்ளடக்கிய எண்ணிக்கை இது. இவர்களுள் பெரும்பாலோர் பாளையங்கோட்டையிலும் தூத்துக்குடியிலும் வசித்தனர். மறைப்பணியாளர்கள் மட்டும் மாவட்டம் முழுவதிலும் அங்குமிங்குமாகச் சிதறியிருந்தனர். திருநெல்வேலி நகரத்தைப் பொறுத்தமட்டில் ஐரோப்பியர் ஏறத்தாழ அனைவரின் வாழிடமும் பாளையங்கோட்டைதான். எனவே கலவரம் பற்றிய செய்தி கிடைத்ததுமே பாளையில் ஐரோப்பியர் பங்களாக்களைப் பாதுகாக்க 15 ரிசர்வ் போலீசையும் கிரே, ஸாயர்ஸ் என இரு (ஐரோப்பிய) இன்ஸ்பெக்டர்களையும் விஞ்சு, ஸ்வீட்டிங்கு ஆகியோர் நிறுத்திவைத்தனர். பாளையின் கடைத்தெருக்களில் பரபரப்பும், ஐரோப்பியரிடம் அச்சமும் நிலவினாலும் அங்கு எந்த வன்முறையும் நிகழவில்லை.[87]

தூத்துக்குடியின் சூழ்நிலை எழுச்சிக்கு ஒரு மாதத்திற்கு முன்பே சூடாகத் தொடங்கிவிட்டது. முன்புவரை பணிவாகவும் நட்பாகவும் நடந்துகொண்ட பொதுமக்கள் இப்போது தங்களைக் கண்டால் வெறுப்புடன் நோக்கியது மட்டுமல்லாமல் அவமானப்படுத்தவும் சீண்டவும் முற்பட்டார்கள் என்று ஐரோப்பியர் கருதும் நிலை உருவாகிவிட்டது. முன்பெல்லாம் வெள்ளைக்காரர்கள் தென்பட்டால் மரியாதையாக வழிவிட்டு ஒதுங்கிய ஜட்கா வண்டிக்காரர்கள் வேண்டுமென்றே வழி மறித்து இடக்கு செய்தனர். பிரிட்டிஷ் கப்பல் கம்பெனி முகவர் சாப்மன், தம்முடைய வீட்டுப் பணியாளர்கள்மீது மக்கள் கல்வீசினர் என்றும், பங்களாவின் பட்லரையும் முடி திருத்தும் தொழிலாளரையும் மிரட்டினர் என்றும் கூறினார். கைத்துப்பாக்கியோடு மட்டுமே வெள்ளையர்கள் வெளியே செல்லலாயினர் என்றார் ராலி பிரதர்ஸ் தொழிற்கூடப் பொறியாளர் வெஸ்ட்மோர்லாண்ட்; சாப்மன் தாம் ஒரு சுழல் துப்பாக்கியை இரவல் பெற்றிருப்பதாகச் சொன்னார். வெள்ளை யரைப் பார்த்தால் சலாமிட்ட மக்கள் முறைத்துப் பார்க்கத் தொடங்கியதைக் கண்டு அவர்கள் துணுக்குற்றனர். ஆகவே இந்தியர்கள் வாழும் பகுதிகளைத் தவிர்த்துவிட்டுக் கடற்கரைச் சாலைக்குள் மட்டுமே ஐரோப்பியரின் பெண்டுபிள்ளைகள் தம் நடமாட்டத்தைச் சுருக்கிக்கொண்டனர்.[88] மொத்தத்தில்

---

86. *Census of India*, 1911, vol. XII, Madras, part II, table V.
87. Sweeting to IG, 15-3-1908, DTTD.
88. *Times of India*, 9-4-1908.

தூத்துக்குடியில் வெள்ளையரை உயிரச்சம் ஆட்கொண்டுவிட்டது என்பதில் எந்த ஐயமுமில்லை.

தூத்துக்குடியில் பிப்ரவரி, மார்ச் மாதங்களில் நடந்த சொற்பொழிவுகளுக்குப் பிறகு சிலர், 'வெள்ளைக்காரிகள் தாலி அறுக்கட்டும்; பரங்கியரை வெட்டு; பரங்கித் தே... மக்கள்' என்றெல்லாம் தெருக்களில் முழக்கமிட்டுச் சென்றதாக வ.உ.சி. மீதான வழக்கின்போது ஒருவர் சாட்சியளித்தார்.

தூத்துக்குடிவாழ் ஐரோப்பியரிடையே ஏற்பட்ட பீதியை அந்நகர (ஐரோப்பியர் மட்டுமே உறுப்பியம் வகிக்க உரிமையுள்ள) வணிகப் பேரவையின் 1908 பிப்ரவரி 24இல் கூட்டத்தில் நிறைவேறிய தீர்மானம் காட்டுகிறது. கடற்கரையிலும் நகரின் பிற பகுதியிலும் நடக்கும் ராஜதுவேஷக் கூட்டங்களில் ஐரோப்பியரின் உயிருக்கும் உடைமைக்கும் மிரட்டல் விடுக்கப்படுவதை அரசின் கவனத்திற்குக் கொண்டுவர அப்பேரவை முடிவுசெய்து அவ்வாறே ஒரு கடிதத்தையும் அனுப்பிவைத்தது.[89]

எழுச்சி நிகழ்ந்த அன்று இரவு தூத்துக்குடி நகர ஐரோப்பியர் பெரும் பீதி அடைந்தனர். அச்சத்தின் காரணமாக வெள்ளையர் சிலர் துறைமுகத்தில் நங்கூரமிட்டிருந்த கப்பல்களில் பாதுகாப்புத் தேடினர் என்றும்கூடச் சொல்லப்பட்டது. 'வெள்ளையர் சகலரும் மிகமிக நடுங்கிக் கள்ளரைப் போன்றவண் கரந்து மறைந்தனர்'[90] என்று அவர்கள் அச்சமுற்று ஒளிந்துகொண்டதை வ.உ.சி.யின் சுயசரிதை குருநாதய்யர் சொற்களில் பதிவுசெய்கிறது.

இந்தப் பீதியை மாவட்ட நிர்வாகம் எப்படி எதிர்கொண்டது? தூத்துக்குடியில் காவல் நிலையத்திற்குத் திரும்பிய சிறப்புத் துணைக் கண்காணிப்பாளர் லீவிஸ் உடனே தம் குடும்பத்தைப் பாதுகாப்பான இடத்துக்கு அப்புறப்படுத்திவிட்டு, கோரல் மில் பங்களாவிலிருந்த ஐரோப்பியப் பெண்டிரைக் கவனமாக இருக்குமாறு எச்சரித்துவிட்டுச் சென்றார். உள்ளூரிலிருந்த ஐரோப்பியப் பெண்கள் மதராஸ் வங்கிக் கட்டடத்தில் தங்குவதற்கும் ஏற்பாடுசெய்தார். ஏறத்தாழ 30 ஐரோப்பியர் இவ்வாறு புகலிடம் சேர்ந்தனர். அரண் அமைப்பதற்கு வாய்ப்பானது என்பதால் இக்கட்டடத்தைத் தேர்ந்தெடுத்தனர். பாதுகாப்புக்குப் போலீஸ் நின்றனர்.[91] மேலூரில் வசித்துவந்த மறைப்பணியாற்றிய பெண்களையும் எச்சரித்து நகருக்குள் (கீழூருக்குள்) வருமாறும் அவர் அறிவுறுத்தினார். ஆனால் நால்வரில் மூவர் மட்டுமே

89. *Tuticorin Chamber of Commerce*, Minute Book, vol. 1 (Nov. 1906–April 1913). காண்க: பிற்சேர்க்கை 4.

90. *வ.உ.சி. சுயசரிதை*, ப. 84.

91. *Times of India*, 17–3–1908.

அவர் பேச்சைக் கேட்டனர். விக்டோரியா மகளிர் பள்ளிக்குப் பொறுப்பாக இருந்த மாட் பாய்டன் (Maud Boyton) என்ற இளம்பெண்மணி மட்டும் மேலூரிலேயே தங்கி விட்டார். எனவே பாய்டனுக்கெனத் தனியே இரண்டு காவலர் பாதுகாப்பாக நின்றனர்.[92] தூத்துக்குடியைப் பொறுத்தவரை அரைக் கம்பெனி சிப்பாய்களை அடுத்த நாள் காலை வருவதற்கு ஏற்பாடு செய்ததோடு, இருக்கின்ற ரிசர்வ போலீசும் உப்புத் துறை ஊழியர்களும் போதும் என்று லீவிஸ் கருதினார்.[93]

ஆஷ் கொலையுண்ட சமயத்தில் அவருடைய மனைவிக்கு மேற்கண்ட மாட் பாய்டன் எழுதிய இரங்கல் கடிதம் அன்றிரவு வெள்ளையருக்கு ஏற்பட்ட பீதியுணர்வைத் துலக்கமாகப் பதிவு செய்கிறது. நகரமெங்கும் கலவரச் சூழல் ஏற்பட்ட வேளையில் பள்ளியின் இந்திய ஆசிரியர் ஒருவர், 'இன்றிரவு தூத்துக்குடியில் மூண்ட நெருப்பு குமரிமுதல் கல்கத்தாவரை பரவும்; ஆங்கிலேயரை எவரும் காப்பாற்ற முடியாது' என்று சொல்லியிருக்கிறார். இரவு முழுவதும் தூங்காத மாட், கர்த்தரைத் தொழுதும் மாணவிகளுக்காகவும் ஆட்சியாளர்களுக்காகவும் வேண்டியும் இரவைக் கழித்திருக்கிறார். விடிந்ததும் முதல் வேலையாக ஆஷ் ஒரு போலீஸ் அணியுடன் வந்து, பள்ளியிலுள்ளவர்களின் நிலையை உசாவி அறிந்தார் என்றும் அவர் எழுதுகிறார்.[94]

திருநெல்வேலி எழுச்சி ஐரோப்பிய இனத்தவரின் கொடுங்கனவுகளை மெய்ப்பித்துக் கதிகலங்க வைத்துவிட்டது என்பதில் எந்த ஐயமும் இல்லை.

~~

---

92 DTTD.

93 DTTD.

94. Maud Boyton to Mrs Ashe, dt Bombay, 28–6–1911, Ashe Papers.

3

எழுச்சிக்குப் பிறகு

கைதும் விசாரணையும்

எழுச்சி நடந்து முடிந்த அன்று இரவு 11 மணிக்கு மாகாணக் காவல் ஆய்வாளர் நாயகத்திற்கு அறிக்கை எழுதிய மாவட்டக் கண்காணிப்பாளர் ஸ்வீட்டிங்கு 'பொதுமக்களும் ராஜதுரோகப் பிரசாரகர்களும் கருதுவதுபோல் அரசாங்கம் பலவீனமானதல்ல என்ற பாடத்தை மீண்டும் புகட்ட வேண்டும்' என்று முத்தாய்ப்பு வைத்திருந்தார்.[1]

முன்னுதாரணமற்ற முறையில் தேசிய இயக்கத்தின் பகுதியாக ஒரு பெரும் மக்கள் எழுச்சி நடந்து முடிந்த பிறகு அரசு அதனை எவ்வாறு எதிர்கொண்டது என்பதை இனிக் காண்போம்.

எழுச்சியில் பங்குகொண்ட எவரையும் விடக் கூடாது என்று கறுவிக்கொண்டு செயல்பட்டது அரசாங்கம். கைதுப் படலம் உடனே தொடங்கியது. எழுச்சியில் பங்கேற்ற ஏராளமானோர் கைது செய்யப்பட்டனர். ஆனால், மொத்தம் எத்தனை பேர் கைதாயினர் என்பதைக் குறித்துத் தெளிவான செய்திகள் கிடைக்கவில்லை. அனைவரும் ஒரே நாளிலும் கைதுசெய்யப்பட்டுவிடவில்லை. எழுச்சி நிகழ்ந்துகொண்டிருந்தபோதே சிலர் கைதானதை முன்பே குறிப்பிட்டோம். கைதிகளை வைத்துக்கொண்டே எழுச்சியை ஒடுக்குவது இடராக இருந்த நிலையில் போலீசார் சிலரை

---

1. Report of P.P. Sweeting, DSP, Tirunelveli to D.W.G. Cowie, I.G. of Police, DTTD.

விட்டுவிட்டதையும் சுட்டினோம். எழுச்சி முடிந்த பிறகு கைதுப் படலம் தீவிரமானது. எழுச்சியில் தொடர்புடைய அனைவரையும் சிறையிலடைக்க வேண்டும் என்பதில் அரசு பெருமுனைப்பு காட்டியது. வெளியூர் தப்பிச் சென்றவர்களைத் தேடிப்பிடித்துக் குற்றவாளிக் கூண்டில் நிறுத்தினர். சங்கரநாராயண ஐயர் பத்து நாள் கழித்து, 24ஆம் தேதிதான் எட்டயபுரத்தில் கைதுசெய்யப்பட்டார்.[2] (நாடக ஏஜெண்டு என்ற முறையில் இவருக்குப் பல ஊர்த் தொடர்புகள் இருந்திருக்கும் என அனுமானிக்கலாம்.) டவுண் காவல் நிலையத்தைத் தாக்கிய வழக்கில் சுந்தரம் ஐயர் என்பவர் மதுரையில் ஏப்ரல் 6ஆம் தேதிதான் கைதானார்.[3] கைதுசெய்யப்பட முடியாதவர்கள் சிலரின் சொத்து ஜப்தி செய்யப்பட்டது. சுவாமி சன்னிதி தெருவிலிருந்த பத்மநாபய்யரின் சுதேசி ஸ்டோரும் (சுதேசி பண்டகசாலை) சங்கரநாராயண பிள்ளையின் நாஷனல் எம்போரியமும் சோதனைக்குள்ளாகி ஜப்தி ஆயின.[4] சொத்து ஜப்தியான பிறகே சங்கரநாராயண பிள்ளை சரணடைந்தார் என்றால்[5] அதன் பின்பும் பத்மநாபய்யர் சரணடையவில்லை;[6] அவர் என்ன ஆனார் என்றும் தெரியவில்லை. பத்மநாபய்யரின் வீட்டுச் சொத்துகளும் ஜப்தியானதில், அவருடைய மனைவி மக்கள் நீதிமன்றத்தில் வழக்கு போட்டுத்தான் வீட்டுச் சொத்துகள் தம்முடையவை என்று அவற்றை மீட்டுக்கொண்டனர்.[7]

எனவே எழுச்சி நடந்து முடிந்த ஒரு மாதம் கழித்தும்கூடக் கைதுகளும் விசாரணைகளும் தொடர்ந்திருக்கின்றன. கைதானோர் எத்தனை பேர் என்ற கணக்கு ஒருபுறமிருக்க, எழுச்சியில் தொடர்புடையோரைச் சிறையிலடைப்பதிலும் தண்டனை பெற்றுத்தருவதிலும் அரசு சிறப்பு அக்கறை காட்டிற்று என்பதில் சிறிதும் ஐயமில்லை.

திருநெல்வேலியிலும் தூத்துக்குடியிலும் துப்பாக்கிச்சூடு நிகழ்ந்தபோது முதலில் 'பக் ஷாட்' என்ற குறைந்த விசையுள்ள துப்பாக்கி பயன்படுத்தப்பட்டது என்று குறிப்பிட்டோம். குண்டடிபட்டவர்களை அடையாளங்கண்டு கைதுசெய்வது எளிதாக இருந்தது; மருத்துவமனைக்குச் சென்று எளிதில் அவர்களைப் பிடித்தனர். மேலும், நகராட்சி அலுவலகத்தை எரித்தோர் எவர் என்று அடையாளம் காட்டத் தவறியதற்காக,

2. *The Hindu*, 9–5–1908.

3. *The Hindu*, 4–9–1908.

4. *சுதேசமித்திரன்*, 15–4–1908; *இந்தியா*, 18–4–1908.

5. *The Hindu*, 9–5–1908.

6. *சுதேசமித்திரன்*, 27–4–1908.

7. *சுதேசமித்திரன்*, 27–4–1908

அல்லது மறுத்ததற்காக எழுத்தர் ஒருவரும் வில்லைச் சேவகன் ஒருவரும் தற்காலிக வேலைநீக்கம் செய்யப்பட்டனர்.[8] மறுநாள் ஞாயிற்றுக்கிழமையாதலால் சனிக்கிழமை மாலை திருநெல்வேலி கடைத்தெரு வணிகர்களைப் பிணையில் விடுமாறு குருசாமி ஐயர் கேட்டுக்கொண்டிருக்கிறார். அவர்கள் வியாபாரிகளல்ல, ரவுடிகள் என்று விஞ்சு சாதித்தார். இதை மறுத்த குருசாமி ஐயர், சூழலை இணக்கமாக்கவே இந்த வேண்டுகோள் விடுத்ததாகச் சொன்னார். துணை மாஜிஸ்திரேட் ஜெ. தர்மரங்க ராஜு இதை ஏற்றுக்கொண்டதாகவும் கூறினார்.[9] இவையெல்லாம் எவரையும் விட்டுவிடக் கூடாது என்ற அரசாங்கத்தின் முனைப்புக்கு அடையாளங்களாகும்.

கைதானோர் எண்ணிக்கை என்ன? திருநெல்வேலியில் 57 பேரும், தூத்துக்குடியில் 36 பேரும் கைதாயினர் என்று நெல்லை மாவட்டக் கையேடு குறிப்பிடுகின்றது.[10] 27 பேர் தண்டனையடைந்தனர் என்ற ரவுலட் கமிட்டி அறிக்கை, கைதானோர் எண்ணிக்கையைக் குறிப்பிடவில்லை.[11] நெல்லையில் கைதான 53 பேருள் 37 பேர் தண்டனை பெற்றனர் என்கிறது ஓர் அரசாணை.[12] மூன்றாவதாகக் குறிப்பிட்ட செய்தியே (53 பேருள் 37 பேர் தண்டனை) சரியானது எனக் கொள்வதில் தவறில்லை. (இது திருநெல்வேலிக் கணக்கு; தூத்துக்குடியில் கைதானோர் எண்ணிக்கை தெரியவில்லை.) ஏனெனில், மேற்குறித்த மூன்று சான்றுகளில் மூலச்சான்றாக இருப்பதோடு, எழுச்சி தொடர்பான விசாரணையும் தீர்ப்பும் முடிந்து, சிறப்பாகப் பணியாற்றிய போலீசாருக்குப் பரிசுகளைப் பரிந்துரைத்த அரசாணையும் இதுவே ஆகும்.

திருநெல்வேலிக் கஷ்ட நிவர்த்தி நிதி

கைதானோர் எண்ணிக்கை கணிசமானது என்பது மட்டுமல்லாமல் வெவ்வேறு பொருளாதார நிலையிலிருந்தவர்களுமாவர். நீதிமன்றங்களை எப்படி அணுகுவது, போலீசாரின் கெடுபிடிகளுக்கு எப்படி முகங்கொடுப்பது என்பதில் இவர்களுக்கு எந்த முன்னனுபவமும் இருந்திருக்க வாய்ப்பில்லை. எனவே இவர்களுக்குச் சட்ட

---

8. *சுதேசமித்திரன்*, 21–3–1908.

9. T&TD.

10. *Tinnevelly District Gazetteer*, p. 345.

11. *Sedition (Rowlatt) Committee, Report* (Calcutta: Superintendent Government Printing, 1918), p.116.

12. G.O.no. 853, Judicial, 28–6–1909.

உதவியும் பொருளாதார ஆதரவும் தேவைப்பட்டன என்று சொல்ல வேண்டியதில்லை. கைதானவர்களுக்குத் தங்கள்மீது என்ன குற்றச்சாட்டு என்றுகூடத் தெரியவில்லை என்றும், சட்ட ஆலோசனை பெறவும் அவகாசம் இல்லை என்றும் 'இந்து' எழுதியது.[13] குறிப்பிடத்தக்க எண்ணிக்கையினர் மிக எளிய பிரிவினர் – எடுத்துக்காட்டாக, பத்துப் பன்னிரண்டு குதிரைவண்டி ஓட்டுநர்கள் – குற்றவாளிக் கூண்டில் நின்றுகொண்டிருந்தனர் என்பது மனங்கொள்ளத்தக்கது. இவர்களுக்கு யார் உதவுவது என்ற கேள்வி பூதாகரமாக முன்னின்றது.

உள்ளூர்ப் பிரமுகர்கள் இதில் முன்கை எடுத்திருக்க வேண்டும்; ஆனால் தொடக்கத்தில் அவர்கள் அதிர்ச்சிக்குள்ளாகி நின்றனர். எல்லாம் வல்ல உலகாளும் அரசுக்கு எதிராக இப்படி ஓர் எழுச்சி ஏற்படும் என்று அவர்கள் கனவிலும் கருதியிருக்கமாட்டார்கள். ஊரின் கனவான்கள் அன்றிரவு கலக்கத்திலிருந்தனர்; தங்கள் உடலுக்கும் உயிருக்கும் உடைமைக்கும் ஊறு நேருமென்று அஞ்சி உறக்கமில்லாமல் தத்தளித்திருக்கின்றனர்.[14] அதற்கடுத்து இவர்களுள் சிலரை ஆட்சியாளர்கள் சந்தித்துப் பேசினர் என்று அயோத்திதாசப் பண்டிதர் குறிப்பிடுகிறார்.

> ...தற்காலந் தூத்துக்குடியிலும் திருநெல்வேலியிலும் நடந்தக் கலகத்தைப் பற்றி கலைக்ட்டரும் மற்றுமுண்டான ஜட்ஜுகளும் சில சுதேசிகள் என்போரைத் தருவித்துப் பெரியோர்களே, நீங்கள் எல்லோரும் வாசித்தவர்களாயிருந்தும் உங்களுக்கான ரிக்கார்டுகளையும் உங்கள் தேச சுகாதாரத்திற்கென்று கட்டியிருந்தக் கட்டிடங்களையும் இடித்துப் பாழாக்கி விட்டீர்களே இனி அக்கட்டிடங்களையும் ரிக்கார்டுகளையும் புதுப்பிக்க வேண்டுமானால் உங்கள் துகைகளைக்கொண்டே செய்ய வேண்டியதா யிருக்கின்றபடியால் ஏழைக் குடிகளுக்கு இடுக்கண் செய்பவர்கள் நீங்களாக இருந்துக்கொண்டு இராஜாங்கத்தின்பேரில் வருத்தப்படுவதில் யாது பயன். உங்கள் கையைக் கொண்டு சிரசிற் குட்டி நோயெடுக்கின்றதென்னில் அதனை யார் சகிக்கவேண்டிய தென்றார்களாம். அதற்கு சுதேசிகள் என்று ஏற்பட்ட பெரிய மனிதர்கள் யாது மறுப்புக் கூறினார்களாம் என்றால், ஐயா நாங்கள் எல்லோரும் வாசித்தவர்கள், அவ்வகை வேலை செய்யமாட்டோம், இவ்விடம் வாசஞ்செய்யுந்

---

13. *The Hindu*, 7–4–1908.

14. *Madras Weekly Mail*, 26 March 1908.

தாழ்ந்த வகுப்பார்களே கூடி இத்தகைய கெடுதிகளை உண்டுசெய்து விட்டார்கள் என்று கூறினார்களாம்.

அந்தோ! பிள்ளையுங் கிள்ளிவிட்டு தொட்டிலையும் ஆட்டிவிடுவது போல் காரியாதிகளை அந்தரங்கத்தில் முடிவுசெய்து பகிரங்கத்தில் ஏழைகளைக் காட்டிக் கொடுக்கின்றார்கள். இதை நந்தேயத்தார் கவனிக்காம லிருப்பது கவலையேயாம்.[15]

எழுச்சி நிகழ்ந்து முடிந்த ஆறு வாரங்களுக்குப் பிறகு திருநெல்வேலிக்கு வந்த பாரதியும் பின்வருமாறு குறிப்பிடுகிறார்.

இங்குள்ள வக்கீல்களும் மற்ற பெரிய மனிதர்களும் இதுவரை இவ்விஷயத்தைப் [துப்பாக்கிச்சூட்டில் இறந்தோரைப்]பற்றி விசாரணை செய்யாமலிருப்பது வெகு ஆச்சரியமாயிருக்கின்றது. அது சாமான்யமான விசாரணைக்குத் தகுதியற்ற விஷயமென்று நினைத்து விட்டார்கள் போலும்! அதை விசாரணை செய்யப் புகுந்த க்ஷணத்திலேயே தமக்கு ஏதேனும் ஆபத்து வரக்கூடுமென்று அஞ்சினார்கள் போலும்! நான் விசாரித்ததில் இதுவரை ஒரு மனிதனுடைய பெயர்மட்டிலும் தெரிந்திருக்கிறது.[16]

எல்லாப் பிரமுகர்களும் அஞ்சி ஒளிந்திடவில்லை. வழக்குகளில் துன்பப்பட்டவர்களுக்காக நிதி திரட்டுவதற்கு முயற்சிகள் நடந்திருக்கின்றன. இதில் பாரதியும்கூட முன் முயற்சி எடுத்திருக்கிறார். 'திருநெல்வேலி கஷ்ட நிவர்த்தி நிதி'யைத் திரட்டுவதற்காகத் 'தமிழ்நாட்டு மஹாஜனங்களுக்கு ஓர் பிரார்த்தனை' என்ற அறிக்கையை அவர் தயாரித்து வெளியிட்டார். மதுரைத் தமிழ்ச் சங்கப் புலவர் மு.ரா. கந்தசாமிக் கவிராயர், மண்டயம் குடும்பத்தினர், தஞ்சை வக்கீல் என்.கே. ராமசாமி ஐயர், திருவைகுண்டம் வக்கீல் டி.ஆர். மகாதேவய்யர், 'சுதேசமித்திரன்' உதவியாசிரியர் குருமலை சுந்தரம் பிள்ளை ஆகியோரும் அதில் கையெழுத்திட்டிருந்தாலும் அறிக்கையைப் பாரதிதான் எழுதினார் என்பதைக் காட்டும் முத்திரை வரிகள் அதிலிருக்கின்றன. கைதானவர்களின் 'கஷ்டங்களிலே பெரும்பாலும் ஈசன் பார்த்துத்தான் நீக்க வேண்டுமேயல்லாது மனிதர்கள் நீக்கத்தக்கனவல்ல' என்றாலும் 'இவர்களுக்கு மனிதர்

---

15. ஒரு பைசாத் தமிழன், 1 ஏப்ரல் 1908, அலாய்சியஸ், ஞான. (ப-ர்), அயோத்திதாசர் சிந்தனைகள், தொகுதி 1 (பாளையங்கோட்டை: நாட்டார் வழக்காற்றியல் ஆய்வு மையம், 1999), ப. 47.

16. இந்தியா, 2-5-1908, பத்மநாபன், பாரதி புதையல் பெருந்திரட்டு, ப. 355.

செய்யக்கூடிய உதவி ஒன்றுண்டு. மிக ஏழைகளாக இருக்கும் குடும்பத்தாருக்கும் பொருள் உதவி செய்வது நம்மால் சாத்தியமான காரியம்' என்று குறிப்பிட்ட இவ்வறிக்கை, 'வீட்டில் சம்பாத்தியம் செய்யும் வாலிபர்களை இழந்து நிற்கும் விருத்தாப்பியமான தாய் தந்தைகளுக்கும் கதியற்ற மனைவி மக்களுக்கும் நாம் செய்யும் திரவிய சகாயம் கொஞ்சம் ஆறுதலாக இருக்கக்கூடும்' என்றும், 'அடைபட்டிருப்பவர்களிலே ஏழைகளாயிருப்போரை ஜாமீனில் விடுவிப்பதற்கும் (அவர்களுக்கு விருப்பமுண்டானால்) கேஸ் நடத்துவதற்கும் பொருளுதவி' வேண்டியது அவசியம் என்றும் வற்புறுத்தியது. வ.உ.சி., பாரதி முதலானவர்கள் ஏற்படுத்தியிருந்த சென்னை ஜன சங்கம் இந்த நிதியைத் திரட்டியிருக்கிறது. அதன் செயலாளருக்கு நிதியை அனுப்ப வேண்டும் என்ற வாசகம் இதைச் சுட்டுகிறது.[17]

நமக்குத் தெரிந்த அளவில் 1908 ஏப்ரல் கடைசிவரை இந்த நிதிக்கு 169 ரூபாய் 15 அணா 4 காசு சேர்ந்திருக்கிறது. அடுத்த ஓரிரு வாரங்களில் இது 207–5–4ஆக ஆகியிருக்கிறது.[18] பாரதி தம் கையிலிருந்து பத்து ரூபாய் கொடுத்திருக்கிறார். மதுரைப் புலவர் ம. கோபாலகிருஷ்ணையர் ஒரு ரூபாய் கொடுத்திருக்கிறார். மிகப் பலர் சிறுசிறு தொகைகளை அனுப்பியுள்ளனர். இவர்கள் வெவ்வேறு சாதியினர் என்பதும் குறிப்பிடத்தக்கது. சென்னை மூர் மார்க்கெட்டில் உண்டி குலுக்கியும் பணம் தண்டியிருக்கிறார்கள்; சல்லிக்காசுகளாகவும் காலணாவாகவும் அரையணாவாகவும் ஏராளமான பொதுமக்கள் பங்களித்திருப்பார்கள் எனக் கொள்வதில் தவறில்லை.[19] சேலத்திலிருந்து ச. ராஜகோபாலாசாரி (ராஜாஜி) 50 ரூபாய் அனுப்பியிருந்தது மட்டுமே தனித்துக் குறிப்பிடத்தகுந்த தொகை.[20]

சென்னை ஜன சங்கம் தவிர 'சுதேசமித்திரன்' பத்திரிகை தனியாக ரூ 149–15–0 திரட்டியிருக்கிறது;[21] ஜூன் மாத அளவில் இது 554–13–7 என உயர்ந்திருக்கிறது.[22] சிந்தாதிரிப்பேட்டை ஸாரதா விலாச சங்கம் என்ற அமைப்பும் பணவசூலைச் செய்துவந்ததாகப் பாரதியின் அடுத்த அறிக்கை குறிப்பிடுகின்றது.[23]

---

17. *சுதேசமித்திரன்*, 2–4–1908. முழு அறிக்கையினையும் வசூல் பட்டியலையும் பின்னிணைப்பு 5இல் காண்க.

18. *சுதேசமித்திரன்*, 5–5–1908.

19. *இந்தியா*, 25–4–1908, 2–5–1908.

20. *The Hindu*, 14–5–1908.

21. *இந்தியா*, 25–4–1908.

22. *சுதேசமித்திரன்*, 19–6–1908.

23. *இந்தியா*, 25–4–1908.

'எந்த வக்கீல் வந்தபோதிலும், எவர் வராவிட்டாலும் திருநெல்வேலிச் சகோதரர்களுக்கு நம்மால் இயன்ற உதவி செய்து தீரவேண்டும்' என்று பாரதி உணர்ச்சி மேலிட எழுதினாலும் திரண்ட பணம் சொற்பமே.[24] 'போதுமான நிதி செய்வதில் நம் நேயர்கள் ஏன் இவ்வளவு மெதுவாயிருக்கின்றார்களோ தெரியவில்லை. இவர்கள் பணம் அனுப்புகிறவரையில் டிபென்ஸ் காக்குமா?' என்று 'சுதேசமித்திர'னும் நொந்துகொண்டது.[25]

திரட்டிய தொகையிலிருந்து சென்னை ஜன சங்கம் குருநாதய்யர் குடும்பத்துக்கும் பத்மநாப ஐயங்கார் குடும்பத்துக்கும் இருபது ரூபாய் வீதம் அனுப்பிவைத்தது. வ.உ.சி.யின் வழக்குக்காக அவருடைய வக்கீல் சாது கணபதி பந்துலுவுக்கு 100 ரூபாய் சென்றிருக்கிறது.[26] எழுச்சிக் கைதிகளுக்கு வாதாடுவதற்காக சென்னை ஜன சங்கம் கோவிந்தராஜ நாயுடு என்ற ஒரு பாரிஸ்டரை அமர்த்தி நெல்லைக்கு அனுப்பியிருக்கிறது; ஆனால் எதிராஜ் சுரேந்திரநாத ஆர்யா கைதானதும் சென்னைக்குச் சென்ற கோவிந்தராஜ நாயுடு திரும்பவேயில்லை எனத் தெரிகிறது.[27]

வழக்கு விசாரணை

சற்றொப்ப நூறு பேர்மீதான வழக்குகளைக் கையாள வேண்டிய நிலையில், எழுச்சியை ஒடுக்குவதில் முக்கியப் பங்காற்றியவரும் அனுபவம் வாய்ந்தவருமான காவல் கண்காணிப்பாளர் பி.பி. ஸ்வீட்டிங்கு உடல்நலம் குன்றி விடுப்பில் சென்றதால் பி.பி. தாமஸ் (P.B. Thomas) பொறுப்பேற்றுக்கொண்டார்.[28]

ஆட்சியருக்குத் துணைபுரிவதற்காக ஈ.எச். வாலஸ் கூடுதல் உதவி ஆட்சியாளராக நியமிக்கப்பட்டார்.[29] 'ஒருவர் சாதாரண வேலை பார்க்கவும், மற்றொருவர் ஜனங்களிடம் வம்புச் சண்டை விளைப்பதற்குமாக இரண்டு சப்–கலெக்டர் அவசியம்தான்!' என்று 'சுதேசமித்திரன்' இதைக் கிண்டல் செய்தது.[30] நிலத்தீர்வை அதிகாரி சாட்விக் என்பவரும் ஆட்சியருக்கு உதவியாக அழைக்கப்பட்டார்.[31]

---

24. *இந்தியா*, 18-4-1908.
25. *சுதேசமித்திரன்*, 27-4-1908.
26. *இந்தியா*, 25-4-1908.
27. MPAI, 1908, paras 1029 a & b.
28. *Administration Report of the Inspector General of Police*, 1908, p. 26.
29. *Madras Weekly Mail*, 26-3-1908.
30. *சுதேசமித்திரன்*, 21-3-1908.
31. *Madras Weekly Mail*, 26-3-1908.

'கலக' வழக்குகளை நடத்துவதற்காகச் சென்னையிலிருந்து ஈ.பி. பவல் பப்ளிக் பிராசிக்யூட்டராக மார்ச் 23ஆம் தேதி நெல்லைக்கு வந்துசேர்ந்தார்.[32] மற்றொரு அரசாங்க வக்கீலாக டி. ரிச்மண்டு வாதாடினார்.

சிறப்பு வழக்குரைஞர்களை அரசு அமர்த்தியதை விமர்சிக்கும் முகமாக ஒரு நிருபர் *'உள்ளூர் பப்ளிக் பிராஸிகியூட்டர் எங்கே போனார்? கேஸ் ஏன் அவர் சார்ஜில் ஒப்படைக்கப்படவில்லை? மிஸ்டர் ரிச்மண்டும் மிஸ்டர் பவலும் ஏன் அமர்த்தப்பட்டார்கள்?'*[33] என்ற கேள்வியை எழுப்பினார். இது அறிவினா என்பதைச் சொல்ல வேண்டியதில்லை. தண்டனையிலிருந்து எவரும் தப்பக் கூடாது என்பதில் அரசு காட்டிய சிறப்பு அக்கறையே தவிர வேறென்ன?

இந்த வழக்குகளில் நூற்றைம்பத்தாறு சாட்சிகள் விசாரிக்கப்பட்டனர். நூற்றுக்கும் மேற்பட்ட தடயங்கள் *(exhibits)* முன்வைக்கப்பட்டன.[34]

திருநெல்வேலி அமர்வு நீதிமன்றம் ஏறத்தாழ எவருக்குமே ஜாமீன் வழங்கவில்லை. சங்கரநாராயண பிள்ளையின் ஜாமீன் மறுக்கப்பட்டிருக்கிறது.[35] ஜாமீன் பெற்றவர்களெல்லாம் உயர்நீதிமன்றத்தை அணுகியே பெற்றதாக ஓர் அரசு ஆவணமே கூறுகிறது.[36] ஜாமீன்கூடத் தராத நீதிபதி என்னமாதிரி நீதி வழங்கியிருப்பார் என்பதை அனுமானித்துக்கொள்ளலாம்.

வழக்குகள் தனித்தனியாகத் தொடரப்படவில்லை. 'கலக வழக்குகள் மூன்று பிரிவுகளாக (ஒவ்வொன்றிலும் ஏறத்தாழ இருபது கைதிகள்) பிரிக்கப்பட்டுள்ளன. பொதுச் சொத்தைத் தீயிட்டு அழிக்க *(incendiarism)*[37] முயன்றதாகக் குற்றம் சாட்டப்பட்டுள்ளது

---

32. *Madras Weekly* Mail, 26–3–1908; *The Hindu*, 21–3–1908; *Times of India*, 23–3–1908. 1895இல் நிகழ்ந்த கழுகுமலைக் கலவர மேல்முறையீட்டு வழக்கை இவர் நடத்திய முறை சரியில்லை என்று கருதிய அரசாங்கம் இதற்குக் காரணம் கேட்டது. வேறு சில வழக்குகளையும் இவர் சரிவர நடத்தவில்லை என்பதே பொதுக்கருத்தாக இருந்தது. G.O.no. 1967, Judicial, 10–12–1896. இருந்தும் என்ன, வெள்ளைத் தோல் கொண்டவருக்கு அரசு ஆதரவு தொடர்ந்து கிடைக்கவே செய்தது.

33. *சுதேசமித்திரன், 18–4–1908.*

34. G.O.no. 1267, Judicial, 14–9–1908.

35. *சுதேசமித்திரன், 27–4–1908.*

36. *Weekly Report of Director of CID,* 21–3–1908, Home Political B, no. 42–49A, April 1908, GoI.

37. திருநெல்வேலி எழுச்சி வழக்குகளைப் பற்றிக் குறிப்பிடும்போதெல்லாம் 'திருநெல்வேலி தீயிட்ட கேஸ்' என்று வ.உ.சி. தமது சுயசரிதத்தில் *(ப. 139)* எழுதுவதை இங்கு மனங்கொள்ளலாம்.

(இ.பி.கோ. 436)' என்று ஆட்சியர் குறிப்பிட்டார்.[38] ஆனால், எழுச்சி வழக்குகளின் தீர்ப்புகளைப் பற்றிச் சொல்கையில், Calendar case nos. 39, 40, 41, 42 என்று நான்கு வழக்குகளை அரசாணை ஒன்று குறிப்பிடுகின்றது.[39] எனவே, மொத்தம் எத்தனைப் பேர் குற்றஞ்சாட்டப்பட்டனர் என்பது மட்டுமல்லாமல் எத்தனை வழக்குகள் தொடரப்பட்டன என்பதும் தெளிவாகப் புலப்படவில்லை. தூத்துக்குடி வழக்குகள் 'வண்டிப்பேட்டைக் கலகக் கேஸ்' என்று குறிப்பிடப்பட்டுள்ளன.[40]

வழக்குகள் தனித்தனியாக அல்லாமல் கொத்துக் கொத்தாக (batches) விசாரிக்கப்பட்டதைக் குற்றஞ்சாட்டப்பட்டோர் தரப்பு ஆட்சேபித்ததை முதல் கொத்தின் நீதிபதி சி.ஜி. ஸ்பென்சர்[41] ஏற்றுக்கொள்ளாமல் புறந்தள்ளினார். 1899 சிவகாசிக் கலவர வழக்கை முன்னுதாரணமாகக் காட்டி, எவ்வகையிலும் இது நீதி வழங்குவதற்குத் தடையாக இல்லை என்றும் அறுதியிட்டார். கலவரத்தில் நடந்தவை தனித்தனிக் குற்றங்கள் அல்லவென்றும், அவை ஒரே குற்றத்தின் பகுதிகளே என்றும் தம் முடிவை விளக்கியதோடு, தனித்தனியாக விசாரிக்காததால் எந்த வகையிலும் நீதிபரிபாலனம் பாதிக்கப்படவில்லை என்றார். ஒரே கும்பல்தான் இரண்டு மணிநேரம் பல குற்றங்களை இழைத்தது என்று முடிவு செய்த நீதிபதி, தனித்தனி நபர்கள் எப்போது கும்பலில் சேர்ந்தார்கள், எப்போது விலகினார்கள் என்பதையெல்லாம் அறுதியிடுவது குற்றத்தைத் தீர்மானிக்கத் தேவையில்லாத விவரங்கள் என்றார்.[42]

வழக்காடுவதற்கு முன் சொந்த ஜாமீனில் சிலர் வெளியே வந்தனர் (இவர்கள் அதிக எண்ணிக்கையினராக இருந்திருக்க முடியாது) என்று 'இந்து' பதிவு செய்தது.[43] சங்கரநாராயண பிள்ளைக்கு மறுக்கப்பட்ட ஜாமீன் கே.ஜி.[44] லோகநாதய்யருக்குக் கிடைத்திருக்கிறது. சிலருக்குச் சில வாரத் தண்டனையும் அபராதமும் விதிக்கப்பட்டிருக்கின்றன. இரண்டு சிறுவர்கள் குற்றம் நிரூபிக்கப்படாமல் விடுவிக்கப்பட்டனர். தூத்துக்குடியில் மூன்று பரவர்கள் கைது செய்யப்பட்டு 'சொந்த முச்சலிக்காவின் பேரில்'

---

38. Confidential no. 94, Judicial Disposal, 13–5–1908.
39. G.O.no. 2040M, Local & Municipal, 4–12–1908.
40. *சுதேசமித்திரன்*, 11–4–1908.
41. செப்டம்பர் 1906 முதல் செப்டம்பர் 1908வரை நெல்லை மாவட்ட நீதிபதியாக இவர் இருந்தார்.
42. The Hindu, 2–9–1908.
43. The Hindu, 9–4–1908.
44. *சுதேசமித்திரன்*, 27–4–1908

ஜாமீனில் வெளியே வந்தனர் என்றும் தெரிகிறது.[45] (இவர்களுள் ஒருவர், சுதேசிக் கூட்டங்களில் உரையாற்றிய சூசை பர்னாந்து.[46])

எழுச்சிக் கைதிகளுக்காக வாதாடிய வழக்குரைஞர்கள் யார்யார் எனத் தெரியவில்லை. முதல் கொத்து வழக்கில் கே.ஆர். குருசாமி ஐயர் சிலருக்கு இலவசமாக மட்டுமல்லாமல் சாமர்த்தியமாகவும் வாதாடியிருக்கிறார் எனத் தெரிகிறது. குருசாமி ஐயர் மிதவாதி; வ.உ.சி.க்கு எதிரான அரசியல் நிலைப்பாட்டைக் கொண்டவர் என்றபோதும் அவர் வாதாடியது போற்றுதலுக்குரியது. இவருடைய தம்பி கே.ஆர். வெங்கட்டராமய்யர் வ.உ.சி.யின் உற்ற நண்பர். வெங்கட்டராமய்யருக்கு எதிராக அரசு ஜாமீன் வழக்கைத் தொடுத்திருந்த நிலையிலும் இவரும் கைதிகளுக்காக இலவசமாக வாதாடியிருக்கிறார்.[47] இவருக்கும் நீதிபதிக்கும் 'பலமான விவாதங்கள் நடந்தன' என்று 'சுதேசமித்திரன்' எழுதியது.[48] பல உள்ளூர் வக்கீல்களும் குற்றம் சாட்டப்பட்டவர்கள் சார்பாக இலவசமாக வாதாடினர் என்றும் அறிய முடிகிறது.[49] சுதேசி இயக்கக் கனவான்கள் தங்கள் கடமையிலிருந்து தவறினர் என்றோ, எளிய கைதிகளைக் கைவிட்டனர் என்றோ சொல்வதற்கில்லை.

ஆனால் நீதிபதியே சார்பாகச் செயல்பட்ட நிலையில் வழக்குரைஞர்களின் தொண்டு விழலுக்கு இறைத்த நீராயிற்று. வெகுசிலரே தண்டனையிலிருந்து தப்பினர் என்பதை விரைவில் காண்போம்.[50]

சாட்சி சொன்னோர்

இந்த வழக்குகளில் யார்யாரெல்லாம் நீதிமன்றம் ஏறிச் சாட்சி சொல்லினர் என்ற கேள்வி அடுத்து எழுகின்றது.

சாட்சியங்களைத் திரட்டுவது காவல் துறைக்கு எளிதாக இல்லை. மருத்துவமனைச் சிப்பந்திகள், அஞ்சல்துறை ஊழியர்கள், மாவட்ட முன்சீப் என அனைவருமே சாட்சி சொல்லத் தயங்கினர் என்று அரசு வருந்தியது.[51] அருணாசலம் பிள்ளை என்ற கனவான்

---

45. The Hindu, 9–4–1908.
46. *சுதேசமித்திரன்*, 16–3–1908.
47. *சுதேசமித்திரன்*, 16–4–1908; 17–4–1908.
48. *சுதேசமித்திரன்*, 22–4–1908.
49. The Hindu, 9–4–1908.
50. The Hindu, 5–5–1908.
51. DTTD.

லோகநாதய்யரை இனங்காட்ட மறுத்திருக்கிறார்.⁵² இந்துக் கல்லூரி மாணவர் இருவரை லோகநாதய்யருக்கு எதிராகச் சாட்சி சொல்லக் கட்டாயப்படுத்தியும் அவர்கள் மசியவில்லை. (இது பற்றிப் பிறகு பார்ப்போம்.) ஒரு விசாரணை இன்ஸ்பெக்டர் தூத்துக்குடிக்கு வந்து உள்ளூர் நாடார், பரவர், கிறிஸ்தவர் ஆகியோரிடம் பேசி அவர்களின் சாட்சியங்களைப் பெற முயன்றார் என்றும், அதில் தோல்வியடைந்து திருநெல்வேலிக்குத் திரும்பிவிட்டார் என்றும் எழுதிய 'இந்து' நாளேடு அவர் உளவாளிகளையும் துப்பறிவாளர்களையும் அமர்த்தி, ஒருவரையொருவர் காட்டிக் கொடுக்கத் தூண்டினார் என்றும் குற்றஞ்சாட்டியது.⁵³

நகரின் கௌரவமான கனவான்கள் சாட்சி சொல்ல முன்வராததை நீதிபதி ஸ்பென்சரும்கூட வருத்தத்துடன் குறிப்பிட்டார். எழுச்சிக்குப் பிறகு மக்கள் சாட்சி கூற முன்வர வில்லை, அல்லது தயங்கினர் என்பது அரசு தரப்புப் பார்வை. கலவரம் என்று தெரிந்ததும் கனவான்களும் 'கௌரவமான' நபர்களும் வீட்டுக்குள் தஞ்சமடைந்து கதவைத் தாழிட்டுக் கொண்டனர். கலவரத்தைப் பார்த்தவர்கள் ஒன்றுமறியாதவர்கள். அவர்கள் யாரையும் அடையாளங்காட்டத் தயங்கினர். சிலர் இந்த வாய்ப்பைப் பயன்படுத்திக்கொண்டு வேண்டாதவர்களைப் பழி தீர்த்துக்கொண்டனர். இவற்றையெல்லாம் கவனத்தில் கொள்ள வேண்டும் என்று ஆளுநரைத் தூதுக்குழு நேர்கண்டபோது நிலைமையை விளக்கினார் குருசாமி ஐயர்.⁵⁴ சாட்சி சொல்லவந்த தகுதியும் சொத்தும் உடைய கௌரவமான கனவான்கள் எழுச்சியில் ஈடுபட்டவர்களுக்கு ஆதரவாகவே சாட்சி கூறினர்.⁵⁵

அரசுக்கு ஆதரவாகச் சிலர் சாட்சி சொல்ல முன்வந்தபோதும் அதனாலும் சிக்கல்கள் எழுந்தன. தூத்துக்குடி கோரல் மில் ஊழியர் சோழியப்ப முதலியார் தாம் முன்பு கொடுத்த சாட்சியம் போலீஸ் நிர்ப்பந்தத்தின்பேரில் கொடுத்தது என்று கூறியதில் அவர் பிறழ்சாட்சியாகக் கருதப்பட்டார். ஆஷின் எழுத்தரை விசாரித்தபோது கூட்டத்தை நடத்தத் தடை செய்த அறிவிப்பு தமிழில் அச்சிட்டுப் பரப்பப்படவில்லை என்பதை ஒப்புக்கொண்டார். பிரிட்டிஷ் கப்பல் கம்பெனி ஊழியர் மொகிதீன் சாயுபு கூட்டத் தடையாணையைத் தண்டோரா போட்டது

---

52. *சுதேசமித்திரன்*, 27-4-1908.

53. The Hindu, 28-3-1908.

54. T&TD.

55. The Hindu, 2-9-1908; G.O.no. 103, Judicial (Confidential), 25-1-1909.

தெரியாதென்றார்.⁵⁶ இவ்வாறு வாதித் தரப்பு சாட்சியங்களே காவல் துறை தரப்பு வாதத்தை வலுவிழக்கும்வகையில் சாட்சியளித்தனர். இவையெல்லாம் சுதேசிய உணர்வு ஊன்றியிருந்ததையும், அரசுக்கு எதிரான மனப்பான்மை நிலவியதையும் சுட்டுவதாகக் கொள்ளலாம்.

எழுச்சி தொடர்பான அரசாணை ஒன்றின் மூலமாகவும் பத்திரிகைச் செய்திகள் மூலமாகவும் இந்த வழக்குகளில் சாட்சி சொன்னோர் பலரின் பெயர்களைத் திரட்டிக்கொள்ள முடிகிறது. பின்வருவோர் கைதிகளுக்கு ஆதரவாகச் சாட்சியம் (defence witness) அளித்தோராவர்:⁵⁷ சாது கணபதி பந்துலு, வக்கீல்; டி.வி. கிருஷ்ணசாமி ஐயர், பி.ஏ., பி.எல்.; ஏ.ஜி. கணபதி சாஸ்திரி, பி.ஏ., பி.எல்.; எஸ்.வி. கைலாசநாத ஐயர், வக்கீல்; கே.டி. சவுந்திரராஜ ஐயங்கார், வக்கீல்; எஸ்.டி. கிருஷ்ண ஐயங்கார், பிளீடர்; பி.ஏ. சங்கர ஐயர், பிளீடர்; எம். சங்கரநாராயண ஐயர், பிளீடர்; சீதாராமய்யர், தூத்துக்குடி டிவிஷனல் மாஜிஸ்திரேட் கோர்ட்டில் எழுத்தர்; மு.ரா. கந்தசாமிக் கவிராயர், மதுரைத் தமிழ்ச் சங்கப் புலவர்; சங்கரநாராயண சாஸ்திரி; இராமாராவ், பிளீடர்; ஸ்ரீநிவாச ஐயர், பிளீடர்; கிருஷ்ணசாமி ஐயர், திருவனந்தபுரம் மகாராஜா கல்லூரிப் பேராசிரியர்; சீதாராம ஐயர், உதவி முதல்வர், திருநெல்வேலி இந்துக் கல்லூரி.

எழுச்சியில் பங்கு வகித்தவரும், வ.உ.சி.யின் நண்பருமான வழக்குரைஞர் சாது கணபதி பந்துலு, சுதேசிக் கப்பல் கம்பெனியின் செயலாளராகப் பணியாற்றிய எஸ்.டி. கிருஷ்ணய்யங்கார், வ.உ.சி.யின் ஆதரவுடன் வெளிவந்த 'விவேகபாநு' எனும் இதழின் ஆசிரியராக விளங்கிய பெரும்புலவர் சேற்றூர் மு.ரா. கந்தசாமிக் கவிராயர் ஆகியோர் எழுச்சிக் கைதிகளுக்கு ஆதரவாகச் சாட்சியம் அளித்தமை குறிப்பிடத்தக்கதாகும். இங்கு ஒரு நகைமுரணான செய்தி. நெல்லை மாவட்டக் கண்காணிப்பாளர் ஆட்சியருக்கு எழுதிய அலுவல் கடிதம் ஒன்றில், எழுச்சிக் கைதிகளுக்கு ஆதரவாக இவர்கள் கொடுத்த சாட்சியம் உண்மை எனக் கொள்ளப்பட்டதாலேயே தண்டனை விதிக்க இயன்றது எனக் குறிப்பிட்டுள்ளார்.⁵⁸

அரசுத் தரப்புச் சாட்சியங்களின் (prosecution witness) பட்டியல் (முழுமையானதன்று) வருமாறு: கான்ஸ்டபிள் 786 நெல்லையப்ப பிள்ளை; கான்ஸ்டபிள் 974 சுப்பு நாயுடு; கான்ஸ்டபிள் 704 சங்கர சுப்பு நாயுடு; கான்ஸ்டபிள் மொகிதீன்

---

56. *சுதேசமித்திரன்*, 16-4-1908.

57. G.O.no. 103, Judicial (Confidential), 25-1-1909.

58. G.O.no. 103, Judicial (Confidential), 25-1-1909.

சாயுபு; கான்ஸ்டபிள் மாணிக்கம் பிள்ளை; மீனாட்சிசுந்தரம் பிள்ளை; கிருஷ்ணசாமி நாயுடு; துரைசாமி ஐயர், வாணிவிலாசம் அச்சக உரிமையாளர்; ஷாப்டர், சி.எம்.எஸ். கல்லூரி முதல்வர்; சாமுவேல் பிள்ளை, சி.எம்.எஸ். கல்லூரித் தமிழாசிரியர்; சி.எம்.எஸ். கல்லூரிப் பாரசீக முன்ஷி முகம்மது மொஹியுதீன் சாகிபு; அந்தோணி, சி.எம்.எஸ். கல்லூரி ஆசிரியர்; அருணாசல ராவ், சி.எம்.எஸ். கல்லூரி ஆசிரியர்; ஷைக் மக்தூம், சி.எம்.எஸ். கல்லூரி மாணவர்; காவல் துணை ஆய்வாளர் வேங்கடவரதாசாரி; ஓய்வுபெற்ற காவலர் ஜகந்நாதன் பிள்ளை; பர்க், சிவகாசி ரிசர்வ் போலீஸ் சார்ஜெண்ட்; பிரிட்டிஷ் இந்தியா ஸ்டீம் நாவிகேஷன் கம்பெனி ஊழியர் மொகிதீன் ஷெரிப்; சோழியப்ப முதலியார்; சுதேசிக் கப்பல் கம்பெனியிலிருந்து பிரிட்டிஷ் கம்பெனிக்கு மாறிய ஊழியர் தம்புசாமி பிள்ளை.

சாட்சிகளைக் கையாள்வதிலும் நீதிபதிகள் ஓரவஞ்சனை காட்டினர். இந்துக்கள் சாட்சியங்களைப் புறந்தள்ளிய நீதிபதி, கிறிஸ்தவராக மாறிய முதலியார், ஐயங்கார் இருவரின் சாட்சியங்களை அப்படியே ஏற்றுக்கொண்டார். சாட்சியங்களைக் கருதும்போது அவர்களுடைய சாதி முக்கிய அளவுகோலாகக் கொள்ளப்பட்டிருக்கிறது. உயர்சாதியல்லாதவர்களின் சாட்சியங்கள் புறந்தள்ளப்பட்டன. லோகநாதய்யருக்கு ஆதரவாகச் சாட்சியளித்த இந்துக் கல்லூரி ஆசிரியர்கள் அனைவரின் சாட்சியங்களையும் நீதிபதி புறந்தள்ளினார்.[59] 'பிரிட்டிஷ் நீதி ஒழுங்கு, பிரெஞ்சு வீதி ஒழுங்கு' என்று சும்மாவா சொன்னார்கள்!

தீர்ப்பு

முதல் கொத்து வழக்குகளை நெல்லை மாவட்ட அமர்வு நீதிபதி சி.ஜி. ஸ்பென்சர் விசாரித்தார். 1908 மார்ச்சில் தொடங்கிய விசாரணை ஆகஸ்டு வரை தொடர்ந்தது. ஆகஸ்டு 5ஆம் நாளிலிருந்து ஆறு மாத விடுமுறையில் செல்ல வேண்டியிருந்தும் அதனை ஒத்திப் போட்டுவிட்டு அவர் வழக்குகளை விசாரித்தார். இந்த வழக்குகளில் முழுக் கவனத்தை அவர் செலுத்துவதற்கு வாய்ப்பாகப் பிற சாதாரண வழக்குகளை விசாரிப்பதற்கென அதுல் சந்தர் தத் என்பார் துணை அமர்வு நீதிபதியாக நியமிக்கப்பட்டார்.[60]

முதல் கொத்து வழக்கில் குருநாதய்யர், லோகநாதய்யர், சங்கரநாராயண பிள்ளை, அமீன் கனகசபாபதி பிள்ளை உள்ளிட்ட 32 பேர் குற்றஞ்சாட்டப்பட்டவர்கள். கலவரத்திற்கு

---

59. *The Hindu*, 2–9–1908.

60. G.O.no. 977, Judicial, 21–7–1908.

முழுமுதற் காரணம் வ.உ.சி., சுப்பிரமணிய சிவா ஆகியோருடைய ராஜதுரோகச் சொற்பொழிவுகளே என்று நீதிபதி முடிவுசெய்தார். பொதுச் சொத்துகள் மட்டுமே அழிக்கப்பட்டன என்றும் தனியார் சொத்துகளைக் கும்பல் தொடவில்லை என்பதையும் அவர் சுட்டிக்காட்டினார். குற்றஞ்சாட்டப்பட்டவர்கள் சார்பான சாட்சிகளைப் புறந்தள்ளிய நீதிபதி அவர்களையெல்லாம் பொய்யர்கள் என்றார். லோகநாதய்யர் சார்பாகச் சாட்சியளித்த படித்த, கௌரவமான இந்துக் கல்லூரி ஆசிரியர்களுக்கும் பொய்யர் என்ற பட்டமே கிடைத்தது. அவருக்கு ஆதரவாகச் சாட்சியமளித்த இந்துக் கல்லூரித் துணை முதல்வர் மட்டுமே ஐந்து மணிநேரத்திற்குக் குறுக்கு விசாரணை செய்யப்பட்டார்.[61] வாதித் தரப்பு சாட்சியங்களை முழுமையாக ஏற்றுக்கொண்ட நீதிபதி, அவர்கள் பொய்யுரைக்க எந்த முகாந்திரமும் இல்லை என்றும் நற்சான்றிதழ் அளித்தார். குருநாதய்யரை எழுச்சியின் சூத்திரதாரி *(moving spirit and organizer)* என்றும் நீதிபதி வருணித்தார்.[62]

இந்திய அரசின் சி.ஐ.டி. துறை இயக்குநரின் வாராந்தரக் குறிப்பேடு முதல் கொத்து வழக்குகளின் முடிவைப் பின்வருமாறு தெளிவுறுத்துகிறது.[63]

> *திருநெல்வேலி 29–8–1908: கடந்த மார்ச் மாதம் நடந்த கலகத்தில், குற்றஞ்சாட்டப்பட்டோர் 32 பேர் கொண்ட முதல் பிரிவினருள் நால்வரின் குற்றம் நிரூபிக்கப்பட்ட பின்பு விடுவிக்கப்பட்டனர்; அடியாள் தலைவரான குருநாதய்யருக்கு ஏழாண்டு நாடு கடத்தல் தண்டனை விதிக்கப்பட்டுள்ளது; லோகநாதய்யருக்கு ஐந்தாண்டுக் கடுங்காவலும் 2000 ரூபாய் தண்டமும், சங்கரநாராயண பிள்ளைக்கும் இராமலிங்கம் பிள்ளைக்கும் தலா ஐந்தாண்டுத் தண்டனையும் 500 ரூபாய் தண்டமும், சங்கரநாராயண ஐயருக்கும் கனகசபாபதி பிள்ளைக்கும் ஐந்தாண்டுத் தண்டனையும், பிறருக்குக் குறைந்த கால அளவு தண்டனையும் விதிக்கப்பட்டுள்ளன.*

குண்டடிபட்ட ஒருவரும் ஓராண்டுக் கடுங்காவல் தண்டனை பெற்றார்.[64] சங்கரம் பிள்ளை, நெல்லியப்ப பிள்ளை, பாப்ஜி

---

61. *Times of India*, 5–8–1908.

62. *The Hindu*, 2–9–1908.

63. Home Political B, nos. 1–8, October 1908. மேலும் காண்க: தீர்ப்பின் விவரம், *The Hindu*, 2–9–1908.

64. *The Hindu*, 2–9–1908.

சாகிபு, உலகநாத பிள்ளை, அய்யாதுரை பிள்ளை, முத்துசாமி நாயுடு, சங்கரலிங்க கோன் ஆகியோர் நிலை என்னவென்று தெரியவில்லை.[65]

இரண்டாம் கொத்து வழக்கில் சுந்தரம் ஐயர், சின்ன நாகப்பன், தச்சநல்லூர் முத்து மூப்பன், சங்கரம் பிள்ளை, கோபால நாயுடு, அரிகர ஐயர், முத்துசாமி வேட்டேராம் (?), நெல்லையப்ப பிள்ளை, வெங்கடாசலம் பிள்ளை, ரங்கமன்னார் நாயுடு, தாணு நாய்க்கன், திக்கில்லா முதலி, ஆழ்வாரப்ப பிள்ளை, குப்பனாச்சாரி, ஆறுமுகம் பிள்ளை, சங்கரலிங்கம் பிள்ளை, அர்ஜுனக் கோன், ஆண்டித் தேவன், நீராவிக்கண்ணுக் கோன், சித்திரம் பிள்ளை, முருகலிங்கம் பிள்ளை, ராமசுப்பு செட்டி ஆகியோர்மீது காவல் நிலையத்தைத் தாக்கிய குற்றம் சுமத்தப்பட்டிருந்தது.[66] இவர்களுடைய கதியையும் இந்திய அரசின் சி.ஐ.டி. துறை இயக்குநரின் வாராந்தரக் குறிப்பேடு பதிவுசெய்துள்ளது.

> திருநெல்வேலி 1–9–1908: இருபத்தோரு பேர் கொண்ட இரண்டாவது பிரிவினருள் அடியாள் தலைவர், சுதேசிப் பிரசாரகர் சுந்தரம் ஐயருக்கு ஐந்தாண்டுக் கடுங்காவலும் 500 ரூபாய் தண்டமும், அதைக் கட்டத் தவறினால் மேலும் ஓராண்டுக் கடுங்காவலும், வேறு பன்னிருவருக்கு மேற்குறித்த அதே கால அளவு தண்டனையும் நால்வருக்கு விடுதலையும் வழங்கித் தீர்ப்பு அளிக்கப்பட்டது.[67]

சி.எம்.எஸ். கல்லூரியின் துணை முதல்வரை மடக்கிய முட்டியுடன் மிரட்டிய நாகப்ப முதலி என்ற இருபத்திரண்டு வயது இந்துக் கல்லூரி மாணவர் கூட்டத்தில் பலர் கைது செய்யப்பட்டபோது தப்பிவிட்டார். வழக்கும் விசாரணையும் முடிந்த பிறகே தலைமறைவிலிருந்து அவர் வெளியே வந்திருக் கிறார். எழுச்சி நடந்து பதினைந்து மாதம் கழித்தே விசாரிக்கப்பட்ட தாலும், இதய நோயாளி என்பதனாலும் அவருக்கு இருநூறு ரூபாய் தண்டம் மட்டுமே விதிக்கப்பட்டது. இது மிகக் குறைந்த தண்டனை என்று கருதிய மாவட்ட ஆட்சியர் இதனை அரசின் கவனத்துக்குக் கொண்டுவந்தார்.[68]

திருநெல்வேலி வழக்குகள் அளவுக்குக்கூடத் தூத்துக்குடி வழக்குகள் பற்றித் தகவல்கள் கிடைக்கவில்லை. எழுச்சி நிகழ்ந்த

---

65. *The Hindu*, 9–5–1908.
66. *The Hindu*, 9–5–1908.
67. Home Political B, nos. 1–8, October 1908.
68. G.O.no. 751, Judicial, 21–5–1910. மேற்கொண்டு என்ன நடவடிக்கை எடுக்கப்பட்டதென அறியக்கூடவில்லை.

சில வாரங்களிலேயே, ஆஷ் 26 பேருக்கு இ.பி.கோ. 143ஆம் பிரிவின்கீழ் ஒரு நாள்முதல் ஒரு மாதம்வரை தண்டனை விதித்தார். இருவரிடம் ஓராண்டு நன்னடத்தைக்கான ஈடுகாணம் பெற்றுக்கொள்ளப்பட்டது.[69] மற்றொரு தூத்துக்குடி வழக்கில் 26 பேரில் 20 பேருக்கு ஒவ்வோர் ஆண்டுக் கடுங்காவலும், மூன்றாண்டுகள் நன்னடத்தை ஜாமீனும் விதிக்கப்பட்டன. ஐவருக்குக் குறைந்த தண்டனை கிடைத்திருக்கிறது; ஒரு சிறுவனுக்கு எட்டுப் பிரம்படிகள் 'உடனே' கிடைத்தன.[70] கோரல் ஆலைத் தொழிலாளர்கள் குறைந்தது 17 பேருக்குத் தண்டனை கிடைத்தது.

தச்சநல்லூர் வழக்கில் நடந்த விசாரணை பற்றி இரண்டொரு குறிப்புகளே கிடைக்கின்றன. இவற்றிலும் முழுமை இல்லை.[71] டி.வி. கிருஷ்ணசாமி ஐயர் இதன் தொடர்பில் வாதாடியிருக்கிறார்.[72] எவரும் நிர்க்கதியாய் விடப்படவில்லை என்பது குறிப்பிடத் தகுந்தது. கீழமை நீதிமன்றத்தில் குற்றவாளிகளுக்கு ஆறு மாதங்கள் மட்டுமே தண்டனை விதிக்கப்பட்டதில் திருப்தியடையாத அரசாங்கம் சென்னை நீதிமன்றத்தில் மேல்முறையீடு செய்து ஒன்றரை ஆண்டுத் தண்டனையைப் பெற்றுத்தந்தது.[73]

தண்டனையடைந்தோர்

மக்களுக்கல்லாமல் தலைவர்களுக்கு மட்டுமே முதன்மை தருவது நமது வரலாற்று மரபு. பேரியக்கங்களில் பங்குபற்றும் எளிய மக்களை மையநீரோட்ட வரலாறு புறக்கணித்துவிடுகிறது. முகமற்ற எண்ணிக்கையாகவே அவர்கள் வரலாறுகளில் இடம்பெறுகிறார்கள். இதைச் சமன்படுத்தும்முகமாக, எழுச்சியில் பங்குகொண்டு தண்டனையடைந்தோருள் பலரைப் பற்றியும் முடிந்தவரை தகவல் திரட்டி இப்பிரிவு அமைக்கப்பட்டுள்ளது.

'ஏட்டு' குருநாதய்யர்

குற்றம்சாட்டப்பட்டோருள் முதலாமவர் 'ஏட்டு' குருநாதய்யர். தல அளவில் இவரே எழுச்சியை ஒருங்கிணைத்த சூத்திரதாரி

69. Weekly Report of Director of CID, 4–4–1908, Home Political B, nos. 36–43, May 1908.

70. *சுதேசமித்திரன், 11–6–1908; Diary of Events, 10 June 1908, Home no.1, March 1908 என்ற ஆவணம் இதை உறுதிப்படுத்துகிறது, ஆனால் தண்டனை பெற்றோரின் எண்ணிக்கையை 20 என்பதற்குப் பதிலாக 17 என்று குறிப்பிடுகிறது.*

71. *இந்தியா, 2–5–1908.*

72. *சுதேசமித்திரன், 29–4–1908.*

73. *Administration Report of the Inspector General of Police*, GoM, 1908, p. 20.

என்றும் 'ரிங் லீடர்' என்றும் அரசாங்கம் கருதியது. 1875இல் பிறந்த இவருக்குச் சொந்த ஊர் நெல்லை மாவட்டச் செவல்குளம். இவருடைய தந்தை கே. சீதாராமையர். பூர்வீகம் தூத்துக்குடி மாவட்ட வடக்குக் கோனார்கோட்டை. உடன்பிறந்தவர்கள் ரங்க ஐயர், சேஷ ஐயர் என்று இருவர். ஐந்தரை அடி உயரம், கறுத்த மேனி, ஒல்லி உருவம், பருக்கள் நிறைந்த முகம் என்று இவர் தோற்றத்தை சி.ஐ.டி..துறை வருணித்தது. தமிழ் மட்டுமே கற்ற இவர் 1894இல் நெல்லைக் காவல் துறையில் கான்ஸ்டபிளாகச் சேர்ந்து ஏட்டாகப் பணி உயர்வு பெற்றார். 'அசாதாரண அறிவுக்கூர்மையும்' ('unusually intelligent') 'புலனாய்வு ஆற்றலும் மிக்கவர்' ('he possessed detective abilities of no mean order') என்பது இவரைப் பற்றிய காவல் துறையின் மதிப்பீடு.[74] 1906இன் இறுதியில் வேலையிலிருந்து நீக்கப்பட்ட இவர், மேல்முறையீடு செய்து மீண்டும் வேலையில் சேர்ந்திருக்கிறார். பிறகு உடல்நிலை சரியில்லை என்று மருத்துவச் சான்றிதழுடன் விடுப்பு எடுத்துக் கொண்டு தஞ்சாவூரில் சுதேசி இயக்க வேலைகளில் ஈடுபடலானார். பின்னர், திருநெல்வேலிக்கு அருகிலுள்ள நான்குநேரிக்கு மாற்றலாகி, அங்கும் சுதேசி இயக்க வேலைகளைச் செய்துவந்தார்; துண்டு வெளியீடுகளைப் பரப்பினார். 1908 ஜனவரியில் ஏட்டு வேலையைத் தாமாகத் துறந்துவிட்டுச் சுதேசிக் கப்பல் கம்பெனியில் சரக்கு அலுவலராகப் (cargo superintendent) பொறுப்பேற்றார்.[75] தூத்துக்குடியில் இயக்கம் உச்சக்கட்டத்தை அடைந்தபோது இவர் வ.உ.சி.யின் தனிச் செயலர்போலவே செயல்பட்டார்.[76] மார்ச் 12ஆம் நாள் வ.உ.சி.க்கும் விஞ்சுக்கும் சம்வாதம் நிகழ்ந்தபோது உடனிருந்து குறிப்புகள் எடுத்தவர் இவரே.[77]

சுதேசிக் கப்பல் கம்பெனிக்கு எதிராக வெள்ளை அதிகாரிகள் செயல்பட்டுவருவது பற்றியும், குறிப்பாகத் தூத்துக்குடியின் துணை மாஜிஸ்திரேட் வாலரின் செயல்களைப் பற்றியும் எழுதுகையில் பாரதி பின்வருமாறு குறிப்பிடுகிறார்.[78]

> ... மிஸ்டர் வாலர் மற்றொரு விளையாட்டு விளையாடி இருக்கிறார். அதாவது போலீஸ் ஸ்டேஷன் ஆபீஸராகிய குருநாதய்யர் என்பவரைத் தருவித்து 'நீர் சுதேசிய முயற்சியிலே

---

74. History Sheet of Gurunatha Ayyar, MPAI, 1913, para 1267.

75. MPAI, 1908, para 221.

76. *சுதேசமித்திரன்*, 9–4–1908 இவரை வ.உ.சி.யின் 'பிரைவேட் செக்ரட்டரி' என்றே குறிப்பிடுகிறது.

77. The Hindu, 2–9–1908.

78. *இந்தியா*, 21–7–1906.

> அனுதாபங்கொண்டிருப்பதாகக் கேள்விப் படுகிறேன். உம்மைத் தூத்துக்குடியிலிருந்து அப்புறப் படுத்துவதற்குண்டான ஏற்பாடு செய்கிறேன்; போம்' என்று பயமுறுத்தியனுப்பினார்.

1906 ஜூலையிலேயே குருநாதய்யரின் சுதேசி இயக்கப் பணி இவ்வாறு பதிவாகி உள்ளது.

எழுச்சி நிகழ்ந்த நாளில் குருநாதய்யரின் செயல்பாடு முன்னரே சொல்லப்பட்டது. எழுச்சியின் தொடக்கமாக, கடையடைப்பு நிகழவேண்டுமெனச் சில மாணவர்கள் வீரராகவபுரத்தில் கடைக்காரர்களைக் கேட்டுக்கொண்டபோது குருநாதய்யர் அங்கிருந்தார் என்றும், அவர்தான் கடையடைப்பைத் தூண்டினார் என்றும் அரசுத் தரப்பில் கூறப்பட்டது. வெள்ளிக்கிழமையன்றே அவரைக் கைது செய்யப் போலீஸ் முயன்றது. மார்ச் 14ஆம் நாள் காலை 9:30 மணியளவில் தூத்துக்குடியிலிருந்து நெல்லைக்குத் திரும்பிவந்தபோதுதான் அவரை சாது கணபதி பந்துலுவின் இல்லத்தில் வைத்துக் கைது செய்தனர்.[79] ரயில் நிலையத்தின் அருகிலிருந்த சத்திரத்தில் இவர் கைதானபோது 'துணிவாகவும் கம்பீரமாகவும்' இவர் நடந்துவந்ததாக 'இந்து' எழுதியது.[80] சிறையில் 'பலவந்தமாக' இவருடைய புகைப்படம் எடுக்கப்பட்டது என்றும் அறிய முடிகின்றது.[81]

பாளையங்கோட்டைச் சிறைக்கு குருநாதய்யர் வந்த பின்னரே எழுச்சி பற்றிய முழுமையான செய்திகள் வ.உ.சி.க்குத் தெரிய வந்தன (மேல்விவரங்களை 7ஆம் இயலில் காண்க).

ஏப்ரல் 27ஆம் நாளன்று பாளையங்கோட்டைச் சிறையில் வ.உ.சி.யையும் சுப்பிரமணிய சிவாவையும் சந்தித்த பாரதி பின்வருமாறு குறிப்பிடுகின்றார்.[82]

> . . . இதனிடையே ஸ்ரீ குருநாத அய்யரும் வந்து சேர்ந்தார். இவர் என்னைக் கண்டவுடனே 'வந்தே மாதரம்' என்று முழங்கிய தொனி சிறைக்கூட முழுவதிலும் கேட்டிருக்கும். மேலும் இவர் இந்த க்ஷத்திரிய நடையும் க்ஷத்திரியப் பார்வையும் எப்படிப் பெற்றாரென்பது எனக்குத் தெரியவில்லை. இது நிற்க, ஸ்ரீ குருநாத அய்யர் கலகத்தன்று காலை ஒன்பது மணி ரயிலுக்குத் திருநெல்வேலியிலிருந்து

79. TRT; G.O.no. 103, Judicial (Confidential), 25–1–1909.

80. *The Hindu*, 16–3–1908.

81. *சுதேசமித்திரன்*, 9–4–1908.

82. பத்மநாபன், *பாரதி புதையல் பெருந்திரட்டு*, ப. 356.

ஏதோ அவசர வேலையாகத் தூத்துக்குடிக்குப் போய்விட்டாரென்றும், கலகச் சமயத்தில் இவர் இங்கு இருக்கவேயில்லையென்றும், போலீஸார் அவரை அநீதியாக அடைத்துவிட்டார்களென்றும் ஊர்க்காரர்கள் பேசிக்கொள்கிறார்கள்.

வீரராகவபுரத்தில் கடையடைப்புத் தொடங்கிய சமயத்தில் குருநாதய்யர் அங்குதானிருந்தார் என்பதைப் பல்வேறு ஆதாரங்கள் காட்டுகின்றன.[83] சுதேசி இயக்கத்தினரைக் காக்கும்முகமாகவே பாரதி இப்படிக் குறிப்பிடுகின்றார் என்று கொள்ள வேண்டும்.

குருநாதய்யருக்கு ஏழாண்டு நாடுகடத்தல் தண்டனை விதிக்கப்பட்டது.[84] மேல்முறையீட்டில் தண்டனை உறுதியாகி யிருக்கிறது. பெரும்பாலும் திருச்சி சிறையிலேயே அவருடைய தண்டனைக்காலம் கடந்திருக்கிறது. 1913 ஜூன் 13 விடுதலையானவர் உடனே கடயம் புறப்பட்டுச் சென்றிருக்கிறார்.[85]

மதிப்பும் அதிகாரமும் மிக்க வேலையைத் துறந்து நாட்டு விடுதலைக்காகப் போராடிச் சிறை சென்றதால் அவருடைய குடும்பத்தில் குழப்பம் விளைந்திருக்கிறது. குருநாதய்யருக்கும் அவருடைய மனைவி மீனாட்சிக்கும் இடைவெளி விழுந்துள்ளது. சிறையிலிருந்தவரை அவருடைய மனைவி ஒருமுறைகூடக் காண வரவில்லை; கடிதமும் எழுதியதாகத் தெரியவில்லை. குருநாதய்யர்மீது வ.உ.சி. கொண்ட அக்கறையினை, இவர் சிறையிலிருந்த காலத்தில் வ.உ.சி.யின் மனைவி மீனாட்சி அம்மாள் இவருக்கும் இவருடைய மனைவிக்கும் எழுதிய கடிதங்கள் காட்டுகின்றன (காண்க: 7ஆம் இயல்; பிற்சேர்க்கை 7). 1914 பிப்ரவரியில் இவர் மறுமணம் செய்யப் பெண் தேடி ஆழ்வார்திருநகரி வந்ததாகக் கிடைக்கும் தகவலிலிருந்து முதல் திருமணம் முறிந்ததாகக் கொள்ளவேண்டியிருக்கிறது.[86] பின்னர் போலீஸ் கண்காணிப்பிலிருந்து தப்பியவர் 1915ஆம் ஆண்டளவில் ஜப்பானுக்குச் சென்று அவருடைய சகோதரருடன் தங்கிவிட்டார் என்பதும் சி.ஐ.டி. தகவலாகும்.[87] இதற்கு மேல் இவரைப் பற்றிய செய்திகளை அறியக்கூடவில்லை.

வ.உ.சி. தம் சுயசரிதையில் இவரைப் பல இடங்களில் குறிப்பிடுகிறார். 'என்னுயிர் நண்பனாய் என் பல மொழிகளும்

---

83. *வ.உ.சி. சுயசரிதை,* ப. 83; TRT.
84. G.O.no. 1267, Judicial, 14-9-1908.
85. MPAI, 1913, para 887.
86. MPAI, 1914, para 88.
87. MPAI, 1916, para 957.

உன்னரு மறையென உவப்பொடு கொள்ளும் குருநாதன்'[88] என்று வ.உ.சி. பாராட்டிய குருநாதய்யரை,

> சிதம்பரம் பிள்ளையின் வாக்கை வேதவாக்காக மதித்து, அவர் சுதேசிக் கப்பல் கம்பெனி தொடங்கியவுடன் தமது போலீஸ் வேலையை ராஜிநாமா செய்துவிட்டுவந்த 'ஏட்டு' குருநாத ஐயரின் பேரைக்கூடத் தற்காலத் தமிழ்நாட்டார் அறிய மாட்டார்கள். சிதம்பரம் பிள்ளையின் செல்வாக்கில் ஈடுபட்டு, அவர் சுதேசி இயக்கத்தில் ஆர்வம் கொள்ளாமலிருந்தால் அவர் போலீஸ் இன்ஸ்பெக்டர் பதவிவரை பெற்றிருக்கலாம். ஆனால் அவர் 'அண்ணாச்சி' யென்று அருமையாகப் போற்றிய சிதம்பரம் பிள்ளையுடன் சேர்ந்து சுதேசி இயக்கத்தில் ஈடுபட்டதால் திருநெல்வேலிக் கலகத்தில் சேர்ந்திருந்ததாக ஏழு ஆண்டுகள் சிறை வாசம் அடைந்தார்

என்று வ.உ.சி.யின் தலைமையில் சுதேசியப் பணியாற்றிவந்த பரலி சு. நெல்லையப்பர் பின்னாளில் நினைவுகூர்ந்திருக்கிறார்.[89] குருநாதய்யரின் பெருமையை உரைக்கப் பரலி நெல்லையப்பரின் சான்றிதழுக்கு மேல் ஒன்றும் வேண்டுவதில்லை.

கே.ஜி. லோகநாதய்யர்

கே.ஜி. லோகநாதய்யர் திருநெல்வேலி இந்துக் கல்லூரி ஆசிரியர். திருவனந்தபுரம் மகாராஜா கல்லூரியில் படித்தவர். சென்னைப் பல்கலைக்கழகப் பட்டதாரி. ஆசிரியப் பட்டயமும் *(Licentiate in Teaching)* பெற்றவர். எழுச்சி நிகழ்வதற்கு எட்டு மாதங்களுக்கு முன்புதான் – அதாவது 1907–08 கல்வியாண்டின் தொடக்கத்தில் – கணக்குப் பேராசிரியராக இந்துக் கல்லூரியில் சேர்ந்திருக்கிறார்.[90] 'தேசபக்த வெறி பிடித்தவர்' என்று இவரை வருணிக்கிறார் சிவாவின் உற்ற சீடரான ரா. ஸ்ரீநிவாசவரதன்.[91] எழுச்சியில் இந்துக் கல்லூரி வகித்த பங்கிற்கு இவர் குறியீடாகிறார். கல்லூரியின் மீது அதிருப்தியுற்ற சென்னை மாகாண ஆளுநர் ஆர்தர் லாலி *(Sir Arthur Lawley)*, 1908 நவம்பரில் நெல்லைக்கு வருகைதந்தபோது இந்துக் கல்லூரிக்கு வர மறுத்ததற்கு இவர்மீது

---

88. *வ.உ.சி. சுயசரிதை*, ப. 44.

89. பரலி சு. நெல்லையப்பர், 'வீரர் நினைவு', *லோகோபகாரி*, 23–8–1947.

90. *The Hindu*, 2–9–1908.

91. ரா. ஸ்ரீநிவாசவரதன், *சுப்பிரமணிய சிவா*, ப. 34.

கல்லூரி தக்க நடவடிக்கை எடுக்கவில்லை என்று அவர் கருதியது ஒரு முக்கியக் காரணம் (4ஆம் இயலைக் காண்க). வழக்குச் சாட்சியங்கள் லோகநாதய்யருடைய பங்கை மிக விரிவாகப் பேசுகின்றன. குருநாதய்யருக்கு அடுத்து இவர்மீதே அரசு தரப்பு குறிவைத்தது என்று சொல்ல வேண்டும்.

மாணவரிடையே மிகுந்த செல்வாக்குப் பெற்றிருந்த லோகநாதய்யர், எழுச்சி நிகழ்ந்த காலை, 'இன்று நாம் சுதந்திரம் அடைந்துவிட்டோம்' என்று ஓங்கி மேசையில் அறைந்து, 'இன்று காலேஜுக்கு விடுமுறை, நாமும் கிளர்ச்சியில் சேர்ந்து, நமது கடமையைச் செய்ய வேண்டும்' என்று மாணவர்களைத் திரட்டிக்கொண்டு தெருவில் இறங்கினார்.[92] எழுச்சி முழுவதிலும் இவருடைய தலைமைப் பண்பு மிளிர்ந்துள்ளது.

எழுச்சி நிகழ்ந்து பத்து நாள் கழித்து 24ஆம் தேதி கைதான இவர்,[93] பத்து நாளில் ஜாமீனிலும் வெளிவந்தார்.[94] பொதுக் கல்வித் துறை இயக்குநரின் ஆணைப்படி முதலில் இடைநீக்கம் செய்யப்பட்டு,[95] சிறிது காலத்திற்குப் பிறகு முழுவதுமாக வேலைநீக்கம் செய்யப்பட்டார். சண்முகசுந்தரம் பிள்ளை, முத்துக்குமாரசாமி பிள்ளை என்ற இரு மாணவர்களை அரசு தரப்பு சாட்சிகளாக ஆக்கி லோகநாதய்யருக்கு எதிராகச் சாட்சி சொல்ல வைக்கத் திருநெல்வேலி நகராட்சித் தலைவரும் கவுன்சிலர் சிலரும் முயன்றிருக்கிறார்கள்.[96] இதற்கு மாணவர்கள் இணங்காதது இவர்மேல் அவர்கள் கொண்டிருந்த மதிப்பைக் காட்டுகின்றது.

லோகநாதய்யர் மக்கள்திரளின் முன் நின்று, நெல்லையப்பர் கோயில் மண்டபத்தின் அருகே திண்ணைபோன்ற அமைப்பின் மீதேறி, 'நம் சகோதரர்கள் கைதாகியுள்ளனர். . . . விடக் கூடாது. கல்லெறியுங்கள், தீயிடுங்கள்' எனச் சொன்னதாகப் போலீஸ் தரப்பு சாட்சிகள் பலர் கூறினார்கள்.[97] 'இதைச் செய்யும் நோக்கத்தோடு நாம் இன்றைய நாளைத் தொடங்கவில்லை. ஆனால் இப்போது வேறு வழியில்லை' என்று அவர் கூறியதாகவும், இது வன்முறைக்கான தூண்டுதலே என்றும் அரசு தரப்பு

---

92. ரா. ஸ்ரீநிவாசவரதன், *சுப்பிரமணிய சிவா*, ப. 34.

93. *Times of India*, 26–3–1908.

94. *சுதேசமித்திரன்*, 26–3–1908.

95. *சுதேசமித்திரன்*, 7–4–1908.

96. *சுதேசமித்திரன்*, 11–4–1908.

97. *The Hindu*, 5–5–1908

வாதிட்டது.⁹⁸ சி.எம்.எஸ். கல்லூரியில் நிகழ்ந்த வன்முறையிலும் இவர்மீது பழி சுமத்தப்பட்டது. தொடர்ந்து 'சுயராஜ்யம்', 'வந்தே மாதரம்' என்று அவர் முழக்கம் எழுப்பியதாகவும் சாட்சியங்கள் கூறின. திருவனந்தபுரம் மகாராஜா கல்லூரிப் பேராசிரியர் கிருஷ்ணசாமி ஐயர், அவருடைய நன்னடத்தைக்குச் சான்றுகூற, இந்துக் கல்லூரித்துணை முதல்வர் சீதாராம ஐயர், எழுச்சி நிகழ்ந்த நேரத்தில் அவரை வகுப்பறையில் கண்டதாகச் சொன்னார்.⁹⁹ சி.எம்.எஸ். கல்லூரி, நெல்லையப்பர் கோயில் மண்டபம், காவல் நிலையம் என அனைத்து இடங்களிலும் ஒரே சமயத்தில் இவர் இருந்திருக்க முடியாது என்ற வாதத்தை நீதிபதி ஏற்கவில்லை. லோகநாதய்யருக்கு ஐந்தாண்டுக் கடுங்காவல் தண்டனையும் 2000 ரூபாய் தண்டமும் கிடைத்தன.

திருவிதாங்கூர் சமத்தானத்தில் செல்வாக்குமிக்கவரா யிருந்த வழக்குரைஞரும் நீதிபதியும் வரலாற்றாய்வில் ஈடுபாடுடையவருமான கே.ஜி. சேஷய்யர் லோகநாதய்யருக்கு அண்ணன் ஆவார். இந்தச் செல்வாக்கைக் கொண்டு, மேல்முறையீட்டு வழக்குகளைக் கவனித்த நீதிபதி சி. சங்கரன் நாயரின் மூலமாகத் தண்டனையைக் குறைப்பதற்கு முயற்சி நடந்ததாகச் சொல்லப்பட்டது.¹⁰⁰ அப்படியொரு முயற்சி நடந்திருந்தாலும் அதனால் எந்தப் பலனும் விளையவில்லை.¹⁰¹

கோவைச் சிறையில் லோகநாதய்யரின் தண்டனைக் காலம் கழிந்தது (கைதி எண் 6557). 1911இல் ஆஷ் கொலை வழக்கில் சதிகாரர்களின் தலைவரெனத் தீர்ப்பு வழங்கப்பட்டுத் தண்டனை அடைந்த நீலகண்ட பிரம்மச்சாரியும் கோவைச் சிறையிலிருந்தார். தமக்கு எதிராகச் சாட்சியளித்த கடலூர் சக்கரவர்த்தி ஐயங்கார் என்பவருக்கு நீலகண்ட பிரம்மச்சாரி மிரட்டல் கடிதம் ஒன்றை அனுப்பினார். லோகநாதய்யருக்கும் இதனுடன் தொடர்பு இருக்குமோ என அரசு ஐயம் கொண்டது. இருப்பினும் நடவடிக்கை ஏதும் எடுக்கவில்லை. சிறை அச்சகத்தில் அவருக்கு மெய்ப்புப் பார்க்கும் வேலை ஒதுக்கப்பட்டது. நன்னடத்தையால் சிறையில் கான்விக்டு வார்டர் ஆனவர் 1912 செப்டம்பர் 15ஆம் நாளில் விடுதலை பெற்றார்.¹⁰²

குருநாதய்யர் போலல்லாமல் லோகநாதய்யருக்குக் குடும்ப ஆதரவு இருந்திருக்கிறது. ஜாமீனில் விடுதலையான மிகச் சிலருள்

---

98. *The Hindu*, 2–9–1908.

99. *Times of India*, 5–8–1908.

100. HFM, vol. 79.

101. Home Political B, nos. 1–8, October 1908.

102. G.O.no. 1278, Judicial (Confidential), 12–8–1912.

இவர் ஒருவர். சொந்தமாக ஐந்தாயிரம் ரூபாய் ஈடுகாணம் கொடுத்ததுமல்லாமல் வேறு இருவரும் இரண்டாயிரம் ரூபாய் ஈடுகாணம் கொடுத்திருக்கின்றனர் என்பதைக் கொண்டு இதைப் புரிந்துகொள்ளலாம்.[103] எல்.ஏ. கோவிந்தராகவ ஐயர் என்ற செல்வாக்குமிக்க வழக்குரைஞரைக் கொண்டு மேல்முறையீட்டு வழக்கு நடத்தும் அளவுக்கு இவருடைய குடும்பம் துணைநின்றிருக்கிறது. உடன்பிறந்த அண்ணன் ஒருபுறம் உதவ, கல்குறிச்சியில் கிராம முன்சீபாக இருந்த இவருடைய மாமனார் கணபதி சாஸ்திரி மேல்முறையீட்டு வழக்கின்போது நீதிமன்றம் வரை வந்து வழக்குரைஞரோடு ஆலோசனை நடத்தியதாகத் தெரிகிறது.[104]

பின்னாளில் இவர் என்னவானார் என்று தெரியவில்லை.

சங்கன்

'சௌரத்திற் கென்னூர் சங்கனுள் இருந்தான்' என்று வ.உ.சி. சங்கன் என்பவரைத் தம் சுயசரிதையில் குறிப்பிடுகிறார். வ.உ.சி. சுயசரிதையின் பதிப்பாசிரியரும் வ.உ.சி.யின் புதல்வருமான வ.உ.சி. சுப்பிரமணியம், மேற்கண்ட வரிக்குத் 'தூத்துக்குடி கலகம் சம்பந்தமாகக் கைதியான சங்கன் என்னும் நாவிதச் சகோதரன்' என அடிக்குறிப்பு எழுதியுள்ளார்.[105] சங்கனைத் தம் ஊர்க்காரர் என்று அன்பு பாராட்டியிருப்பதுடன், தம்முடன் சிறையிருந்து தமக்குப் பணிசெய்தவர் என்றும் வ.உ.சி. பெருமைகொண் டிருக்கிறார் என்பது இக்குறிப்பிலிருந்து தெரிகிறது. இவரைப் பற்றி வேறு விவரம் அறிய முடியவில்லை. தூத்துக்குடியில் சுதேசி இயக்கத்தில் முடிதிருத்தும் தொழிலாளர் முக்கியப் பங்காற்றிய செய்தியை அக்காலச் செய்தித்தாள்கள் விரிவாகப் பதிவுசெய்துள்ளன. சுதேசி இயக்கத்திற்கு எதிராகப் பேசிய ஒரு வக்கீலைப் பாதி சிரைத்துவிட்டு அதற்கு மேல் சவரம்செய்ய ஒரு தொழிலாளர் மறுத்திருக்கிறார். சுதேசியத்தின் எதிரிக்கு ஊரில் வேறு எவருமே முடிதிருத்த முன்வராத நிலையில் அவர் ரயிலேறித் திருநெல்வேலிக்குச் சென்றே வேலையை முடித்துக்கொள்ள வேண்டியதாயிருந்தது. சுதேசி இயக்கத்தில் முடிதிருத்தும் தொழிலாளர்களின் பிரதிநிதி போல் சங்கன் இடம்பெற்றிருக்கிறார் எனக் கொள்ளலாம்.

வ.உ.சி.யின் வாழ்க்கைக் கதை 'கப்பலோட்டிய தமிழன்' (1961) என்ற திரைப்படமானபோது சங்கனை ஒரு கதைமாந்தராகச்

---

103. *சுதேசமித்திரன்*, 26-3-1908.

104. MPAI, 1909, para 157.

105. *வ.உ.சி. சுயசரிதை*, ப. 89.

சித்தரித்த நயம் பாராட்டுக்குரியது. டி.எஸ். துரைராஜ் இப்பாத்திரத்தைச் சிறப்பாக ஏற்று நடித்திருப்பார்.

சங்கரநாராயண ஐயர்

வ.உ.சி. தமது சுயசரிதையில் இரண்டு இடங்களில் இவர் பெயரைக் குறிப்பிடுகிறார்.[106] இவர் கண்ணனூர்ச் சிறையிலிருந்தவர் (கைதி எண் 3147).[107] டிராமா ஏஜெண்டாகத் தொழில் பார்த்தவர் (அதாவது, நாடகக் குழுக்களை ஒப்பந்த அடிப்படையில் அமர்த்தி, நாடகம் நடத்த ஏற்பாடு செய்பவர்). தூத்துக்குடியில் வக்கீலாக இருந்த சுதேசி இயக்க ஆதரவாளர் ஸ்ரீவைகுண்டம் டி.ஆர். மகாதேவையருக்கு இவர் மாமா ஆவார். இவரும், 'திருநெல்வேலி தீயிட்ட கேஸில்' தண்டனை அடைந்த பிறரும் சிறையதிகாரிகளின் கொடுமைக்கு ஆளாயினரென்றும், இவர் களுக்குத் தண்டனைக் குறைப்பு வாங்கித்தருவதற்கு வ.உ.சி. முயன்று வெற்றிபெற்றார் என்றும், இவர்கள் விடுதலையடைந்த பின்னர் இவர்களுக்கு வ.உ.சி. தம் மைத்துனரைக் கொண்டு விருந்து படைத்தார் என்றும் வ.உ.சி.யின் குறிப்புகளிலிருந்து அறிய முடிகின்றது. (இதனை 7ஆம் இயலில் விரிவாகப் பார்க்கலாம்.) சிறையிலிருந்து விடுதலையான பின்னரும் இவர்களுடைய உறவு தொடர்ந்திருக்கிறது.

சங்கரநாராயண பிள்ளை

சங்கரநாராயண பிள்ளை திருநெல்வேலியில் நாஷனல் எம்போரியம் என்ற சுதேசிக் கடையை நடத்தியவர். எழுச்சிக்குப் பிறகு இவர் தலைமறைவாகிவிட்ட நிலையில் இவருடைய கடை ஜப்தி செய்யப்பட்டது. பிறகே இவர் சரணடைந்து தண்டனை பெற்றார். மேல்முறையீட்டில் இவர் விடுதலையாகியிருக்கிறார் எனத் தெரிகிறது.[108]

இராமலிங்கம் பிள்ளை

வீ. இராமலிங்கம் பிள்ளை என்ற இளைஞரின் அண்ணன் வீ. சிதம்பரம் பிள்ளை சுதேசிக் கப்பல் கம்பெனியின் பிரசார முகவராகப் பணியாற்றியவர்.[109] அமர்வு நீதிமன்றத்தால் ஐந்தாண்டுச் சிறையும் *2,000* ரூபாய் தண்டமும் விதிக்கப்பட்ட இராமலிங்கம் பிள்ளை உயர் நீதிமன்ற மேல்முறையீட்டில்

---

106. வ.உ.சி. சுயசரிதை, ப. 139, 148.

107. G.O.no. 1252, Judicial, 7–8–1912.

108. இந்தியா, 10–4–1909; 24–4–1909; Home Political B, Nos. 108–114, June 1909.

109. The Hindu, 2–9–1908.

விடுதலை பெற்ற பின் செகந்திராபாதிலிருந்த அவருடைய மைத்துனருடன் சென்று தங்கிவிட்டார்; இருப்பினும் அவரைப் போலீஸ் தொடர்ந்து கண்காணித்தே வந்தது.[110] (கலக வழக்குகளில் சிக்கியவர்கள் நெல்லையில் இயல்பு வாழ்க்கையைத் தொடர முடியவில்லை என்பதை இதிலிருந்து உய்த்துணரலாம்.)

சேலம் சிறைக் கைதிகள்

ஏ.கே. கனகசபாபதி பிள்ளை (*கைதி எண் 5642*);[111] *24* வயது; நெல்லை துணை முன்சீபு நீதிமன்ற எழுத்தர்.

இராமசுப்பன் செட்டி (*கைதி எண் 5363*); *19* வயது; குதிரைவண்டி ஓட்டுநர்.

பழநியாப் பிள்ளை (*கைதி எண் 5640*); *34* வயது; உழவர்.[112]

இவர்களில் கடைசி இருவர் சிறையிலிருந்தபோது தொழுநோயால் பீடிக்கப்பட்டனர். சேலம் சிறைக்கு ஆளுநர் வருகை தந்தபோது கருணை வேண்டியதில் ஆளுநர் இவர்களுடைய கோரிக்கையைப் பரிசீலிக்குமாறு பணித்ததில் இவர்கள் தண்டனைக் குறைப்பு பெற்றனர்.[113]

கண்ணனூர்ச் சிறைக் கைதிகள்[114]

கனகசபாபதி பிள்ளை (*கைதி எண் 3148*)
சாவடி சிதம்பரம் பிள்ளை (*கைதி எண் 3376*)
சின்னத்தம்பி பிள்ளை (*கைதி எண் 3378*)
முத்து மூப்பன் (*கைதி எண் 3379*)
நெல்லையப்ப பிள்ளை (*கைதி எண் 3380*)
ஆழ்வாரப்ப பிள்ளை (*கைதி எண் 3381*)
ஆண்டித் தேவன் (*கைதிஎண் 3382*)

கோவைச் சிறைக் கைதி[115]

முத்தையா தேவன் (*கைதி எண் 4486*)

---

110. MPAI, 1911, para 2027.

111. கண்ணனூர்ச் சிறைக் கைதி கனகசபாபதி பிள்ளையும் இவரும் ஒருவர்தாமா எனத் தெரியவில்லை.

112. G.O.no. 89, Judicial, 19–1–1911.

113. G.O.no. 89, Judicial, 19–1–1911.

114. G.O.no. 1252, Judicial, 7–8–1911; G.O.no. 1823, Judicial, 7–11–1912.

115. G.O.no. 1252, Judicial, 7–8–1911.

இவர்களைத் தவிர எழுச்சியில் பங்குகொண்டோராக ராஜமுந்திரிச் சிறையில் ஒருவரும், வேலூரில் ஒருவரும், பெல்லாரியில் மூவரும் கைதிகளாக இருந்தனர்.[116] விசாரணைக் காலத்திலேயே பிச்சப் பிள்ளை என்பவர் காலமாகிவிட்டார் என்றும் ஒரு குறிப்பு கிடைக்கிறது.[117]

இவர்களைப் பற்றியெல்லாம் பெயருக்கு மேல் அதிகம் விவரங்கள் தெரியவில்லை என்றால் இரண்டாம் கொத்து வழக்கில் தண்டனை பெற்றவர்களின் பெயர்கள்கூடத் தெரியவில்லை. ஆனால் அவர்களுடைய சமூகப் பின்புலத்தை அறிய முடிகிறது. இவர்களுள் குதிரைவண்டிக்காரர்கள் 12 பேர். சிறிய உணவுக் கடை வைத்திருந்தவர் ஒருவர். ஒருவர் கல்யாணத் தரகர். ஒருவர் நாட்டு மருத்துவர். ஒருவர் ஆட்டுத் தரகர். ஒருவர் கூலித் தொழிலாளர். இருவர் முன்னாள் போலீஸ்காரர்கள். ஒருவர் நகராட்சி மேஸ்திரி. ஒருவர் நகை வியாபாரி. ஒருவர் நெசவாளர். ஒருவர் விறகுவெட்டி. ஒருவர் சிறு கடைக்காரர்.[118]

ஆலைத் தொழிலாளரும் தூய்மைத் தொழிலாளரும் நாவிதரும் கசாப்புக் கடைக்காரரும் குதிரைவண்டிக்காரரும் தின்பண்டம் விற்போருமாகப் பலதரப்பட்ட தொழிலாளரும் எழுச்சி ஏற்படுவதற்கு முன்பிருந்த தொடக்கக் கட்டத்திலிருந்து வ.உ.சி.யும் சிவாவும் கைதான பின்புவரை வேலைநிறுத்தத்தில் ஈடுபட்டனர். இவர்களுள் சிலரும் கட்டாயம் கைதாகித் தண்டனைபெற்றிருப்பார்கள். ஆனால் இவர்களைப் பற்றி யெல்லாம் ஒன்றுமே தெரியவில்லை.

மேலும், முன்குறிப்பிட்ட கைதிகள் வேளாளர், பிராமணர், மறவர், வாணியர், கோனார், நாவிதர், செட்டியார், நாயுடு, ஆசாரி எனப் பல்வேறு சாதிகளைச் சேர்ந்தோராக இருந்திருக்கின்றனர் என்பதை மனங்கொள்ள வேண்டும்.

பெல்லாரியிலிருந்த எழுச்சிக் கைதிகள் 'வந்தே மாதர'க் கைதிகள் என்று அழைக்கப்பட்டிருக்கின்றனர். தாய் நாட்டுக் காகவே தாங்கள் சிறையிலிருப்பதால் அதில் அவமானம் ஏதும் இல்லை என்றும் அவர்கள் பெருமிதம் கொண்டதாக சி.ஐ.டி. அறிக்கை ஒன்று கூறுகிறது.[119] எழுச்சியில் ஈடுபட்டோரும் கைதானோரும் தண்டனையடைந்தோரும் சுதேசி இயக்கத்தில் கொண்டிருந்த ஈடுபாட்டை இது உறுதிப்படுத்துகின்றது.

---

116. G.O.no. 1823, Judicial, 7–11–1912.

117. *சுதேசமித்திரன்*, 11–4–1908.

118. The Hindu, 2-9-1908.

119. HFM, vol. 79.

மேல்முறையீடு

எழுச்சிக் கைதிகளுக்குக் கடுமையான தண்டனை விதிக்கப்பட்ட நிலையில் பலர் அதனை எதிர்த்து மேல்முறையீடு செய்தனர். இதற்கான ஏந்துகளைச் சுதேசி இயக்கச் சார்பினர் செய்துள்ளனர் என அனுமானிக்க முடிகிறது.

அரசும் இதற்குத் தயாராகவே இருந்தது. எழுச்சியில் கைதானோர் உயர் நீதிமன்றத்தில் மேல்முறையீடு செய்தாலோ ஜாமீன் கோரினாலோ அவற்றை எதிர்ப்பதற்கும் அமர்வு நீதிமன்றத்தில் வாதாடிய ரிச்மண்டே நியமிக்கப்பட்டார். திருநெல்வேலி அமர்வு நீதிமன்றத்தில் வ.உ.சி., சிவா ஆகியோருக்கு எதிராக அரசு வக்கீலாகப் பணியாற்றியவர் ரிச்மண்டு. எழுச்சியில் கைதானோருக்கு எதிராகவும் இவரே வாதாடினார். அரசு சார்பாகச் சிறப்பாக வாதாடி எழுச்சிக் கைதிகளுக்குக் கடும் தண்டனை வாங்கித்தந்ததைக் கண்ட விஞ்சு செய்த பரிந்துரையினாலேயே முறையீட்டு வழக்குகளைக் கவனிப்பதற்கும் இவர் நியமிக்கப்பட்டார்.[120]

விசாரணையின் விரிவு காரணமாகத் தமக்கு உதவியாக ஒருவர் வேண்டுமென்று கேட்டதால், ரிச்மண்டின் விருப்பப்படி டி. அனந்தாசாரி என்ற உயர் நீதிமன்ற வக்கீல் உதவியாளராக நியமிக்கப்பட்டார்.

உயர் நீதிமன்றத்தில் ரிச்மண்டு வாதாடிய நாள்கள்: 1909 ஜனவரி 25, 26, 27, 28; 1909 பிப்ரவரி 1, 2, 3, 4, 5, 8, 9, 10, 11, 15, 17, 19; 1909 மார்ச் 30 (மேற்கொண்டு சாட்சியம் விசாரித்தல்); மூன்றாம் நீதிபதியின் விசாரணை 1909 ஏப்ரல் 5, 6, 7, 8; தீர்ப்பு நாள் 1909 ஏப்ரல் 9.[121]

ஏறத்தாழ 20 நாளுக்கு வழக்கு நடந்ததிலிருந்து மேல்முறையீட்டு வழக்குகள் தீவிரமாக நடந்தன எனக் கொள்ளலாம்.

வ.உ.சி., சிவா ஆகியோருக்கு எதிராகத் தம்முடன் வழக்காடிய இ.பி. பவல் என்பாரின் ஆலோசனையையும் எழுச்சி வழக்குகள் தொடர்பாக ரிச்மண்டு நாடினார். ஆனால் இதற்காகப் பவல் ஊதியம் கேட்டபோது அரசாங்கம் தர மறுத்துவிட்டது.[122]

மேல்முறையீடுகளை எதிர்த்து வழக்காடும் பொருட்டு ரிச்மண்டுக்கு நாள் ஒன்றுக்கு 87½ ரூபாயும், அனந்தாசாரிக்கு

---

120. G.O.no. 1267, Judicial, 14–9–1908.

121. G.O.no. 550, Judicial, 29–4–1909.

122. G.O.no. 964, Judicial, 20–7–1909.

நாள் ஒன்றுக்கு 35 ரூபாயும் ஊதியம் கிடைத்தது. மொத்தம் ரிச்மண்டு 2275 ரூபாயும் அனந்தாசாரி 875 ரூபாயும் ஊதியமாகப் பெற்றனர். ஏகாதிபத்தியத்தை நிலைநாட்டிய மாதிரியும் ஆயிற்று நல்ல வருமானமும் ஆயிற்று என்று சொல்லலாமல்லவா?

~~

கீழமை நீதிமன்றத்தில் வழக்குகள் நடந்ததுபோலவே சென்னை உயர்நீதிமன்றத்திலும் கொத்துக்கொத்தாக மேல்முறையீட்டு வழக்குகள் நடந்திருக்கின்றன. லோகநாதய்யர் தொடர்பான முதல் கொத்து வழக்கு பற்றிய முழுத் தீர்ப்பு 'இந்து' நாளேட்டில் பதிவாகியுள்ளது.[123]

செல்வாக்கான நபர் என்ற முறையிலும், ஐந்தாண்டுக் கடுங்காவல் என்பதாலும் லோகநாதய்யர் சென்னை உயர் நீதிமன்றத்தில் மேல்முறையீடு செய்ததில் வியப்பில்லை. தலைமை நீதிபதி பென்சன், சர் சங்கரன் நாயர் ஆகியோர் நீதிபதிகள். முன்னர் குறிப்பிட்டவாறு அரசு தரப்பில் டி. ரிச்மண்ட், டி. அனந்தாசாரி ஆகியோர் வாதாடினார். லோகநாதய்யர் சார்பாகப் புகழ்பெற்ற வழக்குரைஞரும், பிரம்மஞான சபைப் பிரமுகரும், காங்கிரஸ் கனவானும், சில ஆண்டுகளுக்குப் பிறகு உயர் நீதிமன்ற நீதிபதியாக உயர்ந்தவருமான எல்.ஏ. கோவிந்தராகவ ஐயர் வாதாடினார். அரசு தரப்பு வாதங்களைச் சட்ட நுணுக்கங்களோடும் தர்க்க சாமர்த்தியத்தோடும் அவர் எதிர்கொண்டார்.[124] அரசு தரப்பு சாட்சியங்கள் நம்பகமானவை அல்ல என்பதே அவருடைய வாதமாக இருந்தது. சி.எம்.எஸ். கல்லூரி ஆசிரியர்களே குற்றத்தை நிரூபிப்பதற்கு முக்கிய சாட்சியங்களாக இருந்திருக்கின்றனர். இந்துக் கல்லூரி எப்போது அடைக்கப்பட்டது, 11:20க்கா 11:40க்கா என்பது முக்கிய விவாதப் புள்ளியாக இருந்தது. 11:40க்கு என்றால் 11.45க்கு சி.எம்.எஸ். கல்லூரியில் லோகநாதய்யர் இருந்திருக்க முடியாது என்று வாதிட்டார் எல்.ஏ. கோவிந்தராகவ ஐயர். மார்ச் 13ஆம் தேதி, திருநெல்வேலியிலிருந்து கொல்லம் செல்லும் ரயில் எப்போது புறப்பட்டது என்பதுகூட விவாதத்திற்குரியதானது.[125] அரசு தரப்பு மேல் முறையீட்டைக் காத்திரமாக எடுத்துக்கொண்டது என்பது தெளிவு. எப்படியும் லோகநாதய்யரைத் தப்பவிடக் கூடாது என்பதில் அரசு உறுதியாக இருந்திருக்கிறது.[126]

---

123. *The Hindu*, 17–4–1909.

124. *The Hindu*, 27–1–1909: 28–1–1909, 1–2–1909.

125. *The Hindu*, 19–2–1909, 17–3–1909.

126. *The Hindu*, 2–1–1909.

சங்கரன் நாயர் பென்சனுக்கு நேரெதிரான நிலைப்பாட்டை எடுத்தார். லோகநாதய்யரின் மூல நோக்கம் என்ன என்பதைக் கருத்தில் கொண்டார். நீதிபதி பென்சன் அரசு தரப்பு சாட்சியங்களை முழுமையாக ஏற்றுக்கொண்டதோடு ஆட்சியர் அலுவலகத்தில் வ.உ.சி. பற்றிய ஆவணங்களை அழிப்பதே நோக்கம் என்று முடிவுசெய்தார்[127] என்றால் சங்கரன் நாயர், எந்த ஒரு தனிநபரின் உயிருக்கும் பாதகம் விளைவிக்காமல் பொருள்களுக்கு மட்டுமே சேதம் விளைவித்தனர் என்பதைக் கவனப்படுத்தினார். லோகநாதய்யருக்கு ஆதரவாக இந்துக் கல்லூரி ஆசிரியர்கள் கொடுத்த சாட்சியங்களை சங்கரன் நாயர் ஏற்றுக்கொண்டார். இளைஞர் இராமலிங்கம் பிள்ளை கைது செய்யப்பட்டபோது அவரை டி.எஸ்.பி. தாக்கியதைக் குறிப்பிட்ட சங்கரன் நாயர், அவர்மீது வழக்கு புனைவதற்கு இதுவே காரணம் என்றார். லோகநாதய்யர், சுவாமிநாத பிள்ளை, சங்கரநாராயண பிள்ளை, கனகசபாபதி பிள்ளை ஆகியோரை விடுதலை செய்ய வேண்டுமென்ற சங்கரன் நாயர், 23 பேரின் மனுவைத் தள்ளுபடி செய்தார்.[128]

தேசியச் சார்புடன் விளங்கியவரான சங்கரன் நாயர் (1897 காங்கிரஸ் மாநாட்டுக்கும் தலைவராக விளங்கியவர்; ஆஷ் கொலை வழக்கிலும் இவரே நீதிபதி) எழுச்சிக் கைதிகளுக்குச் சார்பாகவும் வெள்ளை நீதிபதி அரசுக்குச் சார்பாகவும் தீர்ப்பு வழங்கினர்.

இதன் தொடர்பாக, 'இந்தியா' வெளியிட்ட செய்தி வருமாறு:[129]

> ஸ்ரீமான் ஜஸ்டிஸ் சங்கரன் நாயரும் மிஸ்டர் ஜஸ்டிஸ் பென்ஸனும் வெவ்வேறான தங்கள் தீர்மானத்தை முந்திய வெள்ளிக்கிழமை சொன்னார்கள். அதாவது இவ்வழக்கில் சம்பந்தப்பட்டுள்ள ஸ்ரீமான் லோகநாதய்யர், சங்கரநாராயண பிள்ளை, இராமலிங்கம் பிள்ளை, கனகசபாபதி பிள்ளை இவர்கள் மேல் சொல்லப்பட்ட பிராஸிகூஷன் கதைகளை நம்ப இடமில்லையென்றும் இவர்களைக் குற்றத்தினின்று விலக்கிவிட வேண்டும் என்றும் சங்கரன் நாயர் தம் தீர்மானத்தை எடுத்துரைத்தார். இதற்கு நேர் விரோதமாக மிஸ்டர் பென்ஸன்.... ஆகையால் மத்தியஸ்தமாக மூன்றாம் ஜட்ஜ் ஒருவரிடம் விசாரிக்கப்படுவர்.

---

127. *The Hindu*, 17–4–1909.

128. *The Hindu*, 17–4–1909.

129. *இந்தியா*, 10–4–1909.

இதே வழக்கில் சேர்ந்துள்ள ஸ்ரீமான் சாமிநாத ஐயரின் குற்றத்தைப் போதுமான சாட்சியங்க ளில்லாமையால் குற்றவாளியல்ல வென்று சொல்லி விட்டுவிட உத்திரவு செய்துவிட்டார்கள்.

மற்றொரு செய்தி லோகநாதய்யர், கனகசபாபதி பிள்ளை ஆகியோரின் தண்டனைக் காலம் உறுதிப்படுத்தப்பட்டதை மட்டுமன்றி சங்கரநாராயண பிள்ளை, இராமலிங்கம் பிள்ளை ஆகிய இருவரும் விடுவிக்கப்பட்டனர் என்றும் தெரிவிக்கிறது.[130] சி.ஐ.டி. துறையின் வாராந்தர அறிக்கையுடன் இச்செய்தி இயைந்துபோகின்றது.[131] இராமசுப்பன் செட்டி, பழநியாப் பிள்ளை, கனகசபாபதி பிள்ளை ஆகிய மூவரின் முறையீடும் நிராகரிக்கப்பட்டன என்று அவர்களுடைய சிறைப் பதிவின் (nominal roll) மூலம் தெரியவருகின்றது.[132]

இந்த அளவில் முதல் கொத்து வழக்குகளின் மேல்முறையீடு பற்றி மட்டுமே அறிய முடிகிறது. பிற கொத்து வழக்குகள் பற்றித் தகவல்கள் இல்லை. பெரும்பாலான கைதிகளின் மேல்முறையீடு நிராகரிக்கப்பட்டது என்பது மட்டும் புலனாகின்றது.

தண்டனைக் குறைப்பு

1858ஆம் ஆண்டில் பிரிட்டனின் நேரடி ஆட்சிக்கு இந்தியா வந்தது. அப்போதைய அரசி விக்டோரியா மகாராணி இந்தியாவைத் தம் பேரரசில் இணைத்துக்கொண்டபோது ஓர் அறிக்கையை (proclamation) வெளியிட்டார். அதன் பொன்விழாவின்பொழுது (1908) பேரரசர் ஏழாம் எட்வர்டு அதனைப் புதுப்பித்தார். இதனைக் கொண்டாடும்முகத்தான், சிறையில் உழன்றுகொண்டிருந்த இந்தியக் கைதிகளுக்குத் தண்டனைக் குறைப்பு (remission) வழங்கப்பட்டது. இது proclamation remission ஆகும். ஏழாம் எட்வர்டு 1910இல் இறந்தபோதும் ஒரு தண்டனைக் குறைப்பு வழங்கப்பட்டதாகத் தெரிகிறது. ஐந்தாம் ஜார்ஜ் மன்னர் அரியணை ஏறியபொழுதும் இந்தியக் கைதிகளுக்குத் தண்டனைக் குறைப்பு வழங்கப்பட்டது; இது durbar அல்லது accession remission ஆகும். ஓராண்டுக்கு மேற்பட்ட தண்டனையடைந்தோருக்கு ஆண்டுக்கு ஒரு திங்கள் என்ற விகிதத்தில் தண்டனைக் குறைப்பு வழங்கலாம் என்பது இந்திய அரசின் பரிந்துரை.[133]

---

130. *இந்தியா*, 24–4–1909.

131. *Weekly Diary*, 19 April 1909, Home Political B, Nos 108–114, June 1909.

132. G.O.no. 89, Judicial, 19–1–1911.

133. G.O.no. 1605, Judicial (Confidential), 17–10–1911.

கைதிகளை, முக்கியமாக அரசியல் கைதிகளை, முன்கூட்டியே விடுவிப்பது உகந்ததன்று என மாகாண அரசு கருதினால் இத்தண்டனைக் குறைப்பைக் குறிப்பிட்ட சில கைதிகளுக்கு மறுக்கலாம் எனவும் விதி செய்யப்பட்டது.[134] அரசுக்கு எதிராகச் செய்த குற்றங்களுக்காகத் தண்டனை அடைந்தோருக்கும் தண்டனைக் குறைப்பு அளிக்கக் கூடாது என்று இந்திய அரசு அறிவுறுத்தியது.[135]

இவ்விரு தண்டனைக் குறைப்புகளும் திருநெல்வேலி எழுச்சியில் கைதாகி, தண்டனையடைந்தோருக்கு வழங்கப்பட வில்லை. எழுச்சியில் தண்டனையடைந்தோருக்குத் தண்டனைக் குறைப்பு வழங்காமைக்கு மாவட்ட ஆட்சியர் விஞ்சு செய்த பரிந்துரை முக்கியக் காரணமாகும்.[136]

> "... கலகக் கைதிகளை முன்கூட்டி விடுதலை செய்வது அவ்வளவு உசிதமானதன்று .... சட்டத்துக்குப் புறம்பாக, இந்நாட்டின் ஆட்சியை அழிக்க முயன்ற குற்றம் புரிந்தோருக்குச் சலுகை காட்டுவது நல்லதன்று. இவர்கள் செய்த குற்றமும் அடைந்த தண்டனையும் அண்மையில்தான் [உயர் நீதிமன்றத்தால்] உறுதிசெய்யப்பட்டிருக்கும் இத்தருணத்தில் இவர்களுக்குச் சலுகை காட்டுவது நமது பலவீனம் எனத் திரித்துக் கூறப்படுவதற்கும் வாய்ப்புள்ளது. ஒருவேளை, இன்னுமொரு நான்காண்டுகள் கழிந்த பிறகு இந்த முடிவை மறு ஆய்வு செய்வதற்கான சூழ்நிலை ஏற்படலாம். இப்போதைக்கு அவர்களை விடுவிப்பதைப் பற்றிய பேச்சுக்கே இடமில்லை ....

எழுச்சிக் கைதிகளின்மீது விஞ்சு கொண்டிருந்த வன்மத்தை இது காட்டுகிறது என்பதில் தடையில்லை. அவருடைய நிர்வாகத் திறமையை ஏளனத்திற்கு உள்ளாக்கிய எழுச்சி அவருக்குள் இந்த வன்மத்தைக் கிளப்பியதில் வியப்பென்ன?

தண்டனைக் குறைப்பு வழங்காததைப் பற்றி முதலில் முறையிட்டோர் சேலம் சிறையிலிருந்த எழுச்சிக் கைதிகள் மூவர் ஆவர். சேலம் சிறைக்கு மாகாண ஆளுநர் வருகை தந்தபோது, தங்களுக்குத் தண்டனைக் குறைப்பு மறுக்கப்பட்டதை அவர்கள் விண்ணப்பித்தனர். இதன்பேரில் வெளியான அரசாணை,

---

134. G.O.no. 1605, Judicial (Confidential), 17–10–1911.

135. G.O.no. 1480, Judicial (Confidential), 19–9–1911.

136. G.O.no. 1252, Judicial, 7–8–1911.

பிரித்தானியப் பேரரசர் வழங்கிய சலுகையை எவருக்கும் மறுக்கக் கூடாது என ஆணையிட்டது. அதன் பிறகுதான் மூவரும் விடுவிக்கப்பட்டனர்.[137]

ஆனால், முன் குறித்த சேலம் சிறைக் கைதிகளுக்குத் தண்டனைக்குறைப்பு வழங்கப்பட்ட பின்பும்கூடக் கண்ணனூர்ச் சிறையிலிருந்த எழுச்சிக் கைதிகள் ஆறு பேருக்கு இச்சலுகை கிடைக்கவில்லை. இவர்களுள் ஒருவரான வேலுப் பிள்ளையின் சகோதரர் சங்கரன் பிள்ளை என்பார் இதனைக் குறித்து மாகாண ஆளுநருக்கு விண்ணப்பித்துக்கொண்ட பிறகே இதற்கென ஓர் அரசாணை இயற்றப்பட்டது.[138] இவ்வாணையைப் பெற்றுக்கொண்ட பின்னரே ராஜமுந்திரி (1), வேலூர் (1), கோவை (1) பெல்லாரி (3) ஆகிய சிறைகளிலிருந்த ஆறு எழுச்சிக் கைதிகள் விடுதலையாயினர்.

அப்போதும் இச்சலுகைகள் கண்ணனூர்ச் சிறைக் கைதி களுக்குக் கிடைக்கவில்லை. இதன் தொடர்பில் கைதிகளுக்கு ஆதரவாக வ.உ.சி. எடுத்த நடவடிக்கைக்குப் பின்னரே இவர்கள் விடுதலை சாத்தியப்பட்டது *(காண்க 7ஆம் இயல்).*

பரிசு மழை

முன்னுதாரணமற்ற வகையில் ஓர் அரசியல் எழுச்சி ஏற்பட்டுச் சென்னை அரசாங்கத்தை நெருக்கடிக்குள்ளாக்கியபோதும் அதை வெற்றிகரமாக முறியடித்ததாகவே அரசாங்கம் கருதியது. எனவே இதில் துணைநின்றவர்களுக்குப் பரிசுகளை அள்ளி வழங்கியது.

துணை மாஜிஸ்திரேட் ஜெ. தர்மரங்க ராஜு ராவ்பகதூர் பட்டம் பெற்றார். சப் மாஜிஸ்திரேட் திரவிய நாடாருக்கும் இதே சிறப்பு கிடைத்தது. இவர் குடும்பமே ஆஷ்மீது பெரும் பற்று கொண்டிருந்ததாகத் தெரிகிறது. ஆஷ் கொலையுண்ட செய்தியைக் கேட்டதுமே, 'எந்த ஐரோப்பியரும் அவரைப் போல் இந்தியரை அன்பாகவும் பண்பாகவும் நடத்தியதில்லை' என்று அவருடைய மகள் கதறியழுதாள் என்று ஆஷ் மனைவிக்கு வந்த ஓர் இரங்கல் கடிதம் குறிப்பிடுகிறது.[139]

---

137. G.O.no. 89, Judicial, 19–1–1911

138. G.O.no. 1252, Judicial, 7–8–1911.

139. Ardill to Mrs Ashe, Palayamkottai, 6–12–1911, Ashe Papers.

எழுச்சியின்போது 'சிறப்பாகப் பணியாற்றியமை'க்காகப் போலீசாருக்குப் பரிசு மழை பொழிந்தது. பலர் பதவி உயர்வு பெற்றனர். இவர்களுள் நான்கு காவல் ஆய்வாளர்கள் அடங்குவர்.[140]

வழக்குகளைத் திறம்பட நடத்தியமைக்காக[141] முதல்நிலை (*I Class*) இன்ஸ்பெக்டர் கிருஷ்ணசாமி நாயுடு தற்காலிகத் துணைக் கண்காணிப்பாளர் ஆக்கப்பட்டார். மூன்றாம்நிலை இன்ஸ்பெக்டர் ஆர். வீரராகவய்யர் இரண்டாம்நிலைக்கு உயர்த்தப்பட்டார். வி. இராஜகோபாலாச்சாரி என்பாருக்கும் இதே பதவி உயர்வு கிடைத்தது. இரண்டாம்நிலை இன்ஸ்பெக்டர் டி.எம். சேஷாசாரியும் முதல்நிலைக்கு உயர்த்தப்பட்டார்.

சிலருக்குப் பதவி உயர்வுக்குப் பதிலாகப் பணப் பரிசு வழங்க வேண்டும் என்று பரிந்துரைக்கப்பட்டது: வ.உ.சி., சிவா ஆகியோரின் பேச்சுகளைக் குறிப்பெடுத்த முதல்நிலை இன்ஸ்பெக்டர் ஜாபர் ஹுசைன் கான் சாகிபு, அவர்களுக்கு எதிராகச் சாட்சியமும் அளித்தவர். முதல்நிலை ஏட்டு எண் 399 ஆறுமுகம் பிள்ளை, எழுச்சியின்போது கைதுசெய்யப்பட்டோருக்கு எதிராகச் சாட்சியங்களைச் சேகரித்தவர். நான்காம்நிலை ஏட்டு எண் 636 முத்துசாமிப் பிள்ளை, பெரும்பாலான கைதுகளைச் செய்த போலீஸ் குழுவின் தலைவர். கான்ஸ்டபிள் எண் 778 நம்பி முதலியார், பலரைக் கைது செய்ததோடு கமுக்கமாக ஒற்றாடித் தகவல்களைச் சேகரித்தவர். கான்ஸ்டபிள் எண் 786 நெல்லையப்ப பிள்ளை, எழுச்சியைப் பற்றி மாவட்ட மாஜிஸ்திரேட்டுக்கும் அவருடைய துணை அதிகாரிக்கும் முதலில் செய்தி சொன்னவர்; எழுச்சி வழக்கில் சாட்சியும் சொன்னவர்.

முக்கியமான கைதுகளைச் செய்தவர்களின் பட்டியல் வருமாறு: கான்ஸ்டபிள் எண் 234 அப்துல் கறீம் சாகிபு; கான்ஸ்டபிள் எண் 805 திருமலைநம்பி ஐயர்; கான்ஸ்டபிள் எண் 409 மொகைதீன் சாகிபு; கான்ஸ்டபிள் எண் 493 பாலகிருஷ்ண நாயுடு; கான்ஸ்டபிள் எண் 704 சங்கரசுப்பு நாயுடு; கான்ஸ்டபிள் எண் 10 மாணிக்கம் பிள்ளை; கான்ஸ்டபிள் எண் 974 சுப்ப நாயுடு; கான்ஸ்டபிள் எண் 914 சுந்தரபாண்டியன் பிள்ளை; கான்ஸ்டபிள் எண் 1014 சண்முகம் பிள்ளை.

இவர்களுக்குப் பணப் பரிசு வழங்க வேண்டும் என்று பரிந்துரைத்த காவல் துறை ஆய்வாளர் நாயகம், பின்வருமாறு குறிப்பிட்டார்:

---

140. G.O.no. 2135, Judicial and Confidential, 2–12–1912. மேலும் காண்க: *Administration Report of the Inspector General of Police*, 1908, p. 26.

141. *Police Administration Report*, 1908. Wynch's note.

(எழுச்சி) வழக்குகள் தொடர்பாகச் சிக்கல் மிகுந்த பல வேலைகள் போலீசுக்கு இருந்தன; பொறுமையுடனும் விடாமுயற்சியுடனும் குறைவற்ற விசுவாசத்துடனும் அவற்றைப் போலீசார் நிறைவேற்றினர்; விசுவாசத்துடன் அவர்கள் செயலாற்றுவதைத் தடுக்கும்முகமாகச் செய்யப்பட்ட எல்லா வகையான தூண்டுதல்களையும் இவர்கள் புறந்தள்ளினர்.[142]

திருநெல்வேலி எழுச்சியின்போது காவலர் சுடுகையில், சுதேசிகள் என்ற முறையில் காவலரையும் தம் பக்கம் சேர்ந்து வெள்ளையரைச் சுடுமாறு எழுச்சியில் ஈடுபட்டோர் விடுத்த அழைப்பைப் பற்றிய குறிப்பே இது. இந்தியர்களைக் கொண்ட காவல் படை தமக்கு எதிராகத் திரும்பிவிடுமோ என்ற வெள்ளை ஆட்சியாளரின் அச்சத்தை இது காட்டுகின்றது. நெல்லைக் காவல் நிலையம் தாக்கப்பட்டபோது ஒருவர் போலீசாரைப் பார்த்து, 'நீங்கள் சுதேசிகளா, இல்லை பரதேசிகளா?' என்று கேட்டதையும் இங்கு நினைவுகூரலாம்.

இருப்பினும், சிறப்பாகப் பணிபுரிந்தோருக்குப் பதவி உயர்வு அளிப்பதே முறையென்றும், பணம் அளிப்பது சரியல்லவென்றும், வாய்ப்புக் கிடைக்கும்போது இவர்களுக்குப் பதவி உயர்வு வழங்க வேண்டுமென்றும் அரசாங்கம் ஆணையிட்டது.[143]

அஞ்சலகத்தைக் காப்பாற்றியதற்காகத் திருநெல்வேலி போஸ்ட் மாஸ்டருக்கு ஒரு மாதச் சம்பளம் பரிசாகக் கிடைத்தது.[144]

விசுவாசமாக உழைத்தவர்களுக்குப் பரிசு கிடைத்ததென்றால் சரியான ஒத்துழைப்பு நல்காதோருக்குத் தண்டனை கிடைத்தது.

அரசு ஊழியர்கள் சிலர் இடைநீக்கத்திற்கு மட்டுமல்ல முழு வேலைநீக்கத்திற்கும்கூட ஆளாயினர். நகராட்சியின் எழுத்தர்கள், வேலைக்காரர்கள், நகராட்சி மருந்தாளுநர் விட்டல் ராவ் என்பாரும் இவர்களுள் அடங்குவர். எழுச்சி நிகழ்ந்த அன்று இந்துக் கல்லூரிக்குச் சென்று தம் மகனை முன்கூட்டியே அழைத்துவந்த திருநெல்வேலி தாசில்தார்மீது, 'கலகம் ஒன்று உண்டாகுமென்று தெரிந்திருந்தும் அதைப் பற்றி ஏன் ரிப்போர்ட்டு செய்யவில்லை' என்று நடவடிக்கை எடுக்கப்பட்டது.[145]

---

142. G.O.no. 853, Judicial, 28–6–1909. அழுத்தம் நூலாசிரியருடையது.

143. G.O.no. 853, Judicial, 28–6–1909.

144. Times of India, 21–5–1908.

145. சுதேசமித்திரன், 24–4–1908

இவர்களெல்லாம் கீழ்நிலை அலுவலர். விஞ்சு, ஆஷ் ஆகியோரின் நிலை என்ன? நெல்லையில் சரியாக ஓராண்டுப் பணிக்காலம் முடிந்ததும், 1908 டிசம்பர் முதல் வாரத்தில் விஞ்சு இடமாறுதல் பெற்றார். ஆறு மாதம் தாயகம் சென்று விட்டு 17 பிப்ரவரியில், சுதேசி இயக்கம் உக்கிரம் பெற்ற தருணத்தில்தான், ஆஷ் தூத்துக்குடி இணை மாஜிஸ்திரேட்டாகப் பொறுப்பேற்றார். பணியில் சேர்ந்ததிலிருந்து ஒருநாள்கூட வ.உ.சி.யும் அவருடைய தோழர்களும் அவரை நிம்மதியாகத் தூங்கவிடவில்லை. தூத்துக்குடியில் எழுச்சி ஒடுக்கப்பட்டதற்கும், முக்கியமாகச் சுதேசிக் கப்பல் கம்பெனி முடங்கியதற்கும் முதன்மைக் காரணம் என்று வ.உ.சி.யே கருதிய ஆஷ்மீது சென்னை அரசாங்கத்திற்குத் திருப்தி இல்லை. வெகு விரைவில் – எழுச்சி நடந்து முடிந்த மூன்றே வாரங்களுக்குள் – ஏப்ரல் 5ஆம் நாள் அவர் பொறுப்பை ஒப்படைத்துவிட்டு கோதாவரி மாவட்டத்திற்கு மாறிச்செல்ல வேண்டியதாயிற்று.[146] ‘அவர் புறப்பட்ட நிமிஷமே தூத்துக்குடி ஜனங்களிடம் ஒரு சந்தோஷக் குறி தோன்றிற்றாம்’ என்று எழுதிய ‘சுதேசமித்திரன்’, ‘தோன்றாதா!” என்றும் கேட்டது.[147] தூத்துக்குடியில் அவர் பணியாற்றிய அந்த ஏழு வாரங்களில் செய்த வினை மூன்றாண்டுகளுக்குப் பிறகு வாஞ்சிநாதனின் துப்பாக்கிக்கு அவரை இரையாக்கியது தனிக்கதை.[148]

வக்கீல்கள்மீது வழக்கு

*1906–08*ஆம் ஆண்டுகளில் திருநெல்வேலி, தூத்துக்குடி பகுதி களில் சுதேசி இயக்கத்தின் வளர்ச்சிக்கு வழக்குரைஞர்கள் பலர் பெரும் பங்காற்றினர். வணிகர்களும் வழக்குரைஞர்களுமே இயக்கத்தின் முதுகெலும்பாக இருந்தனர் என்றும்கூடச் சொல்லலாம். எழுச்சியில் கலந்துகொண்டு கைதானோருக்குப் பலர் இலவசமாக வாதாடியதை மேலே குறிப்பிட்டோம்.

உள்ளூர் வழக்குரைஞர்களின் சுதேசிய ஈடுபாடு எத்தன்மைய தாக இருந்ததென்பதைத் தூத்துக்குடி துணை நீதிமன்றத்தை ஒழித்துவிட வேண்டும், அல்லது குறைந்தபட்சம் வேறு ஊருக்காவது அப்புறப்படுத்திவிட வேண்டும் என்று எழுச்சி நிகழ்ந்து முடிந்த பத்து நாளிலெல்லாம் தூத்துக்குடி வணிகப் பேரவை அரசை

146. *The Hindu*, 7–4–1908.

147. *சுதேசமித்திரன்*, 8–4–1908.

148. விரிவுக்குக் காண்க: ஆ.இரா. வேங்கடாசலபதி, *ஆஷ் அடிச்சுவட்டில்: அறிஞர்கள், ஆளுமைகள்* (நாகர்கோவில்: காலச்சுவடு பதிப்பகம், 2016).

வலியுறுத்தி இயற்றிய தீர்மானத்திலிருந்து அறிந்துகொள்ளலாம்.[149] இந்த அளவுக்கு ஐரோப்பிய வணிகர்களுக்கு வழக்குரைஞர்கள்மீது வன்மம் இருந்ததென்றால் அவர்கள் எந்த அளவுக்குச் சுதேசி இயக்க ஈடுபாட்டோடு செயல்பட்டிருப்பார்கள் என்று அறிந்து கொள்ளலாம்.

வ.உ.சி., சிவா ஆகியோர்மீதும், எழுச்சியில் கைதானோர்மீதும் வழக்கு நடந்துகொண்டிருக்கையில் திருநெல்வேலி வக்கீல்கள் அவர்களுக்குத் தொடர்ந்து உதவி செய்தனர்.

...வெங்கு வையர் ஆதியோர்
'விரைவினில் உம்மை மீட்டுவோம்'

என்று தம்மிடம் குறிப்பிட்டதாக வ.உ.சி. கூறுகிறார்.[150] இதனைத் தடுக்கும் பொருட்டோ என்னவோ வெங்கு ஐயர் முதலானோர் மீது நடவடிக்கை எடுக்கப்பட்டது. ஆனால் இவர்கள் அஞ்சாமல் வ.உ.சி., சிவா ஆகியோர் மீதான வழக்குகளிலும் எழுச்சி வழக்குகளிலும் பெருமளவில் சாட்சியம் வழங்கவும் வழக்காடவும் செய்தனர்.

கோரல் ஆலை வேலைநிறுத்தத்தின்போது கே.ஆர். வெங்கட்டராமய்யர் அத்தொழிலாளர்களுக்கு ஒரு வார மளிகைப் பொருள்களைக் கொடுத்து உதவி புரிந்தது இதற்கு ஒரு பருக்கைப் பதமே.[151]

எழுச்சி நிகழ்ந்ததற்கு முந்தைய இரு வாரங்களில் இரண்டு அறிக்கைகள் தூத்துக்குடியில் பரவலாக உலவின. இதனை வெளியிட்டோர் நெல்லையின் முக்கிய வழக்குரைஞர்களான சாது கணபதி பந்துலு, டி.வி. கிருஷ்ணசாமி ஐயர், ஏ.ஜி. கணபதி சாஸ்திரி முதலானோர் ஆவர். இவை 'அரச நிந்தனையானவை, உக்கிரமானவை' என்று அரசு அதிகாரிகள் வருணித்தனர். இவ்விரு அறிக்கைகளும் எழுச்சி வழக்குகளில் தடயங்களாகவும் முன்வைக்கப்பட்டன. மேலும், வ.உ.சி.க்கு எதிரான வழக்கில் தடயமாகவும் ஓர் அறிக்கை முன்வைக்கப்பட்டது. விபின் சந்திர பால் விடுதலை நாள் கொண்டாட்டத்தை ஒட்டி இவை வெளியானதாக அறிய முடிகின்றது.[152]

சுதேசி இயக்கத்தில் வக்கீல்கள் மும்முரமாக ஈடுபடுவதைக் கண்ட ஆஷ், கே.ஆர். வெங்கட்டராமய்யர்; வெங்கு ஐயர்;

---

149. *Tuticorin Chamber of Commerce, Minutes Book*, vol. 1 (Nov. 1906–April 1913), Extraordinary general meeting of Chamber, 28-3-1908. இந்தச் செய்தி வெளியே கசிந்ததில் இதற்கு எதிர்ப்பு கிளர்ந்தது, *சுதேசமித்திரன்*, 1-4-1908.

150. *வ.உ.சி. சுயசரிதை*, ப. 108

151. *The Hindu*, 5-3-1908, MNNR 1908.

152. G.O.no. 103, Judicial (Confidential), 25-1-1909.

பாலாஜி ராவ்; இராமகிருஷ்ணய்யர்; நாராயணசாமி சாஸ்திரி; குருநாதய்யர் ஆகிய அறுவர்மீது நன்னடத்தை ஜாமீன் கேட்டு விசாரணை நடத்தினார்.¹⁵³ திருநெல்வேலியிலிருந்து தூத்துக்குடிக்கு மார்ச் 8ஆம் தேதி வந்த விஞ்சு, ஆஷ் முன்னிலையில் கே.ஆர். குருசாமி ஐயரிடம் கூறியதாவது: 9ஆம் தேதி இவர்கள் அனைவரும் தூத்துக்குடியிலிருந்து வெளியேறிவிட வேண்டும்; 10ஆம் தேதி திருநெல்வேலியில் தம் முன் ஆஜராக வேண்டும். இல்லாவிட்டால் நீதிமன்றத்தில் அனைவர் முன்னும் விசாரணைக்கு உள்ளாக வேண்டும். ஊரிலிருந்து வெளியேறும் அவமானத்திற்கு ஆளாக அறுவருமே ஒப்பவில்லை. எனவே விசாரணை நடவடிக்கைகளுக்காக 20ஆம் தேதி வெளியான அறிவிப்பாணையை அவர்கள் எதிர்கொண்டனர்.¹⁵⁴

இவர்களின் சார்பாக, கே.ஆர். வெங்கட்டராமய்யரின் அண்ணன் கே.ஆர். குருசாமி ஐயரே வாதாடினார். அவர் தம்முடைய வக்காலத்தில் (affidavit) விஞ்சும் ஆஷும் பாரபட்சமான முறையில் நடந்துகொள்வதாகவும் எனவே இவர்களிடம் நியாயம் கிடைக்காது என்றும் குறிப்பிட்டார்.¹⁵⁵ விசாரணை நடக்கையில் இவர்கள் அமர்வதற்கு இருக்கைகூடத் தராமல், நிற்கவைத்து விசாரணை செய்திருக்கிறார் ஆஷ்.¹⁵⁶

> இவர்கள் உயர்ந்த படிப்புப் பெற்று, பெரும் பொருள் சம்பாதித்து, ஜனங்களால் மதிக்கப்படும் பெரிய மனிதர்கள். இவர் சுயமாக இப்படிச் செய்கிறாரென்று நம்புவதற்கு நியாயமில்லை. கவர்ன்மெண்ட் உத்தரவின்பேரில், அதாவது ஸர் ஆர்தர் லாலி அறிந்துதான் இப்படிச் செய்யப்படுகிறதேயன்றி, மிஸ்டர் விஞ்சாவது மிஸ்டர் ஆஷாவது இந்தப் பிரமாதமான பொறுப்பைத் தாங்களாக வகித்திருக்க மாட்டார்கள்.

என்று இவர்கள்மீதான நடவடிக்கைக்கு ஆளுநரையே நேராகக் குற்றம்சாட்டியது 'சுதேசமித்திரன்'.¹⁵⁷

---

153. சுதேசமித்திரன், 21–3–1908, *The Hindu*, 25–3–1908.

154. *The Hindu*, 24–4–1908.

155. சுதேசமித்திரன், 4–4–1908.

156. சுதேசமித்திரன், 23–3–1908 தலையங்கம்: 'தூத்துக்குடியில் உத்தியோகஸ்தர் செய்யும் இம்சைகள்'; 'The Tuticorin Security Case', *The Hindu*, 24–4–1908.

157. சுதேசமித்திரன், 23–3–1908 தலையங்கம்.

எப்படியேனும் இவர்களைச் சிக்கவைக்க வேண்டும் என்பதில் ஆஷ் முனைப்புக் காட்டியிருக்கிறார்.[158] எனவே இதனை அவரிடமிருந்து மாற்ற வேண்டும் என்று குருசாமி ஐயர் உயர் நீதிமன்றத்தில் விண்ணப்பித்தார். ஆனால் அதை நீதிபதி தள்ளிவிட்டார்.[159]

இந்த வழக்கின் தன்மையையும் முடிவையும் சுருக்கமாக வ.உ.சி. பதிவுசெய்துள்ளார்.[160]

மந்திர நகரில் வக்கீல் பலரைத்
தொந்திரை செய்திடத் துணிந்தவர் தம்மைநல்
நடக்கை ஜாமீன் நல்கிடக் கேட்டனன்
நடக்கை யென்பதே நண்ணிடா ஆசு.
சென்னை ஐக்கோர்ட்டில் டிரான்ஸ்பர் செய்திடப்
பன்னிய வக்கீல்கள் பலத்தொடு பகர்ந்தனர்.
ஜாமீன் தொலைந்தது; நின்றது நிபந்தனை.
மறுத்தனன் ஜட்ஜி. வந்த உப சப்–கலெக்டர்
இறுத்தனன் கேசை இலாததால் சாட்சியம்.

(மந்திர நகர்: தூத்துக்குடி; ஆசு: ஆஷ்)

தூத்துக்குடியில் வழக்குரைஞர்கள்மீது ஆஷ் நன்னடத்தை ஜாமீன் கேட்டார்; வழக்கைச் சென்னை உயர் நீதிமன்றத்திற்கு மாற்றிட வேண்டும் என்று அவர்கள் கேட்டனர் என்பதனால் ஆஷ் ஜாமீனை வற்புறுத்தவில்லை என்றாலும் நிபந்தனைகளை நீக்கவில்லை; ஆஷ் கோதாவரி மாவட்டத்துக்கு மாற்றலாகிச் சென்ற பின் வந்த புதிய துணை ஆட்சியர், போதுமான சாட்சியம் இல்லாமையால் இவ்வழக்கினைத் தள்ளிவிட்டார் என்பன வ.உ.சி. சுயசரிதைக் குறிப்பிலிருந்து புலப்படுகின்றன. இதனை 'இந்து' அறிக்கை அப்படியே உறுதிப்படுத்துகிறது.[161]

உயர் நீதிமன்றம் இவர்களை விடுவித்தது பற்றித் துணைத் தலையங்கம் எழுதிய 'இந்து' நாளேடு, விடுவிப்பு ஆணை வேண்டாவெறுப்பாகக் கொடுக்கப்பட்டது என்று குறைபட்டுக்கொண்டது.[162] இந்தத் தீர்ப்புக்குப் பிறகே 1908 ஏப்ரல் 27ஆம் நாள் அளவில் இந்த வழக்கு திரும்பப்பெற்றுக் கொள்ளப்பட்டது.[163]

---

158. 'The Tuticorin Security Case', *The Hindu*, 24–4–1908.

159. *சுதேசமித்திரன்*, 4–4–1908.

160. *வ.உ.சி. சுயசரிதை*, ப. 97.

161. 'The Tuticorin Security Case', *The Hindu*, 24–4–1908. 'சுதேசமித்திர'னும் (24–4–1908) 'தூத்துக்குடி வக்கீல்கள் விடுதலை பெற்றார்கள்' என்று எழுதியது.

162. *The Hindu*, 25–4–1908.

163. *Wednesday Review*, 29–4–1908, MNNR 1908.

இந்த வழக்குகள் முடிவடைந்து அரசுக்கு எதிராகத் தீர்ப்பான பின்னும்கூட இவர்களுள் இருவர்மீது தொடர் நடவடிக்கை எடுக்க வேண்டுமென ஆட்சியர் விஞ்சு முனைந்தது அவருடைய வன்மத்துக்குப் போதிய சான்றாகும். எழுச்சிக் கைதிகளுக்கு ஆதரவாக, 'சட்டத்துக்குப் புறம்பான முறையில் வன்முறையில் ஈடுபட்டோருக்குச் சாதகமாகச் சாட்சியம் வழங்கி உதவி புரிந்தோர்' வழக்குரைஞர்களாகப் பணிபுரிவதற்குத் தகுதியுடையவர்களில்லை என்றும் அவர் வாதிட்டார். ஆனால், குற்றவியல் சட்டத்தின்கீழ் *(Sec. 108 Cr.P.C.)* வழக்கு தொடர்ந்தால் நடைமுறைச் சிக்கல்கள் ஏற்படலாம் என்றெண்ணி, 'சட்டத் தொழில் புரிவோர் சட்டத்'தின் *(Legal Practitioners' Act)* கீழேனும் நடவடிக்கை எடுக்க வேண்டுமென்றார். விஞ்சின் பரிந்துரையை ஏற்றுக்கொண்ட சென்னை அரசாங்கம், உயர் நீதிமன்றத்தின் கவனத்துக்கு இவ்விவகாரத்தினைக் கொண்டுவரும்படி எழுச்சிக் கைதிகளின் மேல்முறையீட்டினை உயர் நீதிமன்றத்தில் எதிர்த்து வழக்காடிவந்த அரசுத் தரப்பு வக்கீல் ரிச்மண்டைப் பணித்தது. முறையீட்டு வழக்கு வேலைகள் முடிந்த பின் இதனை எடுத்துக்கொள்வதாக அவர் பதிலிறுத்தார்.[164]

இந்த முயற்சி என்னவாயிற்று என்பதைப் பாரதியின் 'இந்தியா' பின்வருமாறு பதிவுசெய்துள்ளது.

> ...மேற்கண்ட கலக சம்மந்தமான அப்பீல் வழக்கு முடிந்ததும் மற்றொரு விசித்திரமான வழக்கு பின்தொடர்ந்தது.
>
> அதாவது கவர்ன்மெண்ட்டார் தரப்பில் பவலும் உதவியாக ரிச்மண்டும் ஓர் மனுவை நீட்டினார்கள். விஷயமாவது, திருநெல்வேலி வக்கீலாகிய டி.வி. கிருஷ்ணசாமி ஐயரும் கணபதி சாஸ்திரியாரும் Legal Practitioners' Actக்கு விரோதமாய் விபின் சந்திர பால் விடுவித்த கொண்டாட்டத்தில் சேர்ந்தார்களென்றும், அவை சட்டப்படி தண்டிக்கப்படலாம் [என்றும் கூறினர்].
>
> மிஸ்டர் பென்ஸன் இந்த மனு ராஜநிந்தனை வழக்கில் உண்டானதா, கலக வழக்கில் உண்டானதா என்று கேட்டார். இரண்டிலும் சம்பந்தப்பட்டதாயிருந்தால் அது சீப் ஜஸ்டிஸ் ஆஜராயிருக்கும் சமயத்தில் விசாரிக்க வேண்டுமென்றார்.
>
> அவ்வாறே 6உ அன்று விசாரணை நடந்து தள்ளி விட்டார்கள்.[165]

---

164. G.O.no. 103, Judicial (Confidential), 25–1–1909.

165. இந்தியா, 10–4–1909 இதழில் இதனைப் பற்றிச் செய்தி வந்தது.

இதற்குப் பிறகு வேறு இருவர்மீது இதே கணை தொடுக்கப்பட்டதாக அறிய முடிகிறது. திருநெல்வேலி கீழமை நீதிமன்ற வக்கீல்கள் இருவர் 'ராஜதுரோக'க் கூட்டங்களுக்குச் சென்று 'ராஜதுரோக'த் துண்டறிக்கைகளைக் கைவசம் வைத்திருந்தனர் என்ற குற்றச்சாட்டின் பெயரில் அவர்களுடைய சன்னது பறிக்கப்பட்டது. இதை எதிர்த்து அவர்கள் மேல் முறையீடு செய்தனர். துண்டறிக்கை வெளியிட்டுப் பரப்பியது பழிக்குரியதென்றாலும் முட்டாள்தனமானது என்று கருத்துரைத்த சென்னை உயர் நீதிமன்றத் தலைமை நீதிபதி, அவர்கள்மீது நடவடிக்கை எடுத்தது செல்லாது என்று தீர்ப்பளித்தார்.[166]

எழுச்சிக்குப் பிந்தியும் அரசாங்கம் முனைப்பாகச் செயல்பட்டு உறுதியாக நடந்துகொண்டது என்பதை மேற்கண்ட நடவடிக்கைகள் காட்டுகின்றன. மேற்கொண்டு இப்படியொரு எழுச்சி நடந்துவிடக் கூடாது என்பதற்கு முன்னெச்சரிக்கை நடவடிக்கைகளாகவும் இவை அமைந்தன.

~~

166. Home Political no.1, March 1910; *Times of India*, 8–4–1909.

4

திருநெல்வேலி, சென்னை, கல்கத்தா, லண்டன்

இந்திய அரசும் திருநெல்வேலி எழுச்சியும்

இருண்ட மாகாணம் என்று இகழப்பட்ட சென்னையில் இவ்வளவு பெரிய அரசியல் நிகழ்வு நடக்குமென எவரும் எதிர்பார்க்கவில்லை. கல்கத்தாவில் அமைந்திருந்த இந்திய அரசு முதல்நிலை அறிக்கைகளைச் சரியாகப் புரிந்துகொள்ளாத நிலையிலேயே எழுச்சியை முதலில் எதிர்கொண்டது. மார்ச் 13ஆம் தேதியே இந்திய அரசுக்குச் சென்னை அரசாங்கம் தொலைவரி அனுப்பிவிட்டது. அடுத்தடுத்துப் பிற அறிக்கைகளும் சென்றன. சென்னை அரசாங்கம் விடுத்துவைத்த அறிக்கைகள் இந்திய அரசுக்கு நிறைவளிக்கவில்லை. போதுமான அளவுக்குத் தகவல்களைப் பகிரவில்லை என்று வைஸ்ராய் மிண்டோவே குறைபட்டுக்கொண்டார்.[1] இவ்வளவு காத்திரமான வன்முறை நிகழ்ந்துள்ள நிலையில் சென்னை அரசு தன் பொறுப்பைச் சரிவர உணரவில்லை என்றும் இந்திய அரசாங்கம் கருதியது. தான் இயற்றிய ராஜதுரோகக் கூட்டங்கள் தடைச் சட்டத்தைப் (*Seditious Meetings Act*) பயன்படுத்தாததைக் குறித்தும் அது முனகியது. மாகாண அரசுகள் பயன்படுத்தாவிட்டால் தான் சட்டம் இயற்றி என்ன பயன் என்றும் நொந்துகொண்டது.[2]

---

1. 'The Madras telegrams are very short of information.' DDTD.
2. Home Political A, Proceedings No 95, June 1908.

இந்திய அரசாங்கம் லண்டனில் இந்தியா மந்திரிக்குத் *(Secretary of State for India)* தகவல்களை அனுப்பும் முன்னரே சென்னை அரசாங்கமும் லண்டனுக்குத் தன் பங்குக்குச் செய்திகளை அனுப்பிவிட்டது: ஆட்சியர் விஞ்சு, காவல் கண்காணிப்பாளர் ஸ்வீட்டிங்கு ஆகியோர் முறையே சென்னை மாகாணத்தின் தலைமைச் செயலருக்கும் காவல் துறை ஆய்வாளர் நாயகத்துக்கும் அனுப்பிய விரிவான தகவல் அறிக்கைகளைப் பகிர்ந்துகொண்டதோடு தலைமைச் செயலரும்கூடத் தனியே ஓர் அறிக்கையைச் சமர்ப்பித்தார். தொடக்கத்தில், கப்பல் கம்பெனி தொடர்பான வியாபாரப் போட்டியே கலவரங்களுக்குக் காரணம் என்று இந்திய அரசு பிழைபடக் கருதியது. பின்னரே அதன் அரசியல் அடியோட்டத்தை உணர்ந்தது.[3]

சட்டம் ஒழுங்குப் பிரச்சினையான இதில் இந்திய அரசுக்கு அதிக அதிகாரம் இருக்கவில்லை. மாகாண அரசே முழு நடவடிக்கை எடுக்கும் பொறுப்பும் அதிகாரமும் பெற்றிருந்தது. இருப்பினும் இந்திய அரசுக்குத் தகவல் அனுப்ப வேண்டிய கடமை அதற்கு இருந்ததால் நமக்குக் கூடுதல் ஆவணங்களும் மேலதிகத் தகவல்களும் கிடைக்கின்றன. இதற்காக நாம் மகிழலாம்.

சட்டமன்றத்திலும் நாடாளுமன்றத்திலும் ...

பாரிய அரசியல் நிகழ்வு என்ற முறையில் திருநெல்வேலி எழுச்சி பற்றிச் சென்னைச் சட்டமன்றத்திலும் பிரித்தானிய நாடாளுமன்றத்திலும் கேள்வி எழுப்பப்பட்டது. எழுச்சியின் முக்கியத்துவத்தை இது உணர்த்துகின்றது.

‘இந்தியாவைப் பற்றிய பிரஸ்தாபம் வரும்போதெல்லாம் இவரேதேனும் உளறத் தவறுவது கிடையாது’ என்று பாரதி[4] வருணித்த முன்னாள் ஐ.சி.எஸ். அதிகாரியும் நாடாளுமன்ற உறுப்பினருமான ஜே.டி. ரீஸ் திருநெல்வேலி எழுச்சியைப் பற்றிக் கேள்வி கேட்டார்.[5] நாடாளுமன்றத்திற்கே உரிய வாலாயமான முறையில் கேள்வியும் பதிலும் சுருக்கமாக அமைந்திருந்தன (காண்க பிற்சேர்க்கை 2).

பாரதியின் ஏளனத்திற்குள்ளான ரீஸ் பிரிட்டன் நாடாளுமன்றத்தில் கேள்வி கேட்டார் என்றால், சென்னைச் சட்டமன்றத்தில் வினா எழுப்பிய பி. நரசிம்மேசுவர சர்மா

3. DDTD.

4. *இந்தியா,* 21–7–1906.

5. G.O.no. 569 Judicial (Confidential), 11–4–1908.

பாரதியின் நன்மதிப்புக்குரியவர். திருநெல்வேலி எழுச்சியின்போது நிகழ்ந்த துப்பாக்கிச்சூட்டினைப் பற்றியும், அதில் இறந்தோரைப் பற்றியும் அவர் கேட்ட கேள்விமூன்று பிரிவுகளாக அமைந்திருந்தது.[6] என்ன நடந்தது; எத்தனை பேர் சுட்டுக்கொல்லப்பட்டனர்; எவ்வாறு துப்பாக்கிச்சூடு நிகழ்ந்தது; சூடுகளுக்கு இடைப்பட்ட கால இடைவெளி என்ன; எவ்வளவு பேர் திரண்டிருந்தனர்; என்ன சூழ்நிலையில் சுடுவதற்கான ஆணையை ஆட்சியர் பிறப்பித்தார் என்று நரசிம்மேசுவர சர்மா வரிசையாக வினவினார். சட்டமன்ற நடைமுறைகளில் அனுபவமிக்க ஒருவரின் இவ்வினாக்களுக்குக் கழுவும் மீனில் நழுவும் மீனாக அரசாங்கம் பொதுப்படையான தகவல்களையே பதிலாக அளித்தது (காண்க பிற்சேர்க்கை 3).

திருநெல்வேலித் தூதுக் குழு

பிரிட்டிஷ் அரசு, இந்திய அரசு, நாடாளுமன்றம், சட்டமன்றம் ஆகிய அதிகார மையங்களில் திருநெல்வேலி எழுச்சி பற்றிய கவனம் ஒருபுறம் என்றால் இந்தியக் குடிமைச் சமூகத்திலும் அதன் எதிரொலிகளைக் கேட்க முடிந்தது.

காங்கிரஸ் தோன்றுவதற்கு முன்பே சென்னை மகாஜன சபை என்ற அமைப்பு தொடங்கிவிட்டது. இதுவே பின்னர் சென்னையில் காங்கிரஸ் அமைப்புக்கும் வித்தாக அமைந்தது. திருநெல்வேலி நிலையைப் பற்றிக் கவலையுற்ற சென்னை மகாஜன சபை மார்ச் 21இல் நடந்த தனது செயற்குழுக் கூட்டத்தில், மூன்று உறுப்பினர் கொண்ட தகவலறியும் குழுவைத் திருநெல்வேலிக்கு அனுப்பக் கருதியது. விசாரணை செய்து முழு விவரங்களையும் அறிய எட்டு நாள் தேவைப்படும் என்றும் மகாஜன சபை கணக்கிட்டது. தகவலறியும் குழுவில் இடம்பெற வேண்டும் என்று சேலம் சி. விஜயராகவாசாரியாரைக் கேட்டுக்கொண்ட மகாஜன சபைப் பிரமுகரும் பழுத்த இதழாளருமான சி. கருணாகர மேனன், மற்ற இரு உறுப்பினர்களையும் அவரையே தேர்ந்தெடுத்துக்கொள்ளு மாறும் வேண்டிக்கொண்டார்.[7] விஜயராகவாசாரியார் மூத்த தேசியவாதி என்பது மட்டுமல்ல, சுதேசிக் கப்பல் கம்பெனியின் சட்ட ஆலோசகருமாவார். சென்னை மகாஜன சபையின் கோரிக்கைக்கு அவர் என்ன பதிலிறுத்தார் எனத் தெரியவில்லை. திட்டமிட்டபடி குழு அமைக்கப்படவில்லை என்பது நான்கு

---

6. G.O.no. 595 Judicial (Confidential), 23-4-1908.

7. C. Karunakara Menon to C. Vijayaraghavachari, dated 21-3-1908, C. Vijayaraghavachari Papers.

நாளுக்குப் பிறகு நடந்த அதன் நிர்வாகச் செயற்குழுக் கூட்டத்தில் நிறைவேறிய பின்வரும் தீர்மானத்திலிருந்து தெரிகிறது.[8]

> 'திருநெல்வேலிச் சூழ்நிலை' எனும் பொருள் பற்றிய பரிசீலனையைத் தூதுக் குழு ஆளுநரைச் சந்தித்த பிறகு வைத்துக்கொள்ளலாம் எனத் தீர்மானிக்கப்பட்டது.

சென்னை மகாஜன சபை பெருநம்பிக்கை கொண்டிருந்த தூதுக்குழு என்பது என்ன? அதில் பங்கேற்றவர்கள் யார்? ஆளுநருடனான சந்திப்பில் என்ன நடந்தது என்பன பற்றி இனிப் பார்ப்போம்.

எழுச்சி நிகழ்ந்ததைத் தொடர்ந்து திருநெல்வேலியிலும் தூத்துக்குடியிலும் அமர்த்தத் திட்டமிடப்பட்ட தண்டக் காவல் படையைப் பராமரிப்பதற்கான தண்டத் தீர்வை, ஏற்கெனவே நேரடி வரி செலுத்திக்கொண்டிருந்தவர்களையே பெரிதும் பாதிக்கும் என்பதை அவர்கள் அறிந்தே இருந்தனர். இந்த நிலையில் திருநெல்வேலியின் முக்கியப் பிரமுகர்கள் அதற்கு எதிர்வினை ஆற்றியதில் வியக்க ஒன்றுமில்லை. இதில் முன்கை எடுத்தவர் கே.ஆர். குருசாமி ஐயர். இவரைச் சென்ற இயலிலேயே சந்தித்துவிட்டோம். தென் தமிழகத்தின் குறிப்பிடத்தகுந்த மிதவாதப் பிரமுகராக விளங்கிய இவர், உயர் நீதிமன்ற வக்கீல். சட்டமன்ற உறுப்பினர். நெல்லை நகராட்சிக்குத் தலைவராகவும் இருந்தவர்.[9] எழுச்சிக் கைதிகள் சிலருக்கு ஆதரவாக இவர் வாதாடினார் என்பதையும் முந்தைய இயலில் கண்டோம்.

கே.ஆர். குருசாமி ஐயர் ஆளுநரைச் சந்தித்து முறையிடச் சென்றதற்கு ஒரு பின்னணி உண்டு. குருசாமி ஐயர் முதலானோர் தண்டத் தீர்வை செலுத்த வேண்டியவர்களாயிருந்தது ஒருபுறமிருக்க, வ.உ.சி.க்கும் கே.ஆர். குருசாமி ஐயருக்கும் இடையே கடுமையான அரசியல் முரண்பாடும் தனிநிலையிலான உரசலும் நிலவின. 1907 டிசம்பரில் நடந்த சூரத் காங்கிரஸ் மாநாட்டில் தீவிரவாதிகளுக்கும் மிதவாதிகளுக்கும் இடையே பெரும் பிளவு ஏற்பட்டுக் குழப்பத்தில் முடிந்ததையும் திலகரின் ஆதரவாளரான வ.உ.சி. இம்மாநாட்டில் கலந்துகொண்டு முக்கியப் பங்காற்றியதையும் முன்னரே குறித்தோம். இம்மாநாட்டில் குருசாமி ஐயரும் மிதவாதிகள் அணியின் சார்பாகப் பங்குகொண்டார். சட்டமன்றத்தில் முக்கிய மசோதாக்கள் நிறைவேற வேண்டிய தருணமாதலால் சட்டமன்ற

---

8. Papers of the Madras Mahajana Sabha, 1908.

9. கே.ஆர்.குருசாமி ஐயர்: நெல்லை நகராட்சியின் தலைவராக 5-3-1907 முதல் 2-1-1908வரை இருந்தவர்.

உறுப்பினர் என்ற முறையில் இவருக்குப் பல வேலைகள் இருந்தன. இருப்பினும் வி. கிருஷ்ணசாமி ஐயர், எல்.ஏ. கோவிந்தராகவ ஐயர் ஆகிய மிதவாதப் பிரமுகர்கள் வற்புறுத்தியதால் மாநாட்டின் முக்கியத்துவம் கருதி இவர் சூரத் சென்றார்.[10] அம்மாநாட்டிற்குப் பிறகு வ.உ.சி.யின் அரசியல் கூர்மைபெற்றதைக் கண்டு பதறிவிட்டார். சூரத் மாநாடு முடிந்த பிறகு சுதேசிக் கப்பல் கம்பெனியின் துணைச் செயலாளர் பதவியிலிருந்து விலகி 'ஏஜெண்டு' எனும் பொறுப்புக்கு இறங்கிவரும் நிலை வ.உ.சி.க்கு ஏற்பட்டதற்கு அக்கம்பெனியின் சட்ட ஆலோசகரான கே.ஆர். குருசாமி ஐயர் கொடுத்த அழுத்தம் முக்கியக் காரணம் ஆகும்.[11] வ.உ.சி.யைத் தூத்துக்குடியிலிருந்து அப்புறப்படுத்தி பம்பாய்க்கு அனுப்பிவைக்கவும் இவர் திட்டமிட்டார். வ.உ.சி. கொண்டிருந்த தீவிரமான அரசியல் தொடர்பு கப்பல் கம்பெனி யின் செயல் பாட்டுக்குப் பாதகமாக அமைந்ததென்று உறுதியாக நம்பிய கே.ஆர். குருசாமி ஐயரை ஒத்த சிலர், வ.உ.சி. கைதான பிறகு கம்பெனிக்கு இன்னும் அதிகமான அழிவை வெள்ளை அரசு ஏற்படுத்தும் என்று அஞ்சினர்.

> தூத்துக்குடி ஸ்டீம் நாவிகேஷன் கம்பெனியின் சேலத்து டைரக்டர்களும் பங்குக்காரர்களு மானவர்கள், தூத்துக்குடி உத்தியோகஸ்தர்களும் ஐரோப்பிய வர்த்தகர்களும் மேற்படி கம்பெனியின் மேல் நல்மனதுடையவர்களா யிருக்கவில்லை யென்றறிந்து மிகத் திகில் கொள்கிறார்கள். ஒரு லட்சம் ரூபாய்வரையில் சேலத்தில் பங்குகள் எடுத்தாயிருக்கின்றன. ஆகவே, அவர்களுக்கு மேற்படி கம்பெனியில் அக்கறை அதிகம், அனுதாபம் ஜாஸ்தி. சுதேசி முயற்சிக்கு ஐரோப்பியர் விரோதமாயிருப்பதையும் உத்தியோகஸ்தர்களின் செய்கைகளையும் தெளிவாயும் வலுவாயும் கவர்ன்மெண்டுக்குத் தெரிவிக்க வேணும். நம் அன்புக்குரியதும் யோக்கியதையுள்ளதுமான சுதேசி முயற்சியை வியாபாரப் பொறாமையாலுண்டான தகாத அவநம்பிக்கையினின்றும் விரோதத்தினின்றும் காக்க வேணும். கவர்ன்மெண்டின் கண்ணைத் திறந்து இப்போதைய ஆபத்தினின்று கம்பெனியைக் காக்க எல்லா முயற்சிகளும் செய்ய வேண்டும்

---

10. T&TD, p. 26.

11. Confidential Judicial Disposal no. 133B, 9–7–1908.

என்று சுதேசிக் கப்பல் கம்பெனியின் சேலத்து இயக்குநர்களும் பங்குதாரர்களும் குருசாமி ஐயருக்கு விடுத்த தந்தி இந்த மனநிலையை வெளிப்படுத்துகிறது.[12]

எனவே ஆளுநரைச் சந்தித்து நிலைமையை மீட்டெடுக்கக் கே.ஆர். குருசாமி ஐயருக்கு எல்லாக் காரணங்களும் இருந்தன.

கே.ஆர். குருசாமி ஐயர் அஞ்சியது போலவே எல்லாம் நடந்தது என்றே சொல்ல வேண்டும். மக்கள் எழுச்சி மேலும் நெருக்கடிகளைக் கொடுக்கும் என்றே அவருடைய மிதவாத அரசியல் பார்வை அவருக்கு உணர்த்தியது. தண்டக் காவல் படை நிறுத்தப்படப்போகிறது என்ற 'வதந்தி'யைக் கேட்ட உடனே குருசாமி ஐயர், முதலில் ஆட்சியர் விஞ்சிடம் குழுவாகச் சென்று முறையிடுவதெனச் சில பிரமுகர்களோடு கலந்துபேசி முடிவு செய்தார். தம்மைச் சந்திப்பதால் எந்தப் பயனும் ஏற்படாது என விஞ்சு முரட்டடியாகக் கூறியதால், மாகாண ஆளுநரைச் சந்திக்க முயல்வதென முடிவுசெய்து, மார்ச் 18 அன்று ஆளுநர் ஆர்தர் லாலியின் தனிச் செயலருக்கு குருசாமி ஐயர் தந்தியடித்தார். தூதுக்குழுவைச் சந்திக்க விரைவில் தேதி தர வேண்டும் என்றும், அதுவரை தண்டக் காவல் படை பற்றி எந்த ஆணையையும் பிறப்பிக்க வேண்டாம் என்றும், ஒருவேளை ஆணை பிறப்பிக்கப்பட்டிருந்தால் அதை நடைமுறைப்படுத்துவதை நிறுத்திவைக்க வேண்டும் என்றும் அவர் கேட்டுக்கொண்டார். கூடுதலாக நிறுத்திவைக்கப்பட்டிருந்த காவலரே அமைதி காப்பதற்குப் போதும் என்றும் இறைஞ்சினார். இந்தத் தொலைவரி கிடைத்ததுமே ஒரு வாரம் கழித்துத் தூதுக்குழுவைச் சந்திக்கலாம் என்றும், ஆனால் தண்டக் காவல் படை பற்றிய ஆணையை நிறுத்திவைப்பதற்குத் தாம் தயாரில்லை என்றும் ஆளுநர் குறிப்பெழுதிவிட்டார்.

மார்ச் 28ஆம் நாள் சந்திப்பதென முதலில் தேதி கொடுத்த ஆளுநர், சந்திப்பின்போது ஆட்சியர் விஞ்சு உடனிருத்தல் நலம் என்று கருதி, அவருடைய வசதிக்கேற்பப் பேட்டியை ஏப்ரல் 1க்கு மாற்றிவைத்தார்.[13]

குருசாமி ஐயர் உட்பட ஐவரை மட்டுமே சந்திக்க அனுமதியளித்திருந்ததில் எம்.ஆர். இராமகிருஷ்ண ஐயர், எஸ்.எஸ். முகம்மது அப்துல் காதர் மரக்காயர், சி.வ. நல்லபெருமாள் பிள்ளை (சுதேசிக் கப்பல் கம்பெனியின் தோற்றுநர்களில் ஒருவரான பெருவணிகர்), என்.ஏ.வி. சோமசுந்தரம் பிள்ளை,

---

12. *சுதேசமித்திரன், 31–3–1908.*

13. Confidential Judicial Disposal no. 133B, 9–7–1908.

எஸ். கல்யாணராமய்யர் (உயர் நீதிமன்ற வழக்குரைஞர்), சாவடி திருமலைக்கொழுந்து பிள்ளை (மிட்டாதார்), எஸ்.எஸ்.வி. கிருஷ்ண பிள்ளை (வணிகர்) ஆகிய எழுவர் அடங்கிய ஒரு பட்டியலை அவர் கையளித்தார். (கடைசி மூவர் அழைக்கப்படவில்லை.)

48 வயதான சர் ஆர்தர் லாலி (1860–1932) ராணுவப் பயிற்சி பெற்றவர். தென்னாப்பிரிக்காவிலும் ஆஸ்திரேலியாவிலும் பிரிட்டிஷ் பேரரசுக்குச் சேவகம் புரிந்துவிட்டு 1906 மார்ச் மாதத்தில்தான் சென்னை மாகாணத்தின் ஆளுநராகப் பொறுப் பேற்றிருந்தார். ஐந்தரையாண்டுக் காலம் ஆளுநராக இருந்த லாலியின் பதவிக்காலமும் சுதேசி இயக்கத்தின் எழுச்சியும் ஒடுக்கமும் இயைந்துபோயின.

அரசாங்கத்தின் சார்பில் ஆளுநருடன் தலைமைச் செயலர் ஜி. ஸ்டோக்ஸ், ஹெச். பிராட்லி, ஜெ.என். அட்கின்சன் ஆகிய அதிகாரிகளும் இருந்தனர். ஏப்ரல் 1, முற்பகல் 11 மணிக்குப் பேட்டி தொடங்கியது.

பேட்டியின் நடவடிக்கைகளைக் குறிப்பெடுத்துப் பதிவு செய்வதற்குப் பி. ராஜகோபாலாசாரி என்பவர் உடனிருந்தார். இதன் அடிப்படையில் தயாரிக்கப்பட்ட அதிகாரப்பூர்வமான மந்தணப் பதிவு நெருக்கமாக அச்சிட்ட 32 பக்கம் கொண்டு, விரிவான செய்திகள் அடங்கியதாக அமைந்திருந்தது. இந்த ஆவணத்தைக் கொண்டே இந்தப் பகுதி எழுதப்பட்டுள்ளது.[14]

தூதுக்குழுவைச் சந்திக்கும் முன்னரே ஒரு நீண்ட விண்ணப்ப அறிக்கையைத் தூதுக்குழு சார்பாக குருசாமி ஐயர் தயாரித்து அனுப்பிவைத்திருந்தார். அந்த விண்ணப்ப அறிக்கையின்படி ஒவ்வொரு பொருளாகப் பேச விருப்பமா அல்லது பொதுவாகப் பேசுகிறீர்களா என்று ஆளுநர் கேட்டதற்குப் பொதுவாகப் பேசவே விருப்பம் என்று குருசாமி ஐயர் கூறினாலும், கடைசியில் இந்த விண்ணப்பத்தின் விரிவையே ஆளுநருடன் மிக விலாவாரியாகப் பேசினார்.

நேர்காணலின் முடிவில் அப்துல் காதர் மரக்காயரும் இராமகிருஷ்ண ஐயரும் சுருக்கமாகப் பேசியதைத் தவிர முழுவதும் குருசாமி ஐயரின் குரலே ஒலித்தது. ஆங்கிலேய மரபுகளுக்கிணங்க குருசாமி ஐயர் நயமாகவும் சட்ட வல்லமையுடனும் தம் வாதத்தை முன்வைத்தார். ஆனால் முன்தீர்மானத்துடன் பேசிய ஆளுநர் அவருடைய சாதுரியமான வாதங்களுக்குச் செவிமடுக்காதது மட்டுமல்லாமல், அடிக்கடி இடையிட்டும் இடக்காகப் பேசியும் அவரை நிலைகுலையவைக்க முயன்றார்.

---

14. வேறு சான்றுகள் காட்டாதவரை இப்பகுதியில் இடம்பெறும் செய்திகள் அனைத்தும் இந்த ஆவணத்தை ஆதாரமாகக் கொண்டதாகக் கொள்க.

திருநெல்வேலியிலேயே விவகாரத்தைப் பேசி முடித்திட வேண்டும் எனத் தாம் விரும்பியதாகவும், ஆனால் அவ்வாறில்லாமல் ஆளுநர்வரை வர வேண்டியிருந்ததும் நன்மைக்கே என்ற பீடிகையுடன் தொடங்கிய குருசாமி ஐயர், திருநெல்வேலி மக்களின் ராஜவிசுவாசத்தை அழுத்திக் கூறினார். இவர்கள் எந்தக் காலத்திலும் ராஜதுரோகம், விசுவாசமின்மை, கலவர மனப்பான்மை ஆகியவற்றுக்குப் பெயர்பெற்றவர்கள் அல்ல என்றும், தமக்குக் கிடைக்கக்கூடிய ஆதாயத்தை மட்டுமே கணக்குப் போடுபவர்கள் என்றும், திருநெல்வேலி நிலவுடைமையாளர்களும் நகர்வாழ் மக்களும் உழைப்பையும் சிக்கனத்தையும் கைக்கொள்பவர்கள் என்றும், 'வீடோ சொத்தோ பெயரோ பெற்ற ஒவ்வொருவருமே' அடியாழம்வரை விசுவாசிகளே என்றும், பொருநை வடிநிலப் பகுதி மக்களின் இயல்பு இது என்றும் ஒரு சித்திரத்தை அவர் தீட்டினார். நெல்லைவாழ் மக்கள்மீது அரசுக்கு ஐயம் ஏற்படுமானால் அதைக் களைவதற்கு அவர்களுக்கு வாய்ப்பளிக்க வேண்டும் என்றும், அரசு அவர்கள்மீது நம்பிக்கை கொள்ளத் தவறக் கூடாது என்றும் வேண்டிக்கொண்டார். தூதுக்குழுவின் விளைவாக ஒரு பயனும் விளையாமல் ஊருக்குத் திரும்பினாலும் அவர்களுடைய ராஜவிசுவாசத்தை அரசாங்கம் ஏற்குமென்றால் அதுவே போதும் என்று குருசாமி ஐயர் தொழும்பராய் அரசு கட்டிலின் காலடியில் விழுந்தார்.

நேர்காணல் முழுவதும் வ.உ.சி.மீதான குற்றப்பத்திரிகையாகவே அமைந்தது.[15] வ.உ.சி.க்கு நெல்லையில் எந்தச் செல்வாக்கும் இல்லை, தூத்துக்குடியிலும்கூடக் கல்லாதவர்களே அவருக்குப் பின்னே நின்றனர் என்ற போக்கில் குருசாமி ஐயரின் சித்திரம் அமைந்தது. அதோடு நில்லாமல், வ.உ.சி. தம்மைப் போன்ற பட்டம் பெற்ற வழக்குரைஞர் அல்ல, வெறும் இரண்டாம்நிலை ப்ளீடர் மட்டுமே என்றும் அவரை இழித்துரைத்தார்.

இந்தச் சித்திரம் ஆட்சியாளர்களுக்கு உவப்பளிக்கவே செய்தது. 32 பக்க ஆவணம் நெடுகவும், இரு தரப்பிலும் வ.உ.சி.யின் பெயரே அடிபடுகிறது. சுப்பிரமணிய சிவாவின் பெயர் ஒருமுறைகூட இடம்பெறவில்லை. திருநெல்வேலி எழுச்சிக்கான முழுப் பொறுப்பையும் வ.உ.சி.மீதே ஆளுநரும் சுமத்தினார். குருசாமி ஐயர் முதலான 'மதிப்பார்ந்த கனவான்கள்' அவரைக் கட்டுப்படுத்த முயலவில்லை அல்லது முடியவில்லை என்பதே ஆளுநரின் ஆவலாதியாக இருந்தது. இதை மறுக்குமுகமாக குருசாமி ஐயர் முன்வைத்த விரிவான சான்றுகளை ஆளுநர்

---

15. 'சுதேசமித்திர'னில் (25–4–1908) எழுதிய 'ஒரு நண்பர்', ஆளுநர் முன் இவர் வ.உ.சி. பற்றிய 'உண்மைகளைக் கக்கி'விட்டார் என்று மிகச் சீற்றத்தோடு எழுதினார்.

ஏற்க மறுத்தார். எனவே, வ.உ.சி.யின் மீது குற்றமுரைத்ததால் எந்தச் சலுகையும் கிடைத்துவிடவில்லை.

தூதுக்குழுவின் முதன்மையான நோக்கமும் கோரிக்கையும் தண்டக்காவல் படையை விலக்கிக்கொள்ள வேண்டும் என்பதாகவே இருந்தது. அதற்காக குருசாமி ஐயர் முன்வைத்த வாதங்களைப் பின்வருமாறு தொகுத்துக்கொள்ளலாம்: திருநெல்வேலி அமைதியான நகரம்; அதன் மக்கள் ராஜவிசுவாசம் மிகுந்தவர்கள்; திருநெல்வேலியிலும் தூத்துக்குடியிலும் நிகழ்ந்தவற்றுக்குக் காரணம் வ.உ.சி.யும் பிறரும் ஆற்றிய சுதேசிய உரைகளே; ஒரே ஒரு தனிநபர் (வ.உ.சி.) கைது செய்யப்பட்டது மட்டுமே கலவரம் மூளக் காரணம்; அரசுக்கு எதிரான உணர்வு எதுவும் திருநெல்வேலியிலோ, தூத்துக்குடியிலோ பரவலாக இல்லை. எதிர்ப்புணர்வு பரவலாக இருந்தது என்று அரசு கருதியிருக்குமானால், கூடுதல் போலீசை வரவழைக்காமல் ஏன் வ.உ.சி. கைது செய்யப்பட்டார் என்ற தர்க்கரீதியான கேள்வியை அவர் எழுப்பினார். சூரத் காங்கிரஸ் மாநாட்டுக்குப் பிறகு அரசியல் சூழல் தீவிரமடைந்தது என்பதை அவர் ஒப்புக்கொண்டாலும் தம்மை ஒத்தவர்கள் தீவிரக் கருத்துகளுக்கு மாற்றாகச் செயல்பட முனைந்தனர் என்றும் சொன்னார்.

இந்த இடத்தில் சூழலின் மாற்றத்தை மிக விரிவான ஒரு கதையாடலாக குருசாமி ஐயர் விவரித்தார். கப்பல் கம்பெனி களுக்கு இடையிலான போட்டி வெம்மையைக் கூட்டியது. பிப்ரவரி 27ஆம் நாள் தொடங்கிய கோரல் ஆலைத் தொழிலாளர் வேலைநிறுத்தம் திருப்புமுனையாக அமைந்தது. பொது மக்களின் ஆதரவுடன் நடந்த இந்தப் போராட்டம் அமைதியாகவே நடந்தது. வெள்ளை அதிகாரிகளின் பகைமை பாராட்டும் போக்கு சுதேசிக் கப்பல் கம்பெனியின் செயல்பாட்டுக்கு ஊறு விளைவித்தது. இதற்கு ஆதாரமாக மிக விரிவான, ஏராளமான சான்றுகளையும் எடுத்துக்காட்டுகளையும் அவர் அடுக்கினார். அரசியல் சூட்டைத் தணிக்க வேண்டி வ.உ.சி.யைக் கட்டுப்படுத்தக் கம்பெனி நிர்வாகம் எல்லா முயற்சிகளையும் எடுத்தது; அவருடைய அதிகாரத்தைப் பறித்தது. ஆனால் வ.உ.சி. எதற்கும் மசியாமல், தம் அரசியலைத் தொடர்ந்தார். மார்ச் மாதத் தொடக்கத்தில் நடந்த பொதுக் கூட்டங்களைக் கட்டுப்படுத்த ஆஷ் எடுத்த முயற்சிகளுக்கு குருசாமி ஐயரும் பிறரும் முழு ஒத்துழைப்பு நல்கினர். ஆனால் வ.உ.சி. கைதாகி, எழுச்சி நடந்து முடிந்த பிறகும்கூடச் சுதேசிக் கப்பல் கம்பெனிக்கு எதிரான நடவடிக்கைகள் நின்றபாடில்லை. இந்தப் புள்ளியைப் பொறுத்தவரையில் சுதேசிக் கப்பல் கம்பெனியின் வணிக நலனில் அக்கறை கொண்டிருந்தவர்களின்

தரப்புக்கு குருசாமி ஐயர் தகுந்த வழக்குரைஞராக விளங்கினார் எனத் தயக்கமின்றிக் கூறலாம்.

சுதேசி இயக்கத்திலும் எழுச்சியிலும் பங்குகொண்டோரைப் பற்றிய அளவில், குருசாமி ஐயர் முன்வைத்த வாதங்கள் வருமாறு: பொதுக் கூட்டங்களில் 'மரியாதைக்குரிய மக்கள் பிரிவினர்' எவரும் கலந்துகொள்ளவில்லை. 'வணிகர்கள், தொழில்நடத்துவோர்,கற்றவர்கள்' சுதேசியச் சொற்பொழிவுகளைப் பொருட்படுத்தவில்லை. 'கலக'த்தில் ஏற்பட்ட பொருட்சேதத்தை விளைவித்தவர்கள் சில ரவுடிகளும் 'கீழ்நிலை' மக்களுமே ஆவர். அடித்தட்டு மக்களே வன்முறைக்குக் காரணம் என்று மீண்டும் மீண்டும் அவர் வற்புறுத்தினார். திருநெல்வேலியில் கூடிய 'கும்பல்' தற்செயலானது. திருநெல்வேலிப் பாலம் அருகே லெவல் கிராசிங் உள்ளதால், கதவு அடைத்திருந்தபோது கூட்டம் எளிதில் கூடிவிட்டது. கும்பலின் நோக்கம் எதிர்ப்புத் தெரிவிப்பதுதானேயொழியச் சூறையாடுவதல்ல. திருநெல்வேலி நகரத்தில் கடைத்தெருவை அடைப்பதே 'கும்ப'லின் நோக்கமாக இருந்திருக்கிறது. கலவரம் நடந்தது ஒரு மணிநேரமே. அதுவும் திட்டமிடாமல் நடந்தது. (ஆனால் அடுத்து நிகழ்ந்த எரிப்புச் சம்பவங்களை குருசாமி ஐயரால் விளக்க முடியவில்லை.) எனவே குற்றமிழைக்காத மேல்தட்டு மக்களுக்குத் தண்டத் தீர்வை விதித்தல் நியாயமாகாது.

மக்கள்திரளைக் கலைக்க நிர்வாகம் எடுத்த நடவடிக்கைகள் (துப்பாக்கிச்சூடு) பற்றித் தூதுக்குழுவுக்குச் சொல்ல ஒன்றுமில்லை; அதன் சரிதவறுகளை அரசுதான் அறியும் என்றும் குருசாமி ஐயர் கூறினார். ஆயினும் தூத்துக்குடி வண்டிப்பேட்டையில் கூட்டம் கூடுவதை ஆஷ் முன்னரே தடுத்திருக்க வேண்டும்; கூட்டம் கூடுவதற்கு விதித்த தடையாணையை நன்கு விளம்பரப்படுத்தியிருக்க வேண்டும். கூட்டம் கலைந்து செல்ல வழியில்லாத நிலையில் வண்டிப்பேட்டைக்குள் வலுக்கட்டாயமாக ஆஷ் தலைமையில் போலீஸ் படை புகுந்ததே கலவரத்திற்குக் காரணம். அப்படியும் தூத்துக்குடியில் பெரிதாக ஒன்றும் நடந்துவிடவில்லை; நடந்தனவும் ஆஷின் தவறான அணுகுமுறையால் நடந்தனவே. நிலவிய சூழலில் எவ்வளவு சிறப்பாகச் செயல்பட முடியுமோ அவ்வளவு சிறப்பாகவே அதிகாரிகள் செயல்பட்டனர் என்று ஆளுநர் கருதியதைப் போலவே நகரின் பிரமுகர்களும் கருதுகிறார்கள் என்றார் குருசாமி ஐயர். விவரங்களைப் புரிந்துகொள்ளாமல் செய்தித்தாள்களும் பெருவாரியான பொதுமக்களும் அரசைக் குறைகூறுவது இயல்புதான். எனவே இதை விசாரிக்க வேண்டும் என்றும் அவர் ஆளுநரைக் கேட்டுக்கொண்டார்.

நெல்லையிலும் தூத்துக்குடியிலும் முழு அமைதி திரும்பிவிட்டது. ஒரு நாள் மட்டுமே வன்முறை நிகழ்ந்தது. மக்களிடையே எந்தக் கொந்தளிப்பும் அதன் பிறகு இல்லை. இனி இது போன்ற எழுச்சி மூள வாய்ப்பேயில்லை. எனவே தண்டக் காவல்படை தேவையில்லை. வேண்டுமானால் ஒரு விசாரணைக் குழுவை அரசு அமைக்கலாம். அதில் இந்திய, ஐரோப்பிய கனவான்கள் சிலர் இருந்தால் வேண்டாத சர்ச்சைகள் தவிர்க்கப்படும். இதுவே குருசாமி ஐயரது இறைஞ்சுதலின் சாரம்.

ஆளுநர் லாலி தூதுக்குழுவின் எந்தக் கோரிக்கைக்கும் செவி சாய்க்கவில்லை. குருசாமி ஐயர் பேசியபோது இடையிடையே குறுக்கிட்டார். அவர் சொன்னவற்றை மறுத்துக்கொண்டே இருந்தார். கப்பல் கம்பெனிகளின் போட்டியில் அரசுக்கு எந்த அக்கறையும் இல்லை என்று சொன்ன அதே வேளையில் அதற்கு முரணாகச் சுதேசிக் கப்பல் கம்பெனியின் அரசியலைக் கடுமையாக விமர்சித்தார். எடுத்துக்காட்டாக, ஐரோப்பியர் எவரும் சுதேசிக் கப்பல் கம்பெனியில் பங்கு வாங்க முடியாது என்ற கம்பெனி விதியை ஆளுநர் சுட்டிக்காட்டினார். பிரிட்டிஷ் இந்தியாபோல் கருத்துச் சுதந்திரத்திற்கு வாய்ப்பளிக்கும் நாடு வேறொன்றும் உலகத்தில் இல்லை என்று பெருமை பீற்றிக்கொண்ட ஆளுநர், சட்டம் ஒழுங்கை நிலைநாட்டுவது பிரிட்டிஷாரின் கடமை என்றார்.

ஆளுநர் லாலி மேலும் உதிர்த்த முத்துகளைப் பின்வருமாறு தொகுத்துக்கொள்ளலாம்: பிரிட்டிஷார் கொடுக்கும் உரிமை களை இந்தியர்கள் தவறாகப் பயன்படுத்திக்கொள்கிறார்கள்; பிரிட்டிஷாரின் தாராளத்தை எவரும் கருதுவதோ, பாராட்டுவதோ இல்லை. பெற்றோர் தம் குழந்தைகளுக்குக் குடிமக்களின் பொறுப்பை உணர்த்துவதில்லை. அச்சு ஊடகத்தின் பார்வை யும் அரசுக்கு எதிராகவே உள்ளது. அதிலும் சுதேச மொழிப் பத்திரிகைகளைப் பற்றிச் சொல்லவே வேண்டியதில்லை. மக்களோ கலவரங்களுக்குக் காரணமானவர்களுக்கு ஆதரவாகக் கூட்டம் நடத்துகிறார்கள். இந்நிலையில் சட்டம் ஒழுங்கை நிலைநாட்டும் முழுப் பொறுப்பும் அரசுக்குரியதாகிறது. கலவரத்திற்கு இரண்டு வாரங்களுக்கு முன்னரே ஆட்சியர் விஞ்சு தூத்துக்குடிப் பிரமுகர்களின் ஆதரவை நாடினார். ஆனால் அவர்கள் கைகொடுக்கவில்லை. எனவே, நகரப் பிரமுகர்கள் இக்கலவரத்திற்கான முழுப் பொறுப்பையும் ஏற்க வேண்டுமேயொழிய அதைத் தட்டிக்கழிக்க முடியாது. அரசு தன் கௌரவத்தையும் அதிகாரத்தையும் எப்படி நிலைநாட்டாமல் இருக்க முடியும்? சுதேசி இயக்கத் தலைவர்கள் தொடர்ந்து அரசை ஆத்திரமூட்டி, கடும் நடவடிக்கை எடுக்கத் தூண்டினர். கலவரம்

திட்டமிட்டு நடத்தப்பட்டது என்று உறுதிபடக் கூறிய ஆளுநர், துப்பாக்கிச்சூடு நடந்திராவிட்டால் மேலும் பல உயிரிழப்புகள் ஏற்பட்டிருக்கும் என்றார். பொதுமக்கள் வெள்ளையரிடமும் அதிகாரிகளிடமும் வெளிப்படையாகக் காட்டிய பகைமையும் வெறுப்பும், வேண்டுமென்றே அதிகாரத்திற்கு எதிராகச் செயல்பட்ட முறையும் அரசின் நடவடிக்கைகள் சரியே என்று உறுதி செய்வதாகவும் அவர் ஆணித்தரமாக அறைந்தார். தண்டக்காவல் படையை நிறுத்திவைப்பது அரசுக்கு மகிழ்ச்சி தரவில்லை என்றும், கடமையின்பாற்பட்டே அதைச் செய்வதாகவும் ஆளுநர் கூறி முடித்தார்.

பிரிட்டிஷ் பேரரசுக் கருத்தியல் நிலைப்பாட்டுக்குச் சிறந்ததோர் விளக்கவுரை என்று ஆளுநர் லாலியின் சொற்பெருக்கைக் கூறலாம். காலனிய நாடுகளில் பிரிட்டிஷ் ஆட்சியின் கருத்தியல் போலிமையை இது தெற்றெனக் காட்டுகிறது என்று சொல்லவும் வேண்டுமோ?

எஸ்.எஸ். அப்துல்காதர் மரக்காயர் கடைசியில் ஒரே ஒரு முறை இடையிட்டு, ஒரு தவறுமிழைக்காத கனவான்கள்மீது தண்டக் காவல் வரியைச் சுமத்துவது நியாயமில்லை என்றபோது, திருநெல்வேலி, தூத்துக்குடி மக்களின் பொறுப்பற்ற செயல்களுக்கு 'மலபார், கஞ்சம், கோதாவரி மாவட்ட விவசாயிகள்' ஏன் வரிகட்ட வேண்டும் என்று கேட்ட ஆளுநர் லாலி, வ.உ.சி.க்கு எதிராக ஒரு விரலைக்கூட அசைக்காத குடிமக்கள், தண்டக் காவல் படையை வேண்டாம் என்று சொல்வதை ஏற்பதற்கில்லை என்று முடித்தார்.

சிறு சலுகையும் பெறாமல் அவமானமும் பட்டுத் தலையைத் தொங்கப்போட்டுக்கொண்டு திரும்பியது தூதுக்குழு. இந்த நேர்காணலுக்குப் பிறகு 6ஆம் தேதியன்று தம் தம்பி கே.ஆர். வெங்கட்டராமய்யருடனும் என்.ஏ.வி. சோமசுந்தரம் பிள்ளையுடனும் குருசாமி ஐயர் ஊருக்குத் திரும்பியபோது சிலோன் எமிக்ரேஷன் கம்பெனியைச் சேர்ந்த ஃபர்க்ஹேசன் (*Farquehason*) என்பாரும் அதே ரயில் பெட்டியில் பயணம் செய்தார். அவர்கள் பேசிக்கொண்டபோது ஆளுநர் சொல்வதே கடைசி வார்த்தை என்பதில் மாற்றுக்கருத்து இருக்க முடியாதல்லவா என்று குருசாமி ஐயர் தோல்வியின் ரேகை படரச் சொல்லியிருக்கிறார்.[16] (இவ்வளவு அவமானப்பட்டும் அவருக்கு சுரணை வந்ததாகத் தெரியவில்லை. ஆறு மாதங்கள் கழித்து ஆளுநர் நெல்லைக்கு வந்தபோதும் தம் விசுவாசத்தை அவர் காட்டத் தவறவில்லை. லாலி சென்னையின் ஆளுநர் பதவிக்

---

16. MPAI, 1908, para 467(c).

காலத்தை முடித்துகொண்டு புறப்பட்டபோதும் வழியனுப்பு விழாவில் குருசாமி ஐயர் அவரை வகைதொகையில்லாமல் பாராட்டிப் பேசினார்.[17])

எதிர்வினை

தூதுக்குழுவின் நேர்காணல் தொடர்பான நடவடிக்கை களைக் கமுக்கமாக வைத்துக்கொள்ள வேண்டும் என்று ஆளுநர் முதலிலேயே சொன்னாலும், தூதுக்குழு மூக்குடைபட்டு வந்த செய்தி ஊரறிந்த ரகசியமாகிவிட்டது.

முட்டாள்கள் நாளான ஏப்ரல் 1இல் இந்தத் தூதுக்குழு ஆளுநரைச் சந்தித்தது பொருத்தமானதே என 'இந்தியா' கிண்டல் செய்தது.[18] சென்னைக் கடற்கரையில் 5–4–1908இல் பாரதி முன்னின்று நடத்திய சென்னை ஜன சங்கக் கூட்டத்தில் பேசிய சுரேந்திரநாத் ஆர்யா, தூதுக்குழுவின் போக்கைக் கண்டித்துப் பேசுகையில் அரசாங்கத்துக்குப் பிடிக்கிறதோ இல்லையோ, ஒவ்வொருவரும் எந்த ஆபத்து ஏற்படினும் தத்தமது பிறப்புரிமையை நிலைநாட்ட வேண்டும் எனக் கூறினார்.[19]

தூதுக்குழு ஆளுநரைச் சந்தித்ததால் விளைந்த பயன் ஒன்றுமில்லை என்பதே பத்திரிகைகளின் கருத்தாக இருந்தது. 'ஆனரபில் குருசாமி ஐயர் கவர்னரிடம் பேசி யெப்படியாவது தண்டப் போலீஸை யெடுத்துவிட்டு மறுஜோலி பார்ப்பாரேயன்றிச் சும்மா விடுவாரா? ஒருக்கால் கவர்னர் தண்டப் போலீஸை எடுக்க முடியாதென்று மறுப்பாரானால் ஆனரெபில் குருசாமி ஐயர் சட்டசபை மெம்பர் வேலையை உடனே விடுவாரேயன்றிப் பின்பு அந்தக் கவர்னர் முகத்தில் ஒருநாளும் விழிக்க மாட்டார்' என்று நக்கலடித்த 'சுதேசமித்திரன்',[20] மேலும் கடுமையாக, 'திருநெல்வேலித் தண்டப் போலீஸும் போலிப் பெரியமனிதரும்' என்ற தலைப்பில் பின்வருமாறு எழுதியது:

> திருநெல்வேலியிலும் தூத்துக்குடியிலும் தண்டப் போலீஸ் வைத்திருப்பதைப் பற்றி ஆனரபில் குருசாமி ஐயரைப் போலவே 'மதராஸ் ஸ்டாண்டர்டு' பத்திரிகையும் குறிப்பிடுகின்றது....கலகம் செய்தவர்கள் ஏழை ஜனங்கள் என்றும் பெரிய மனிதர்களெல்லாரும் சாதுக்களென்றும் பாகுபாடு செய்து கீழ்வகுப்பு

17. இதைப் பற்றிய விமர்சனம்: *'மிஸ்டர் K.R. குருசாமி ஐயர் ஸர் ஆர்தர் லாலியைப் பற்றி', சுதேசமித்திரன், 1–11–1911.*

18. *இந்தியா, 4–4–1908* (MNNR 1908).

19. 'History Sheet of Arya', G.O.no. 1542, Judicial (Confidential), 3–10–1911.

20. *சுதேசமித்திரன், 21–3–1908.*

மேல்வகுப்பு என்று பிரிப்பதே சேஷ்டை. இப்படிப் பிரிப்பதனால் ஏழை ஜனங்களுக்கு வந்த சுகதுக்கம் பெரிய மனிதர்களுக்குக் கிடையாதென்று ஏற்படுகின்றது. இது உண்மையானால் சில பெரிய மனிதர்கள் ஏழை ஜனங்களின் பிரதிநிதிகளென்று பெயர் வைத்துக்கொண்டு சட்டசபையிலும் முனிசிபாலிட்டிகளிலும் பெருமை பாராட்டுவதன் அர்த்தமென்ன?...சிற்சில சங்கடமான சமயங்களில், தாங்கள் யாருடைய பிரதிநிதியெனச் சொல்லிக் கொள்கின்றார்களோ அந்த ஏழைகளுக்கே விரோதமாக ஸர்க்கார் அதிகாரிகளிடம் கோள் சொல்லுகிறார்கள். தாங்கள் வேறு, ஏழைகள் வேறு என்று ஏழைகளைக் காட்டிக்கொடுத்துவிட்டுத் தாங்கள் ஒதுங்கிக்கொள்ள முயல்கிறார்கள். இப்படிப்பட்ட பெரிய மனிதர்கள் ஜனப்பிரதிநிதி யென்ற பட்டத்துடன் வெளியே வரலாமா? இவர்களைப் பெரிய மனிதர்களென்று ஜனங்கள் மதிக்கலாமா? லாபம் வந்தபொழுது ஜனப் பிரதிநிதியெனவும், கஷ்டம் வந்தவுடன் தாங்கள் வேறு ஜனங்கள் வேறு எனவும் சொல்லும் மனிதர்கள் வாஸ்தவத்தில் அற்பர்களேயன்றிப் பெரிய மனிதர்களல்ல.[21]

மதராஸ் ஸ்டாண்டர்டு நாளிதழுக்குக் கே. ஆர். குருசாமி ஐயர் கொடுத்த நேர்காணலிலிருந்து முழு விவரங்களையும் அறிந்த குருமலை சுந்தரம் பிள்ளை, வ.உ.சி.யைப் பற்றி அவர் கூறிய அவதூறுகளுக்கு நயமான நையாண்டித் தொனியோடு சரியான பதிலடி கொடுத்தார்.[22]

ஐயோ பாவம்! எல்லாப் பெருமைகளையும் ஆனரபில் ஐயரே அடையட்டும்! சந்திரசூரியருள்ளவரை இவரே தென்னாட்டுத் தலைவராய் விளங்கட்டும்! ஆனரபில் பட்டத்தையும் வேறு பட்டங்களையும் இவரே புத்திர பௌத்திர பரம்பரையாய் அடையட்டும்! ஸ்ரீ பிள்ளை ஒருபோதும் சட்டசபை மெம்பராகவே மாட்டார். அந்தப் பயம் வேண்டியதில்லை. ஸ்ரீ

---

21. *சுதேசமித்திரன்*, 21–3–1908.

22. 'ஆனரபில் குருசாமி ஐயரும் ஸ்ரீ V.O. சிதம்பரம் பிள்ளையும்', *சுதேசமித்திரன்*, 21–3–1908. சுதேசமித்திரன் உதவியாசிரியரான குருமலை சுந்தரம் பிள்ளை சுதேசிய இயக்க ஈடுபாடுடையவர்; ஜி. சுப்பிரமணிய ஐயரின் வாழ்க்கைவரலாறு, 'பொற்றொடி' (நாவல்) முதலான நூல்களை எழுதியவர்.

பிள்ளை தமது சொந்த லாபத்தையும் பெருமையையும் கருதினவரல்ல. சொந்த நன்மையைக் கருதாது தேசநன்மையின் பொருட்டுழைப்பது ஸ்ரீ பிள்ளையா அல்லது ஆனரபில் குருசாமி ஐயரா வென்பது காதும் கண்ணும் அறிவுமுள்ள ஒவ்வொரு மனிதனுக்கும் தெரியும். ஐயருடைய மனச்சாக்ஷிக்கும் தெரியும்! ஆனால் ஒரு கேள்வி கேட்க விரும்புகின்றேன். ஸ்ரீ சிதம்பரம் பிள்ளை சாதாரண மனிதர். சாதாரண குடும்பத்திற் பிறந்த சாதாரண வக்கீல். அவருக்குத் தூத்துக்குடியில் மதிப்பில்லை. அவர் தேசத்துக்குச் செய்த நன்மையும் ஒன்றுமில்லை. ஆனால் மிஸ்டர் ஐயர் பெரிய மனிதரல்லவா? பெரீஇய வக்கீலல்லவா? பெரீஇஇய ஆனரபில் பட்டம் பெற்றவரல்லவா? சென்னைக் கிறிஸ்தியன் காலேஜில் வாசிக்கும்பொழுதே கீர்த்தி பெற்றவரல்லவா? பாபு சுரேந்திரநாத் பானர்ஜியிடம் தேசபக்தி பயின்றவரல்லவா? இவர் இதுவரையும் தேசத்துக்குச் செய்த நன்மைகள் என்ன? எத்தனை கம்பெனி ஸ்தாபித்தார்? எத்தனை மலைகளை விழுங்கி விட்டார்? என்பதைப் பற்றி அவராவது அவருடைய நண்பர்களாவது வெளியிடுமாறு பிரார்த்திக்கின்றேன். இந்தியரின் பலத்தைக் குறைக்க வேண்டுமென்று பிரிட்டிஷார் செய்யும் ஒவ்வொரு செயலும் தங்கள் சொந்த பலத்தைக் குறைத்துக்கொண்டு வருவது போல், ஸ்ரீ பிள்ளையின் கௌரவத்தைக் குறைக்க முயன்றதனால் ஆனரபில் ஐயரின் கௌரவமே குறையுமென்பதில் தடையில்லை.

ஆளுநரின் நெல்லை வருகை

1908 நவம்பரில் ஆளுநர் ஆர்தர் லாலி நெல்லை மாவட்டத்துக்கு வருகை தந்தார். தூதுக்குழுவினை எதிர்கொண்டபோதிருந்த அதே ஒருதலைச் சார்பான மனப்பான்மை ஆறு மாதங்களுக்குப் பின்னும் அவரிடம் வெளிப்பட்டதைக் காணமுடிகின்றது.

நவம்பர் 26ஆம் நாள் லாலி நெல்லைக்கு வந்துசேர்ந்தார். ஆறு மாதம் முடிந்துவிட்டதால் தண்டக் காவல் படை விலக்கிக்கொள்ளப்பட்டு இரண்டு மாதம் ஆகியிருந்தது. இருந்தாலும் பயணம் நெடுகவுமே திருநெல்வேலி எழுச்சி புகை மண்டலம் போல் கவிந்து அனைவரின் சொல்லிலும் செயலிலும் வெளிப்படையாகவும் நுட்பமாகவும் வெளிப்பட்டது.

நெல்லை நகராட்சியின் செயலாளர் பி.எம். கைலாசம் பிள்ளை வரவேற்பிதழ் படிக்கையில் ராஜவிசுவாசம் பொங்கப் பின்வருமாறு குறிப்பிட்டார்:[23]

> தங்களுக்கும் இந்நாட்டிலுள்ள பிற மக்களுக்கும் பிரித்தானிய ஆட்சியினால் உண்டாகும் நன்மை களை நன்றியுடன் ஏற்றுக்கொள்ளவும், மாட்சிமைமிகு அரசருக்கும் பிரித்தானிய அரசுக்கும் இதற்காகத் தங்கள் நன்றியறிதலையும் விசுவாசத்தையும் மேதகு ஆளுநருக்கு எங்கள் மூலமாகத் தெரிவிக்கும் வாய்ப்புக் கிடைத்தமைக்குத் திருநெல்வேலி மக்கள் மகிழ்கின்றனர். சமூகத்தையும் நாகரிகத்தையும் குலைப்பவை என்பதால் அராஜக வன்முறை வழிகளை வன்மையாகக் கண்டிப்பதிலும் எங்களுக்குச் சிறிதும் தயக்கமில்லை.
>
> அண்மையில் நடந்த குழப்பங்களை எம்மைவிட வன்மையாகக் கண்டிப்போர் எவரும் இருக்க இயலாது. அன்றாட வாழ்க்கைமுறையாக நாம் கொண்டுவிட்ட விசுவாசத்தை மீண்டும் வலியுறுத்தும் தேவையை உண்டாக்கும் அளவுக்கு இங்கோ அல்லது வேறெங்கோ எந்த நிகழ்ச்சியும் நடக்காமல் இருந்திருக்கக் கூடாதா என நாங்கள் எண்ணுகிறோம்.
>
> இந்த நகருக்குள் நிறுத்தப்பட்டிருந்த தண்டக் காவல் படை விலக்கிக் கொள்ளப்பட்டமைக்கு மேதகு ஆளுநருக்கு நாங்கள் மிகவும் நன்றி உடையவர்களாக இருக்கிறோம்.

இதற்குப் பதிலளித்துப் பேசிய ஆளுநர்,

> அண்மையில் நடந்த வருந்தத்தக்க நிகழ்ச்சிகளைப் பற்றிக் குறிப்பிட்டுப் பேசப்பட்டது. சட்டமும் ஒழுங்கும் மறுக்கப்பட்டதன் காரணமாகவே அதிகப் போலீஸ் படையை நிறுத்திவைப்பது தேவையாயிற்று என்று சொல்லாமலேயே விளங்கும். இந்தத் தேவை ஏற்பட்டமைக்காக நான் வருந்துகிறேன்; ஆனால் இத்தேவை உண்டானமைக்காக இன்னும் அதிகமாக வருந்துகிறேன். இவ்வளவு விரைவில் அந்தப் படையை விலக்க இயன்றமைக்கு நான் மிகவும் மகிழ்கிறேன்...

என்று சிறிதும் கூச்சமின்றி உரைத்தார்.[24]

---

23. The Tenth Tour of H.E. the Hon. Sir Arthur Lawley, pp. 30–31.

24 The Tenth Tour of Lawley, p. 36.

பின்னர் நெல்லையப்பர் கோயிலுக்குச் சென்றதும் பூசாரிகள் ஆளுநரைப் பூரணகும்ப மரியாதையுடன் வரவேற்று ஊஞ்சல் மண்டபத்தில் அமர்த்தினர். தூதுக்குழுத் தலைவராகச் சென்றபோது ஆளுநரிடம் அவமானப்பட்டிருந்தாலும் கே.ஆர். குருசாமி ஐயர் வரவேற்பிதழ் படிக்கையில் தன் பணிவைக் காட்டத் தவறவில்லை.[25]

> சிவா-விஷ்ணு தேவஸ்தானத்துச் செயற்குழு உறுப்பினர்களாகிய நாங்கள் எம் மனமார்ந்த வரவேற்பினை வழங்குகிறோம். நகர்மன்றங்களைப் போல அரசப் பிரதிநிதிகளுக்கு வரவேற்புரை வழங்குவது இதுகாறும் எங்களுக்கு வழக்கமில்லை. ஆனால் நாட்டின் இன்றைய சூழ்நிலையில், வெறுக்கத்தக்க செயல்களும் முன்பின் சிந்தியாத பேச்சுகளும் ஆங்காங்கே நிகழும் இந்தக் காலத்தில் நமது மக்களின் விசுவாசப் பிரமாணங்கள் பல்வேறு இடங்களிலிருந்தும் மேதகு ஆளுநரின் செவிகளுக்கு எட்டுவது மிகத் தேவை என்று நாங்கள் எண்ணினோம்... இந்த மனப்பாங்கை மக்கள் மனத்தில் தொடர்ந்து நிலைநிறுத்துவதற்கும், இறையருளைப் பிரித்தானிய ஆட்சியின்மீது பொழியவைப்பதற்கும் அன்புக்குரிய பேரரசரின் பிறந்த நாளன்று ஒவ்வொரு கோயிலிலும் சிறப்புப் பூசனை நடைபெறுவதற்கு ஏற்பாடு செய்துள்ளோம் என்பதனையும் இங்குக் குறிப்பிட விரும்புகிறோம்.

கோயில் ஆகம மரபுகளுக்கு மாறாக ஆளுநருக்கு வரவேற்பு கொடுக்கப்பட்டதை வெளிப்படையாகவே அறிவிக்கும் வாசகங்கள் இவை.

டிசம்பர் 1ஆம் நாள் காலை அ. சுந்தர சாஸ்திரி தலைமையில் எம்.ஆர். இராமகிருஷ்ண ஐயர் (இவர் தூதுக்குழுவின் உறுப்பினருமாவார்), பி.எம். கைலாசம் பிள்ளை, பி.என். வெங்கடாசலம் பிள்ளை, பி.கே. ராமையர், என்.ஏ.வி. சோமசுந்தரம் பிள்ளை ஆகியோர் அடங்கிய இந்துக் கல்லூரியின் ஆட்சிக் குழு ஆளுநரைச் சந்தித்தது. தென்மாவட்டங்களின் முதன்மையான கல்லூரிக்கு வருகை தந்து சிறப்பிக்க வேண்டும் என்ற அவர்களது வேண்டுகோளை ஏற்க ஆளுநர் இரக்கமின்றி மறுத்தார். திருநெல்வேலி எழுச்சியில் இந்துக் கல்லூரி செயல்பட்ட பாங்கு தமக்குச் சிறிதும் நிறைவு தரவில்லை என்று இதற்குக் காரணமும் கூறினார்.

---

25 *The Tenth Tour of Lawley*, p. 45.

சட்டத்துக்கு எதிராகச் செயல்பட்டு, வன்முறையில் ஈடுபட்ட கே.ஜி. லோகநாதய்யரையும், அவருக்கு ஆதரவாகப் பொய்சாட்சி சொன்ன மூன்று ஆசிரியர்களையும் வேலையிலிருந்து நீக்கியிருக்க வேண்டும் என்றும் கூறினார். லோகநாதய்யர் விலக்கப்பட்டுவிட்டார் என்று தெளிவுபடுத்திய ஆட்சிக் குழுவினர், பிறர் நீதிமன்றத்தில் மேல்முறையீடு செய்திருந்ததால் நடவடிக்கை எடுக்க முடியவில்லை என்றனர். மேலும், கல்வியாண்டின் இடையில் ஆசிரியர்களை வேலையிலிருந்து நிறுத்துவது மாணவர் நலனையும் தேர்வுகளையும் பாதிக்கும் என்றும், முதல்வர் சாம்பியன் கல்லூரியை விட்டு விலக முடிவெடுத்துள்ள சூழ்நிலையினையும் எடுத்துக் கூறினர். எப்படியும் கல்வியாண்டின் இறுதிக்குள் அனைவர்மீதும் நடவடிக்கை எடுக்கப்பட்டுவிடும் என்று அவர்கள் உறுதி கூறினர். எந்தச் சமாதானத்தையும் ஆளுநர் ஏற்கவில்லை. ஆட்சிக் குழுவினர் எவ்வளவோ மன்றாடியும் அவர் கல்லூரிக்கு வருகை தராமலே போய்விட்டார்.[26]

(திருநெல்வேலி எழுச்சியைப் பற்றி எதிர்மறையான கருத்தைக் கொண்டவரும், 'தீவிரத் தேசியத்தைப் போலி தேசியம்' என்று கருதியவரும், தென்னிந்தியாவில் வைதீகத்தின் பற்றுறுதிமிக்கப் பிரதிநிதி என்று பாரதியால் வருணிக்கப்பட்டவருமான பேராசிரியர் கே. சுந்தரராம ஐயர் இந்துக் கல்லூரிக்கு 1909இல் முதல்வராக நியமிக்கப்பட்டார். இதற்குரிய முயற்சியை மேற்கொண்டவர், கும்பகோணம் கல்லூரியில் அவரிடம் பயின்றவரான அ. சுந்தர சாஸ்திரி ஆவார்.[27])

டிசம்பர் 1ஆம் நாள் தூத்துக்குடிக்குச் சென்ற ஆளுநர், அது நாள்வரை இயங்கிக்கொண்டிருந்த தீய சக்திகள் இப்போது மறைந்துவிட்டதைக் கண்டு தாம் மகிழ்ச்சி அடைவதாக மனநிறைவு கொண்டார்.[28]

எழுச்சி நடந்து ஆறேழு மாதமான பின்னும் அதன் நிழல் அனைத்துப் பொதுநிகழ்வுகளின்மீதும் படிந்திருந்ததை ஆளுநர் வருகையும் அவருடைய அற்பத்தனமும் காட்டுகின்றன.

இப்படி திருநெல்வேலி, சென்னை, கல்கத்தா, லண்டன் என எல்லாத் தளங்களிலும் திருநெல்வேலி எழுச்சிக்கான எதிர்வினை இருந்தது.

~~

---

26. *The Tenth Tour of Lawley*, pp. 107–108.

27. K.S. Ramaswami Sastri, *Professor K. Sundararama Aiyar: His Life & Works* (Srirangam: Sri Vani Vilas Press, [1944]), pp.70-1.

28. *மேலது, ப. 116.*

5

திமிர்வரி

தண்டக்காவல்

இரண்டாம், மூன்றாம் இயல்களில் எழுச்சியில் நடந்த நிகழ்வுகளையும் அதில் மக்களின் பங்களிப்பையும் அரசு மேற்கொண்ட நேரடியான ஒடுக்குமுறையினையும் கண்டோம். எழுச்சியால் நிகழ்ந்த பொருள் இழப்புகளை ஈடுகட்டவும், இந்தக் 'குற்ற'த்தை இழைத்தமைக்காகவும் மக்கள்மீது விதித்த கூட்டுத் தண்டனையான தண்டக்காவல் படை, அதைப் பராமரிப்பதற்காகச் சுமத்திய தண்டத் தீர்வை ஆகியன பற்றி அடுத்துக் காண்போம்.

அழிவும் பாதிப்பும்

திருநெல்வேலி நகரில் பொதுச் சொத்துகள் ஏறத்தாழ அனைத்துமே தாக்குதலுக்குள்ளாயின. சார்பதிவாளர் அலுவலகம் தவிர்த்துப் பொதுக் கட்டடங்கள் அனைத்தும் எழுச்சி கொண்ட மக்களின் சினத்துக்கு இலக்காயின. மாவட்ட முன்சீபு நீதிமன்றம், காவல் நிலையம், அஞ்சலகம், நகராட்சி அலுவலகம், நகராட்சி எண்ணெய்க் கிடங்கு, நகராட்சி மருத்துவமனை முதலானவை சேதமாயின. மேசை, நாற்காலி, தட்டிகள், சாளரங்கள் முதலானவை சேதமடைந்தன. நூல்களும் ஆவணங்களும் கோப்புகளும் பதிவேடுகளும் தீக்கிரையாயின. நகராட்சி அலுவலகத்தின் மேசை மீதிருந்த 148-2-3 ரூபாயும், சில்லரைக்காக ஒதுக்கிவைத்திருந்த 50 ரூபாயும் காணாமற்போயின.[1]

---

1. G.O.no. 1347M, Local & Municipal, 8-8-1908.

சேதத்துக்கு உள்ளானவற்றுக்குத் தண்டத் தீர்வைத் தண்டலிலிருந்து இழப்பீடு வழங்கப்பட்டது. இழப்பீட்டுத் தொகையைக் கொண்டு எழுச்சியில் ஏற்பட்ட பொருளிழப்பை ஓரளவுக்கு மதிப்பிடலாம்.[2]

	ரூ அ பை
காவல் நிலையம்	*2253–00–08*
நெல்லை நகராட்சி (அலுவலகம், எண்ணெய்க் கிடங்கு முதலானவற்றுக்கு உண்டான இழப்புக்கு)	*14255–00–00*
நெல்லை மாவட்டத்துணை முன்சீபு நீதிமன்றம் (அலுவலக மேசைநாற்காலி உடைந்தமைக்காக)	*287–04–00*

இவ்வாறு நேரடியாக ஏற்பட்ட இழப்புகள் ஒருபுறம் என்றால் நெல்லை நகரின் செயல்பாட்டில், குறிப்பாக நகராட்சியின் செயல்பாட்டில் ஏற்பட்ட பாதிப்பு முக்கியமானதாகும்.

நெல்லை நகராட்சியின் நிர்வாக ஆண்டு ஏப்ரல் தொடங்கி மார்ச் திங்களில் முடிவதாகும். மார்ச் 13ஆம் நாள் எழுச்சி ஏற்பட்டதால் நிர்வாக ஆண்டின் இறுதியில் நகராட்சியின் செயல்பாடு முடங்கியது. 1907–08 நிதியாண்டுக்கான நிர்வாக ஆண்டறிக்கை இதனைத் தெளிவுபடுத்துகிறது. இவ்வறிக்கையை அரசுக்கு அனுப்பிவைத்த மாவட்ட ஆட்சியர், '13ஆம் நாளன்று நகராட்சியின் ஆவணங்களைக் கும்பல் அழித்தமையால் இவ்வறிக்கை சொற்பமான செய்திகளையே தெரிவிக்கின்றது' எனக் குறிப்பிட்டார்.[3]

---

2. G.O.no. 2040M Local & Municipal, 4–12–1908.

3. G.O.no. 1365M Local & Municipal, 13–8–1908. இந்த அறிக்கையைச் சென்னை அரசாங்கத்தின் உள்ளாட்சி–நகராட்சித் துறைக்கு அனுப்பிவைத்த நெல்லை நகராட்சியின் தலைவர் பி.எம். கைலாசம் பிள்ளை, 'இந்த ஆண்டு துரதிருஷ்டவசமானதாகும். மார்ச் 13ஆம் நாள் நிகழ்ந்த கலகத்தினால் இந்நகராட்சி பெரும் அழிவுக்கு உள்ளாயிற்று... இந்தக் கலகம் திடீரென ஏற்பட்டது. ஒரு நிமிட உத்வேகத்தில் கலகம் நிகழ்ந்தது' எனக் குறிப்பிட்டார். இதனைக் கண்ட நகராட்சித் துறை அலுவலர் தமது துறைக்கு இது தொடர்பற்றதென்று நீதித் துறையின் பார்வைக்கு அனுப்பிவைத்தார். 'இந்தக் குறிப்பை நாம் கண்டுகொள்ள வேண்டாம். ஆனால் அமைதி காப்பதன்வாயிலாக இதனை நாம் ஏற்றுக்கொண்டதாக ஆகக் கூடாது. ஆனால் இந்தக் கோப்பிலே இதனைக் குறித்து விவாதிப்பதால் பயனில்லை' என்று தலைமைச் செயலர் குறிப்பெழுதினார். (G.O.no. 1365M, Local & Municipal, 13–8–1908). இவற்றிலிருந்து, திருநெல்வேலி எழுச்சியின் தொடர்பில் அரசாங்கம் எவ்வளவு தொட்டாற்சிணுங்கியாக இருந்ததென்பதைத் தெரிந்துகொள்ளலாம்.

நிர்வாக ஆண்டறிக்கையின் முழுமையின்மை, எழுச்சி ஏற்படுத்திய பாதிப்பைக் காட்டுகின்றது; முழுமையற்ற செய்திகளும் வேறு பலவற்றை விளக்கவே செய்கின்றன. அவை யாவன: தீயில் அழிந்துபோன ரசீதுகளிலிருந்து ரூ. 1363–2–2 தண்டல் செய்ய இயலாமலிருந்தது. மேலும், பெரும்பாலான வரிப் பதிவேடுகள் அழிந்துவிட்டமையால் புதிதாக அவற்றைத் தயாரிக்கவும் வேண்டியதாயிற்று. ஆனால் சில வார்டுகளில் புதிய பதிவேடுகளைத் தயாரிப்பதற்குத் தேவையான அடிப்படை விவரங்கள்கூட இல்லை. வேலையை எப்படித் தொடங்குவது என்று அலுவலர்கள் விழித்தார்கள்.[4]

எழுச்சி நிகழ்ந்ததற்கு முந்தைய ஆண்டுகளில் நெல்லை நகராட்சியின் வரித்தண்டல் சிறப்பான முறையில் ('excellent') நடந்தது. 1907–08 நிதியாண்டில் தண்டல் செய்யப்பட்ட வரிக் கணக்குப் பின்வருமாறு:[5]

1906–07		1907–08	
	எதிர்பார்ப்பு	திருத்தப்பட்ட எதிர்பார்ப்பு	உண்மை வசூல்
ரூ. 68,249	ரூ. 83,720	ரூ. 84,830	ரூ. 61,785

இந்த அட்டவணையிலிருந்து தெளிவாவன: 1906–07ஆம் நிதியாண்டில் வரவு ரூ. 68,249. நல்ல முறையில் தண்டல் நடந்து வந்தது என்பதைச் சுட்டும் எதிர்பார்ப்பு (budget estimate), அதாவது முந்தைய ஆண்டைவிட 20% வரித் தண்டல் மிகுதியாகும் என்ற நம்பிக்கை, அந்தத் தொகையும் இன்னும் கூடும் என்பதைக் காட்டும் திருத்திய எதிர்பார்ப்பு (revised estimate). ஆனால், இவற்றுக்கு மாறாக ரூ. 61,785 மட்டுமே தண்டலானது என்ற உண்மைநிலை. எதிர்பார்ப்பைவிட 25% குறைவு என்பதன்றி, அதற்கு முந்தைய ஆண்டு வசூலோடு ஒப்பிடும்போது 10% குறைவாகவே எழுச்சி நிகழ்ந்த ஆண்டில் வரித்தண்டல் நடந்திருக்கிறது.[6]

எழுச்சி உண்டாவதற்கு முன்பிருந்த நிறைவற்ற சூழ்நிலை, எழுச்சியின்போது ஏற்பட்ட கலக்கம், எழுச்சிக்குப் பின்னரான காவல்துறையின் ஒடுக்குமுறை, தண்டப் போலீஸ் நிறுவியமை முதலானவற்றை இவ்வட்டவணைப் புள்ளிவிவரம் காட்ட வில்லை என்று கருதினாலும்கூட நகராட்சியின் செயல்பாடு பெருமளவுக்குப் பாதிக்கப்பட்டதை உணர்த்தவே செய்கின்றது.

---

4. G.O.no. 977, Judicial, 21–7–1908.

5. G.O.no. 1365M, Local & Municipal, 13–8–1908.

6. G.O.no. 1365M, Local & Municipal, 13–8–1908.

அந்தக் காலகட்டத்தில், வரிகொடா இயக்கம் எனச் சொல்லுமளவுக்குப் பரந்துபட்ட மக்களின் சட்டமறுப்பு இயக்கம் ஏதும் நிகழவில்லை என்றாலும்கூட, வரி செலுத்து வதைத் தவிர்த்தல் அல்லது குறைந்தபட்சம் தள்ளிப்போடுதல் என்ற மக்களின் மனப்போக்கு புலப்படுகின்றது. இதை வெள்ளையராட்சிக்கான எதிர்ப்புணர்வாகவும் கொள்ளலாம்.

இவ்வாறு, கட்டடங்களுக்கு ஏற்பட்ட சேதம், நிறைவு தராத வரித் தண்டல் ஆகியவற்றோடு புதிய வரிப் பதிவேடுகளைத் தயாரித்தல், அதற்குத் தேவையான பணியாளர், நகராட்சி செயல்படத் தற்காலிக இடத்திற்கு வாடகை என நெல்லை நகராட்சி பல இழப்புகளுக்கு உள்ளாயிற்று. எனவே,

அழிந்துபோன ரசீதுகளால் ஏற்பட்ட இழப்புக்கு	ரூ. 1,363–03–02
அலுவலகக் கட்டடம், எண்ணெய்க் கிடங்கு முதலானவற்றை மீண்டும் அமைக்க	ரூ. 4,910–00–00
பிறவற்றுக்கு	ரூ. 7,981–12–10
மொத்தம்	ரூ. 14,255–00–00

என்ற கணக்குப்படி இழப்பீடு வழங்கப்பட்டது.[7]

நெல்லை நகராட்சியில் ஏற்பட்ட அளவுக்கு இல்லா விட்டாலும்கூடத் தூத்துக்குடி நகரிலும் எழுச்சியினால் கணிசமான பாதிப்பு ஏற்படவே செய்தது.

வரித் தண்டலைப் பொறுத்தவரை எதிர்பார்த்த அளவுக்கு வசூலாயிற்று; என்றாலும் எழுச்சி நடப்பதற்கு முன் இத்தண்டல் நடந்து முடிந்துவிட்டதே காரணம். இதற்குப் பிறகு நிறைவுதரும் வகையில் வரித் தண்டலாகவில்லை. ஆகவே, எழுச்சி நிகழாமலிருந்தால் இன்னும் மிகுதியான தண்டல் நடந்திருக்கும் என்பது தெளிவு. மேலும், 1907–08 நிதியாண்டுக்கான தூத்துக்குடி நகராட்சியின் நிர்வாக அறிக்கையில், 'பிப்ரவரித் திங்களுக்கு இடையிலிருந்தே வரித் தண்டல் சரியாக நிகழவில்லை' எனும் குறிப்புக் காணக்கிடைக்கின்றது.[8] பொதுமக்களின் சுதேச உணர்வு உச்சநிலையை அடைந்த 1908 பிப்ரவரி திங்களிலிருந்துதான் வரித் தண்டல் சரியாக நடக்கவில்லை என்பது மனங்கொள்ளத்தக்கது.

---

7. G.O.no. 2040M, Local & Municipal, 4–12–1908.

8. G.O.no. 1347M, Local & Municipal, 8–8–1908.

தண்டக் காவல் படை

'கலகம்' நடக்கும் இடங்களில் 'அமைதி'யைக் காக்கத் தண்டக் காவல் படை (punitive police force) நிறுவப்படுவது முறை. அயல் அரசுகள் குடியேற்ற நாடுகளில் பின்பற்றும் வழமை இது. அரசுக்கு எதிராகச் செயலில் இறங்கினால், அதுவும் முக்கியமாக, அரசின் ஆளுகைக்கு அறைகூவல் விடுத்தால் குற்றம் இழைப்பவர்கள்மீது நேரடியாகக் குற்றவியல் சட்ட நடவடிக்கை எடுப்பதோடல்லாமல் மொத்த ஊரையே குற்றவாளியாகக் கருதிக் கூட்டுத் தண்டனை விதிப்பதே தண்டக் காவல் படை அமைப்பதன் தர்க்கமாகும். தண்டக்காவல் படை நிறுவுவதற்கு ஆகும் செலவு அப்பகுதி மக்களின் தலையில் விடியும். வெளியூரிலிருந்து வந்து நிற்கும் காவல் படைக்கு ரோந்து சுற்றுவது, முக்கிய இடங்களில் ஆயுதமேந்தி நிற்பது தவிர வேறு வேலை எதுவும் கிடையாது. மக்களுக்கு அச்சத்தை ஊட்டுவதும், அரசின் வலிமையைக் காட்டுவதும், இனி அரசுக்கு எதிராகத் திரண்டால் என்னவாகும் என்று மிரட்டுவதுமே தண்டக்காவல் படையின் நோக்கம். ஒரு சிறு நகரத்தில் சீருடையோடு ஆயுதமுமேந்தி அரசு சின்னங்களோடு 100, 200 தடிராமன்கள் நடமாடினால் மக்களிடையே ஏற்படும் பீதியைப் பற்றிச் சொல்வானேன். ஒருவகையில் இது மக்களை அவமானப்படுத்தும் நடவடிக்கையாகும். எனவேதான் மக்களின் 'திமி'ரை அடக்கும் வரி என்ற பொருளில் இதனைத் 'திமிர் வரி' என்றும் கூறுவதுண்டு. 'கலக' உணர்வு கொண்டமைக்கு இந்தத் தீர்வை கூட்டுத் தண்டனையென எண்ணப்பட்டது. திருநெல்வேலி மாவட்டத்துக்குத் தண்டப்படை அனுபவம் முன்பே உண்டு என்பதை முதல் இயலில் கண்டோம்.

எழுச்சி நடந்த அன்றிரவே தண்டக்காவல் படையை நிறுத்த வேண்டும் என்ற பரிந்துரையை விஞ்சு அனுப்பிவிட்டார். தண்டப் போலீஸ் நிறுத்தப்படவுள்ளது என்ற செய்தி விரைவிலேயே பரவிவிட்டது. இதைத் தடுத்து நிறுத்துவதற்காகக் கே.ஆர். குருசாமி ஐயர் தலைமையில் ஆளுநரைப் பேட்டி கண்ட தூதுக்குழு தோல்விகண்டதைச் சென்ற இயலில் விரிவாகவே கண்டோம்.

எழுச்சி நிகழ்ந்த திருநெல்வேலி, தூத்துக்குடி நகரங்களிலும் தச்சநல்லூரிலும் தண்டக் காவல் படை அமைக்கப்பட்டது.[9] 275 காவலர் அடங்கிய படையை நிறுத்துவதற்கான அறிவிப்பு 18 மார்ச் அன்று வெளியானது.[10] உடனே மளமளவென்று வேலைகள் துரிதப்பட்டன.

---

9. G.O.no. 440, Judicial, 17-3-1908.

10. Telegram from Chief Secretary, GoM to Home Secretary, GoI, 20-3-1908, DTTD.

தண்டக் காவல் படை நெல்லை மாவட்டத்தின் கண்காணிப்பாளர் தாமசின் ஒட்டுமொத்தத் தலைமையில் கொண்டுவரப்பட்டது.[11]

தண்டக் காவல் படை கீழ்க்கண்ட கணக்குப்படி அமைக்கப்பட்டது:[12] திருநெல்வேலி நகரம் (நகராட்சி எல்லை): இன்ஸ்பெக்டர் 2; சார்ஜெண்டு 5; ஏட்டு 15; கான்ஸ்டபிள் 150. இவர்கள் பழைய தாலுகா கச்சேரியிலும் ஆட்சியர் வளாகத்திலும் புதிய தாலுகா கச்சேரியிலுமாக நிறுத்திவைக்கப்பட்டிருந்தனர்.[13]

தூத்துக்குடி நகரும் (நகராட்சி எல்லை)தூத்துக்குடி நகர்ப்புறக் காவல் நிலையத்துக்கு உட்பட்ட செவந்தகுளம், தேவர்புரம், போலநாய்க்கன்பட்டி கிராமங்களும்: இன்ஸ்பெக்டர் 1; சார்ஜெண்டு 3; ஏட்டு 10; கான்ஸ்டபிள் 141.[14]

தச்சநல்லூர் கிராம ஒன்றியம்: சார்ஜெண்டு 1; ஏட்டு 2; கான்ஸ்டபிள் 25.

தண்டப் போலீஸ் படையில் பேதி உண்டாகி மூன்று ஐரோப்பிய சார்ஜெண்டுகளும் இரண்டு கான்ஸ்டபிள்களும் காலமானது தனிக் கதை.[15] தண்டக் காவலர்களை மக்கள் 'பேதியிலே போக' என்று இட்ட சாபம் ஒருவேளை பலித்ததோ என்னவோ.

தண்டக்காவல் படைக்கு 302 மார்ட்டினி ஹென்றி வகைத் துப்பாக்கிகளும், 12 என்ஃபீல்டு சுழல்துப்பாக்கிகளும் வழங்கப்பட்டன. எழுச்சியை அரசாங்கம் மிகக் காத்திரமாகப் பொருட்படுத்தியிருந்ததை இது காட்டுகிறது.[16]

இந்தப் பெரும் படையை அமைத்து நிர்வகிப்பதற்கான செலவு பின்வருமாறு கணக்கிடப்பட்டது:

திருநெல்வேலி:[17]

---

11. Administration Report of the Inspector General of Police, GoM, 1908, p. 26.

12. G.O.nos. 67–68, Judicial, 19–1–1909.

13. G.O.nos. 917, Judicial, 3–7–1908.

14. தூத்துக்குடியில் 100 பேர் கொண்ட தண்டக்காவல் படையை நிறுத்தியிருந்ததாகத் திருநெல்வேலி மாவட்டக் கையேடு தெரிவிக்கிறது, *Tinnevelly District Gazetteer*, p. 345.

15. *சுதேசமித்திரன்*, 11–4–1908; 17–4–1908.

16. Home Police, nos.156–158, March 1908, GoI; Home Police A, no. 96, Nov. 1909, GoI.

17. G.O.no. 1190, Judicial (Confidential), 27–8–1908.

6 மாதங்களுக்குப் படைக்காகும் செலவு	30,645
பாடி வீடுகளுக்கான நிலம்	26,000
அந்நிலத்தைச் சமன் செய்ய	13,000
இழப்பீடு வழங்க	21,730
தற்காலிகப் பாடிகள் அமைக்க	5,000
எழுத்தர், எழுதுபொருள் முதலானவற்றுக்கு	1,750
மொத்தம்	ரூ. 98,125

தூத்துக்குடி:[18] மொத்தத் தண்டத் தீர்வை ரூ. 65,369–5–8.

தச்சநல்லூர்:[19] மொத்தத் தண்டத் தீர்வை ரூ. 4,475.

இந்தத் தொகையின் மதிப்பைப் பின்வருமாறு புரிந்து கொள்ளலாம். 1906–07 நிதியாண்டில் நெல்லை நகராட்சி வசூலித்த மொத்த வரியே 68,279 ரூபாய்தான். ஆனால் ஆறு மாதம் தண்டக் காவல் படையை நிறுத்துவதற்கு 98,125 ரூபாய் வசூலிக்கப் பட்டது. அதாவது வழக்கத்தைவிட ஒன்றரைப் பங்குக்கு மேற்பட்ட வரியை மக்கள் செலுத்த வேண்டியவராயினர். (வீட்டு வரியின் மூன்றரை மடங்காகத் தண்டத் தீர்வை கணக்கிடப்பட்டதாகத் தெரிகிறது.[20])

ஆறு திங்களுக்கு இந்தத் தண்டக் காவல் படை வைக்கப்பட்டு 17-9-1908இல்தான் கலைக்கப்பட்டது. இருப்பினும், ஆட்சியர் விஞ்சு,

> அண்மைக் கைதுகள் (வ.உ.சி.யும் பிறரும்) கலகக்காரர்களின் வேலையைக் கடினமாக்கும் என்றபோதும், உக்கிரமான பல சக்திகள் இன்னும் இயங்கவே செய்கின்றன. கலகக்காரர்களுக்கு ஆதரவு காட்டும் பெரும்பாலானோரின் உணர்வு இன்னும் அணையவில்லை. எனக்குத் தெரிந்தவரை, ரௌடித்தனத்தையும் தீவிரவாத உத்வேகத்தை யும் மட்டுப்படுத்தும் அளவுக்கு மிதவாத சக்திகள் வளரவில்லை.... மேலும் திருநெல்வேலி, தூத்துக்குடி தவிர, மாவட்டம் முழுவதும், குறிப்பாக ஸ்ரீவில்லிபுத்தூர், சங்கரநாயினார்கோவில், தென்காசி, அம்பாசமுத்திரம், கல்லிடைக்குறிச்சி, ஸ்ரீவைகுண்டம் போன்ற இடங்களிலும் கலகக்காரர்களுக்கு மக்களின்

---

18. Home, Political, B, nos 108–114, June 1909, GoI.

19. G.O.no. 1190, Judicial (Confidential), 27-8-1908.

20. G.O.no. 1190, Judicial (Confidential), 27-8-1908.

ஆதரவும் அநுதாபமும் இருக்கவே செய்கின்றன. நம் மாவட்டத்து ஆயுதம் தாங்கிய காவல் படை, சிவகாசியிலிருந்து ரிசர்வ் படை வந்த பிறகும்கூட, தேவைக்கு எவ்வளவு குறைவாக இருந்தது என்பதைக் கடந்த மார்ச்சில் நடந்த கலக நிகழ்ச்சிகள் நிரூபிக்கின்றன

என்று குறிப்பிட்டார்.[21]

நெல்லை மாவட்டத்தில் பரந்துபட்ட மக்களின் தேசிய உணர்வுக்கும் ஏகாதிபத்திய எதிர்ப்புணர்ச்சிக்கும் இதை நற்சான்றிதழாகக் கொள்ளலாம். தண்டக் காவல் படையைக் கலைப்பதால் போலீஸ் வலுவிழந்துவிடக் கூடாது என்ற அரசாங்கத்தின் எண்ணவோட்டமும் இதன்வழிப் புலப்படுகின்றது. ஆகவே, அதற்கு முன்பிருந்த எண்ணிக்கையோடு கூடுதலாகக் கீழ்க்காணும் அளவில் காவல் படையின் அளவையும் வலுவையும் அரசாங்கம் கூட்டியது.[22]

திருநெல்வேலி: இன்ஸ்பெக்டர் 1; சார்ஜெண்டு 2; கான்ஸ்டபிள் 75.

தூத்துக்குடி: இன்ஸ்பெக்டர் 1; சார்ஜெண்டு 2; ஏட்டு 5; கான்ஸ்டபிள் 50.

அதாவது, தண்டக் காவல் படையை நீக்கிய பிறகும் கூடுதலாகப் போலீசார் அமர்த்தப்பட்டிருக்கிறார்கள்.

இந்தச் சிறப்புக் காவல் படைகளுக்குத் துணைக்காவல் கண்காணிப்பாளர் சாயர்ஸ் பொறுப்பேற்றதாகத் தெரிகிறது.[23]

தண்டத் தீர்வையிலிருந்து விலக்கு

எழுச்சி நிகழ்ந்த இடங்களில் தண்டத் தீர்வை விதிக்கப்பட்டது எனக் குறிப்பிட்டோம். இதிலிருந்து சிலருக்கு மட்டுமே விலக்கு அளிக்கப்பட்டது. திமிர்வரியை விதிக்கும் அதிகாரத்தைக் கொண்டிருந்த அரசுக்கு அதிலிருந்து சிலருக்கு விலக்கு அளிக்கும் உரிமையும் இருந்தது.

முதலாவதாக, நெல்லை நகரின் புறத்தே இருந்த பேட்டைப் பகுதியின் முஸ்லிம்கள் தண்டத் தீர்வையிலிருந்து விலக்கு

21. G.O.nos 67–68, Judicial, 19–1–1909.

22. G.O.nos 67–68, Judicial, 19–1–1909.

23. *Police Administration Report,* 1908, GoM, Wynch's note.

பெற்றனர். நெல் வயல்கள் இடையிலிருக்க நகரிலிருந்து ஒரு மைல் தள்ளி இருந்த இப்பகுதி மக்கள், எழுச்சியில் பங்குகொள்ளாமல் கடைகளையும் திறந்துவைத்திருந்தனர் என்பது காரணம்.[24]

இரண்டாவதாக, தச்சநல்லூருக்கு அருகில் இருந்த சத்திரம்புதுக்குளம் மக்களுக்கும் விலக்கு அளிக்கப்பட்டது. இந்த ஊர் தச்சநல்லூர்க்குச் சற்று புறத்தே இருந்தது; எழுச்சியிலும் பங்கு கொள்ளவில்லை.[25] இதன் சார்பாக இராமலிங்கம் பிள்ளை என்பார் விடுத்த விண்ணப்பத்தை முன்னர் கண்டோம்.

இவை தவிர, ஐரோப்பிய அதிகாரிகள், ரயில்வே கம்பெனி ஊழியர் எனக் குறிப்பிட்ட சிலருக்கும் இந்த விலக்கு அளிக்கப்பட்டது.[26] இவ்வாறு தண்ட வரியிலிருந்து விலக்குப் பெற்றவர்கள்: துணை நீதிபதி; மாவட்ட முன்சீபு; துணை மாஜிஸ்திரேட்; சிறப்பு அலுவலர்; ஓய்வுபெற்ற மாவட்டப் பதிவாளர் பெருமாள் பிள்ளை; அரசு வழக்குரைஞர்; காவல் ஆய்வாளர்களும் துணை ஆய்வாளர்களும்; கிராம முன்சீபு; ஓய்வுபெற்ற மாவட்டத்துணை நீதிபதி ராமசந்திர ஐயரும் அவர்தம் குடும்பத்தினரும்; வக்கீல் ஆசீர்வாத தேவர்; ரங்கசாமி ஐயங்காரும் அவர்தம் குடும்பத்தினரும். கடைசியில் குறிப்பிட்ட ரங்கசாமி ஐயங்கார்தான் பாதி சிரைத்த தலையோடு தூத்துக்குடியிலிருந்து தப்பிவந்தவர்.

தண்ட வரி பலத்த மனக்கசப்பை விளைவித்தது. அதிலிருந்து எப்படி விலக்கு பெறலாம் என்று மக்கள் துடித்தனர். தூத்துக்குடி நகரப் பரவர்கள் தண்ட வரியை எதிர்த்துப் போராடவிருப்பதாகவும்கூட ஒரு வதந்தி உலவியது.[27]

ஆனால் மேற்கண்டவர்களைத் தவிர வேறு யாருக்கும் விலக்கு அளிக்க அரசாங்கம் தயாராக இல்லை.

~~

---

24. G.O.no. 1190, Judicial (Confidential), 27–8–1908.
25. G.O.no. 1190, Judicial (Confidential), 27–8–1908.
26. G.O.no 1348, Judicial, 29–8–1908; Home Political B, no 54 June 1909, GoI.
27. MPAI, 1908, para 824.

6

பத்திரிகைகளின் பார்வையில்

இவ்வளவு பெரிய அரசியல் நிகழ்வைப் பொது மக்கள் எவ்வாறு எதிர்கொண்டனர், எதிர்வினை ஆற்றினர் என்று அறியப் போதிய சான்றுகளில்லை. எங்கும் கலகம் பற்றியே பேச்சு என்றும், கலெக்டரின் திறமையற்ற நிர்வாகமே அனைத்துக்கும் காரணம் என்பதாகவும் பொதுமக்கள் பேசிக்கொண்டனர் என்றும் ரயில்வே போலீஸ் ஒற்றாடல்கள் கூறின.[1] கொழும்புவிலும் இதைப் பற்றிப் பேச்சு இருந்ததாகத் தெரிகிறது.[2] ஏராளமான வதந்திகள் உலவியிருக்கின்றன (இது பற்றி மேலும் அறிய முடிவுரையைக் காண்க).

மற்றபடி, சென்னை மாகாணத்தில் நடந்த வரலாறு காணாத அரசியல் எழுச்சி என்ற வகையில் அக்கால இதழ்களில் இது விரிவாகப் பதிவானது; காத்திரமாகவும் கருத்துரைக்கப்பட்டது. பருவ இதழ்கள் பொதுமக்கள் கருத்தைப் பிரதிபலிக்கவும் செய்தன, கட்டமைக்கவும் செய்தன.

‘சுதேசமித்திரன்’, ‘இந்து’, ‘மதராஸ் மெயில்’, ‘டைம்ஸ் ஆப் இந்தியா’, ‘மராட்டா’, ‘வந்தே மாதரம்’ முதலான சில இதழ்களை நேரடியாகப் பார்க்க முடிந்தாலும்கூட அக்கால இதழ்கள் பெரும்பாலானவை இன்று கிடைக்கப்பெறுவ தில்லை. இந்நிலையில் அரசு தயாரித்த, சுதேச இதழ்கள் பற்றிய மந்தண அறிக்கைகளையே

1. MPAI, 1908, para 392a.

2. *சுதேசமித்திரன், 26–3–1908.*

பெரிதும் சார்ந்திருக்க வேண்டியுள்ளது.[3] தமிழ் முதலான சுதேச மொழிகளுக்கென அமர்த்தியிருந்த மொழிபெயர்ப்பாளர்களைக் கொண்டு சி.ஐ.டி. துறை வாரந்தோறும் ஆங்கிலத்தில் தயாரித்த அவ்வறிக்கையின் நோக்கம் இந்தியர்கள் நடத்திய இதழ்களில் வெளியான செய்திகளையும் கருத்துரைகளையும் உன்னிப்பாக மேற்பார்ப்பதும் வேவுபார்ப்பதுமாகும். இந்த அறிக்கைகள் வழியாக அந்நிய ஆட்சியாளர்கள் மக்கள் கருத்தை அறிய முற்பட்டார்கள். நாமும் அவர்கள்வழி செல்வோம்.

தமிழ் நாளேடான 'சுதேசமித்திரன்', ஆங்கில தேசிய நாளேடான 'இந்து', 'மதராஸ் ஸ்டண்டர்ட்', சென்னை ஐரோப்பிய நலனைப் பிரதிபலித்த 'மதராஸ் மெயில்' ஆகியன விரிவான செய்திகளை வெளியிட்டன. சி. கருணாகர மேனனை ஆசிரியராகக் கொண்ட 'இந்தியன் பாட்ரியட்' விரிவான கருத்துரையினை வெளியிட்டது. ஆங்கில இதழ்களான 'வெட்னெஸ்டே ரிவ்யூ', 'லிபரல்', தெலுங்கு இதழ்களான 'தேசாபிமானி' (குண்டூர்), 'கிருஷ்ண பத்திரிகா', கன்னட இதழான 'நாடேகன்னடி', மலையாள இதழான 'மனோரமா', 'கேரள பத்திரிகா' ஆகியனவும் கருத்துரைத்தன. இலங்கை யாழ்ப்பாணத்திலிருந்து 'இந்துசாதனம்' கருத்துரைத்திருப்பதும் குறிப்பிடத்தகுந்தது.

'டைம்ஸ் ஆப் இந்தியா' முதலான அனைத்திந்திய ஆங்கில வெகுசன நாளேடுகள் தவிர, தேசிய இயக்கத்தின் பேரிகைகளான திலகரின் 'மராட்டா', அரவிந்தரின் 'வந்தே மாதரம்' இதழ்களும் எழுச்சியினைக் குறித்துத் தலையங்கங்கள் வெளியிட்டன. லண்டனிலிருந்து வெளியான காங்கிரஸ் இதழான 'இந்தியா'வும் விரிவான தலையங்கத்தை எழுதியது. உலகப் புகழ்பெற்ற லண்டன் 'டைம்ஸ்' இதழும்கூடத் திருநெல்வேலி எழுச்சியைப் பதிவுசெய்துள்ளது. (மேற்குறிப்பிட்ட தலையங்கங்கள் சிலவற்றைப் பிற்சேர்க்கையில் காணலாம்.)

'சுதேசமித்திரன்', 'இந்து', 'மதராஸ் மெயில்' ஆகியவை கலவர நிகழ்வுகளை விரிவாகப் பதிவு செய்ததோடு ஒன்றுக்கு மேற்பட்ட தலையங்கங்களையும் எழுதின. வழக்குகளைப் பற்றிய செய்திகளையும் ஓராண்டுவரை விரிவாகப் பதிவுசெய்தன. தொழில்முறையிலான தனி நிருபர்களைப் பணிக்கமர்த்தி விரிவாகப் பதிவுகளை வெளியிடும் அளவிற்கு அக்கால இதழ்கள் பலவற்றுக்கு வசதிகள் இருக்கவில்லை. செய்தி நிறுவனங்களும் அக்காலத்தில் இல்லை. பெரிய இதழ்களுக்கு மட்டும் உள்ளூர் நிருபர்கள் இருந்தனர். இவர்களும் முழுநேர ஊழியர்கள் இல்லை. இருப்பினும் பெரிய நகரங்களிலிருந்து மட்டும் தொடர்ச்சியாகப்

3. Report on Native Papers in the Madras Presidency (MNNR).

பதிவுகளை அனுப்பிவைக்கும் நிருபர்களைப் பெரிய ஆங்கில இதழ்கள் கொண்டிருந்தன.

பாரதி நடத்திய 'இந்தியா' இதழ் சுதேசி இயக்கம் பற்றிய அரிய கருவூலமாகும். ஆனால் 1907ஆம் ஆண்டின் இடைப்பகுதி முதல் 1908ஆம் ஆண்டின் நடுப்பகுதிவரை வெளியான பாரதியின் 'இந்தியா' இதழ்கள் ஐந்து மட்டுமே கிடைத்துள்ளன. பாரதி திருநெல்வேலிக்கு ஏப்ரல் மாதத்தில் சென்று, நெல்லை நிலவரத்தையும், வ.உ.சி., சிவா ஆகியோரைச் சிறையில் நேரில் சந்தித்ததையும் பற்றி எழுதிய இலக்கிய நயமிக்க விரிவான பதிவை *'Our Special Commissioner's Report from Tinnevelly,* திருநெல்வேலிக்குச் சென்றிருக்கும் நமது பிரதிநிதியின் அறிக்கை' என்ற பெயரில் 'இந்தியா' வெளியிட்ட ஓர் இதழ் மட்டுமே கிடைக்கின்றது. கெடுவாய்ப்பாக இதன் தொடர்ச்சி கிடைக்கவில்லை.

'மதராஸ் மெயில்' என்ற ஐரோப்பியர் நலனைப் பிரதிபலித்த, விளம்பர வருமானமும் அரசு ஆதரவும் பெற்ற நாளேடு தேசிய இயக்கத்திற்கு எதிரான மனப்பான்மை கொண்டிருந்தாலும் விரிவான பதிவுகளை வெளியிட்டது. தேசியத் தமிழ் நாளேடான 'சுதேசமித்திர'னும்கூட முதலில் 'மெயில்' பதிவையே மொழிபெயர்த்து வெளியிட்டது. 'சுதேசமித்திரன்', *16–3–1908* இதழில் 'திருநெல்வேலியில் கலகம். பல கொடுமைகள். முனிசிபல் ஆபீஸ் தீ கொளுத்தப்பட்டது. கலகக்காரர்களை போலீஸார் சுட்டார்கள்' என்ற தலைப்பில் அமைந்த இந்த விரிவான பதிவு 'மதராஸ் மெயில்' அறிக்கையின் மொழிபெயர்ப்பாகும். அதற்கடுத்த நாள்களிலேயே 'சுதேசமித்திரன்' தன் சொந்த நிருபர்களின் பதிவுகளை வெளியிட்டது. திருநெல்வேலி எழுச்சி தொடர்பாக ஜி. சுப்பிரமணிய ஐயர் எழுதிய கடுமையான தலையங்கங்களும் கருத்துரைகளும் அவரை விரைவிலேயே சிறைக்கு இட்டுச்சென்றதையும் இங்குக் குறிப்பிட வேண்டும்.

திருநெல்வேலியில் எழுச்சி ஏற்பட்ட உடன், அந்தச் செய்திகளை வாசகர்களுக்குத் தெரிவிக்கும் பொருட்டு 'இந்து' நாளேட்டின் ஆசிரியரும் திலகரின் அணியைச் சார்ந்த காங்கிரஸ் பிரமுகருமான எஸ். கஸ்தூரிரங்க ஐயங்கார் சிறப்பு நிருபர் ஒருவரைத் திருநெல்வேலிக்கு அனுப்பிவைத்ததும் விரிவான செய்திகள் வெளிவரலாயின.[4] 'மதராஸ் ஸ்டாண்டர்டு' தனது நிருபரைக் கொண்டு விஞ்சு, கே.ஆர். குருசாமி ஐயர் ஆகியோரைப் பேட்டிகண்டு செய்தி வெளியிட்டது.

எதிர்பார்க்கக்கூடிய வகையிலேயே இதழ்களின் எதிர்வினைகள் அமைந்திருந்தன. இந்தியர் நடத்திய, தேசிய

---

4 Narasimhan, *Kasturi Ranga Iyengar*, 1963, p. 53.

இயக்கம் சார்ந்த ஆங்கில, தமிழ் இதழ்களும் பிற இந்திய மொழி இதழ்களும் வன்முறையை ஆதரிக்க இயலாத நிலையிலும் சுதேசி இயக்கத்தை ஆதரித்தே எழுதின. 'கலகம்' உண்டானதற்கு அரசாங்கம் பிரிட்டிஷ் வணிக நலன்களுக்கு ஆதரவாகச் செயல்பட்டுச் சுதேசிக் கப்பல் கம்பெனியை ஒடுக்கியதும், நீதியற்ற முறையில் வ.உ.சி., சிவா ஆகியோரின் தேசியப் பரப்புரைகளைத் தடுத்ததுமே காரணம் என்றன. வ.உ.சி., சிவா ஆகியோர்மீது ஜாமீன் நடவடிக்கை எடுக்கும்வரை எந்த அசம்பாவிதமும் நடக்கவில்லை என்று குறிப்பிட்டதோடு நியாயமற்ற கைது நடவடிக்கையே வன்முறைக்குக் காரணம் என்றும் வாதிட்டன.

எழுச்சியைப் பற்றி விரிவாகச் செய்திகளை வெளியிட்ட 'சுதேசமித்திர'னின் தலையங்கம் ஒன்று பின்வருமாறு வினா எழுப்பியது:[5]

> குழப்பங்களைக் கிளப்பிவிட்டு ஜனங்களை இமிசை செய்து, பிறகு அதைக் காரணமாகக் காட்டி சுதந்திரங்களைக் குறைப்பது பிரிட்டிஷ் அரசாங்கத்தின் முறையாகப் போய்விட்டது. அதிகாரிகள் பிரவேசிக்காமல், நடக்கிறது நடக்கட்டுமென்றிருந்தால், எவ்விதக் கலகமும் நேரிட்டிருக்க மாட்டாது. ஸ்ரீ பாலர் விடுதலை தினமானது சென்னையில் கொண்டாடப்பட்ட போது சமுத்திரக்கரையில் சுமார் 20,000 ஜனங்கள் ஒன்றுசேர்ந்தார்கள். பட்டணத்தில் எல்லாப் பாகங்களிலும் ஊர்வலங்கள் நடந்தன. உற்சாகத்துக்கும் ஊக்கத்துக்கும் குறைவில்லை. இரவு 9 மணிவரையில் கூட்டம் நடந்தது. எவ்விதக் கலகமேனும் குழப்பமேனும் நேரிட்டதா?

ஏகாதிபத்தியத்தையோ, ஆளுநர் ஆர்தர் லாலியையோ நேரிடையாகக் கண்டிக்க இயலாத நிலையில் தேசிய இயக்க இதழ்களின் கணைகள் விஞ்சைக் குறிவைத்துப் பாய்ந்தன.

> டிஸ்ட்ரிக்ட் மாஜிஸ்ட்ரேட் இந்தியரானால் கலகமும் அதனால் விளைந்த அனர்த்தங்களும் நேரிட்டிருக்குமா?... ஆங்கிலேயர் அன்னியரா யிருப்பதுமன்றி, அவர்களது கர்வமும் ஒதுக்கமும் அனேக சமயங்களில் ஆபத்துகளையுண்டாக்கு கின்றன .... இந்தியர்களை இளப்பமாக நினைத்து அவர்களுடன் சகவாசம் செய்வது தங்களுக்குப் பொருத்தமல்லவென்று நினைக்கிறார்கள். . . .

5. *சுதேசமித்திரன், 17–3–1908.*

மற்றபடி நெருக்கடியான சமயங்கள் வந்துவிட்டால் தலைமையதிகாரத்தை வகிக்கும் ஆங்கிலேயர் வகை தெரியாமல் தடுமாறிப் பெருந்தவறு செய்து விடுகிறார்கள்.[6]

மக்களின் உணர்வு என்ற வெடிமருந்துக்கு அருகே அநீதி என்ற சுருட்டை விஞ்சு பிடித்துக்கொண்டிருப்பதாக சித்தரித்து கேலிச்சித்திரம் வெளியிட்டது 'இந்தியா'.[7] 'லிபரல்' என்ற இதழ் விஞ்சுக்குத் திறந்த மடல் ஒன்றை வெளியிட்டது (காண்க பிற்சேர்க்கை 6).[8] தெலுங்கு இதழ் ஒன்று ஆஷை நவீன இரணியன் என்று வருணித்தது.

இந்திய இதழ்கள் பெரும்பான்மையானவை வன்முறைக் கான பழியை இடையில் புகுந்த விஷமிகள்மீது சுமத்தின. ஆனால் துப்பாக்கிச்சூட்டையும் எளிய மக்களின் மரணத்தையும் ஒருமனதாகக் கண்டித்தன. அனைத்துத் தேசிய இதழ்களும் ஏறத்தாழ இதே பார்வையினையே வெளிப்படுத்தின. மிதவாத இதழ்களின் குரல் மென்மையாக ஒலிக்க, தீவிர தேசிய இதழ்கள் கடுமையாக எதிர்வினையாற்றின.

தேசிய இயக்கத்தின் தீவிரப் பிரிவின் தமிழ்நாட்டுப் பார்வையைச் 'சுதேசமித்திரன்' வெளிப்படுத்தியதென்றால் அதன் அனைத்திந்தியத் தலைமையேற்ற திலகரும் அரவிந்தரும் திருநெல்வேலி எழுச்சியையும் அதில் வ.உ.சி.யின் பங்கையும் கூர்மையாகப் பகுத்தாய்ந்து எழுதத் தவறவில்லை.

திருநெல்வேலி எழுச்சியைச் சென்னை மாகாண அரசியலில் ஒரு மைல்கல் என்று சுட்டிய திலகரின் 'மராட்டா' வார இதழ், வெகுமக்களின் வலுவான அதிருப்தியின் விழிப்பை அரசியல் வளர்ச்சியின் ஒரு முக்கியக் கட்டமாக அடையாளப் படுத்தியது. 'கும்பல் மனப்பான்மை'யைப் புரிந்துகொள்வதிலுள்ள இடர்களைச் சுட்டி, அது எந்த வடிவத்தை எடுக்கும் என்று சொல்வதற்கில்லை என மேலும் விளக்கியது. அரசாங்கம் கோரல் ஆலை வேலைநிறுத்தத்தை அரசியலாக்கியதும், அதைச் சுமுகமாகத் தீர்த்த வ.உ.சி.மீது பழிபோட்டதுமே கலவரத்திற்குக் காரணம் என்றும் அரசாங்கத்தை விமர்சித்தது. தங்களுக்கு நன்மை புரிந்த ஒருவருக்கு அநீதியிழைக்கப்பட்டதைக் கண்டு குமுறிய மக்கள் என்ன செய்வது என்று தெரியாமல் தங்கள்

---

6. 'டிஸ்ட்ரிக்ட் மாஜிஸ்ட்ரேட் இந்தியரானால்', *சுதேசமித்திரன்*, 18–4–1908, தலையங்கம்.

7. *இந்தியா*, 31–3–1908, MNNR 1908.

8. MNNR 1908.

சீற்றத்தைத் தெருவில் இறங்கி வெளிப்படுத்தினார்கள்; ராஜதுரோகமோ, அரசைக் கவிழ்ப்பதோ அவர்கள் நோக்கமல்ல என்றும் அவர்களின் செயலை தார்மீக அடிப்படையில் விளக்கியது.[9]

திருநெல்வேலி எழுச்சி ஆட்சியாளர்களுக்கும் வெகுசனத் தலைவர்களுக்கும் ஒருங்கே விடப்பட்ட எச்சரிக்கை என்று எழுதிய அரவிந்தர், பொறுமை என்ற மெலிதான மேற்பரப்பின்கீழ் எரியும் கனலுக்கு அறிகுறியே திருநெல்வேலி எழுச்சி. இந்த நெருப்பு வெளியிலிருந்து தூண்டப்படுகிறதென்று சொல்லும் அதிகாரிகள், ஏன் இவ்வளவு எளிதில் தீப்பற்றுகிறது என்று எண்ணிப்பார்க்க வேண்டும். பற்றியெரிந்தது வைக்கோல் அல்ல, அது எரிமலையின் அடியாழத்திலிருந்து கிளம்பிய வெடிப்பு; அதிகாரிகள் மட்டுமல்ல அரசியல் தலைவர்களும் இதனை உணர்ந்துகொண்டு நல்ல தலைமையினையும் அமைப்பு வலிமையினையும் பெருக்கிக்கொள்ள வேண்டும் என்றும் விரிவாக எழுதினார். திருநெல்வேலியில் அத்தகைய தலைமையே விளங்கியதென்று வ.உ.சி.யை விதந்து பாராட்டினார் அரவிந்தர். அத்தகைய தலைவரைக் கைது செய்ததாலேயே வன்முறை வெடித்தது. இதைத் தலைவர்கள் புரிந்துகொள்ளத் தவறினால் எதிர்வரவிருப்பவை திருநெல்வேலியில் நடந்தவை சிறு விளையாட்டே எனக் காட்டிவிடும். இதே அளவு உணர்ச்சி மீதூரிய ஓர் ஐரோப்பியக் கும்பல் விளைவித்திருக்கக்கூடிய அழிவோடு ஒப்பிட நெல்லையில் ஏற்பட்ட சேதம் மிகக் குறைவு என்றும் திருநெல்வேலி எழுச்சியை அரவிந்தர் நியாயப்படுத்தினார்.

வன்முறையை வெளிப்படையாக ஆதரிக்க இயலாத அதே வேளையில் அரசைக் கண்டிப்பதும் மக்களின் சீற்றத்தை நியாயப்படுத்துவதும் திலகர், அரவிந்தர் ஆகியோர் எழுதிய தலையங்கங்களின் உட்கிடை என்பது அவர்களுடைய வார்த்தைகளிலும் வாதங்களிலும் வெளிப்படுவதை உணர்தல் கடினமல்ல.[10]

மிதவாத இதழ்களோ சுதேசியப் பரப்புரையின் தீவிரத்தையும் வ.உ.சி.யின் தீரத்தையும் ஏற்கும் மனப்போக்கில் இல்லை.

தேசிய இதழ்களின் பார்வைக்கு மாறுபட்டுத் தமது அரசியல் நிலைப்பாட்டுக்கேற்ப அயோத்திதாச பண்டிதர் பின்வருமாறு கருத்துரைத்தார்.

---

9. *Mahratta*, 22-3-1908

10. *Bande Mataram*, 17-3-1908 (daily); 22-3-1908 (weekly); reprinted in Sri *Aurobindo* (Centenary Edition), vol. 1.

> தூத்துக்குடியிலுந் திருநெல்வேலியிலும் கனஞ் சிதம்பரம் பிள்ளை அவர்கள் செய்துவந்த ராஜத்துவேஷ பிரசங்கத்தைக் கேட்டிருந்த குடிகள் யாவரும் இராஜத்துவேஷத்தை மனதில் வைத்துக்கொண்டிருந்து பிள்ளை அவர்களை ஓராண்டில் பிடித்து அடைத்தவுடன் அவரால் இராஜதுவேஷ பிரசங்கம் கேட்டிருந்த குடிகள் யாவரும் திரண்டுபோய் இராஜாங்கப் பொதுக் கட்டிடங்களையுந் தஸ்தாவேஜுகளையும் கொளுத்தியும் இடித்து பாழ்படுத்தியதால் சிலர் காயமுற்றுஞ் சிலர் மரணமடைந்தும் சிலர் இராஜாதிகார விசாரணையிலும் இருக்கின்றார்கள். குடிகளின் இத்தியாதி சுகக்கேடுகளுக்கும் காரணபூதமானோர் கனஞ் சிதம்பரம் பிள்ளையும் கனஞ் சிவா அவர்களும் என்றே தீர்ந்தது.[11]

வெள்ளையர் நடத்திய ஆங்கில இதழ்கள் தேசிய இயக்கத்திற்கு எதிரான நிலைப்பாடு எடுத்ததோடு அதனை மேலும் கடுமையாக ஒடுக்க வேண்டும் என்றும் அரசுக்குப் பரிந்துரைத்தன. சுதேசிக் கப்பல் கம்பெனிமீது எடுக்கப்பட்ட பாரபட்சமான நடவடிக்கைகளை இவை பூசிமெழுகின அல்லது அரசாங்கம் ஓரவஞ்சனையாக நடந்துகொள்ளவில்லை என்று சாதித்தன.

ஐரோப்பிய வணிக நலன்களை ‘மதராஸ் மெயில்’ வெளிப்படுத்தியதென்றால், கிறிஸ்தவக் கல்லூரியின் மாத இதழில் வெளியான ‘மாதாந்தரக் குறிப்புக’ளில் *(Notes of the Month)* வெளியான கருத்துகளைக் கிறிஸ்தவ மறைப்பணியாளர்களின் பார்வையாகக் கொள்ளலாம். திருநெல்வேலியில் நடந்த கலவரம் ‘சென்ற மாதத்தை இருள்மயமாக்கியது’ என்றும், இதனால் ‘ஆழ்ந்த துயரத்தையும் ஓரளவுக்கு அவமானத்தையும்’ வாசகர்கள் அடைந்திருப்பார்கள் என்றும் எழுதிய அவ்விதழ், இத்தகைய கலவரங்களை இரும்புக்கரம் கொண்டு ஒடுக்குவதை எந்த அரசாங்கமும் தவிர்க்க முடியாது என்றது. நெறிப்பட வாழாத கிறிஸ்தவர்களுக்காகத் திருச்சபை பொறுப்பேற்பதைப் போலவே நகரத்தின் பெருமளவிலான, செல்வாக்கு மிக்க குடிமக்களும் கலவரக்காரர்களுக்கு ஆதரவளிக்காத நிலையிலும் தமது சகமக்களின் செயல்களுக்குப் பொறுப்பேற்றுத்தான் ஆகவேண்டும் என்றது.[12]

---

11. *தமிழன்*, 5 ஆகஸ்டு 1908, அலாய்சியஸ், (ப-ர்), *அயோத்திதாசர் சிந்தனைகள்*, தொகுதி 1, ப. 58.

12. *The Madras Christian College Magazine*, April 1908. இக்குறிப்புகளை எழுதியவர் கல்லூரியின் முதல்வர் வில்லியம் ஸ்கின்னர் என்று கருதலாம்.

இப்படிப் பலபட வெளிப்பட்ட கருத்துரைகள் ஒருபுறமிருக்க, ஒரு குறிப்பிட்ட நிகழ்ச்சி அக்கால இதழ்களின் போக்கைக் குறுக்குவெட்டாகப் புரிந்துகொள்ள வாய்ப்பளிக்கிறது. எழுச்சி நிகழ்ந்தபோது ஒரு சுதேசிக் கடையின் ஊழியரை விஞ்சு சாட்டையால் அடித்ததாகச் குற்றச்சாட்டு எழுந்ததை 2ஆம் இயலில் முன்னரே குறித்தோம். அக்குறிப்பிட்ட நிகழ்வைப் பல்வேறு இதழ்கள் எவ்வாறு பார்த்தன?

விஞ்சு அடித்தாரா?

எழுச்சி நிகழ்ந்த நாளில் 'நாஷனல் எம்போரியம்' என்ற சுதேசிக் கடை மாவிலைத் தோரணங்களோடு சிறப்பாக அணிசெய்யப்பட்டிருந்தது. எழுச்சியை ஒடுக்கப் போலீஸ் படையுடன் முன்னேறிச் சென்ற விஞ்சு, அலங்காரங்களைக் கண்டு அதற்கான காரணத்தை உசாவினார். விபின் சந்திர பாலின் விடுதலையைக் கொண்டாடுவதற்காகக் கடையை அலங்கரித்திருக்கிறோம் என்று கடையாள் சொன்னதும், அவரைச் சாட்டையால் விஞ்சு விளாசினார். இதனால் கொதிப்படைந்த மக்கள் கல்வீச்சில் ஈடுபட்டனர் என்றும் அதன்பிறகே நிலைமை கட்டுக்கடங்காமல் சென்று துப்பாக்கிச்சூட்டிலும் மரணத்திலும் முடிந்தது என்றும் 'இந்து' செய்தி வெளியிட்டது.[13] 'டைம்ஸ் ஆப் இந்தியா,' 'எம்பையர்' முதலான அனைத்திந்திய இதழ்களிலும் இச்செய்தி வெளியானதையும் 'இந்து' சுட்டியது.[14] 'சுதேசமித்திரன்' இச்செய்தியை வெளியிட்டதோடு நில்லாமல் ஐரோப்பியச் சார்பான 'மதராஸ் மெயில்' இச்செய்தியை வெளியிடாது தவிர்த்ததையும் கண்டித்தது.

> திருநெல்வேலிக் குழப்பங்களைப் பற்றி சென்னை மெயில் பத்திரிகையானது மிஸ்டர் விஞ்சுக்கும் மிஸ்டர் ஆஷுக்கும் சாதகமாக, உண்மையை ஒளித்தும் இல்லாததைச் சொல்லியும், சமாசாரங்கள் பிரசுரிக்கின்றது. . . . மாஜிஸ்டிரேட்டோ வேறு எந்த ஆங்கிலேய உத்தியோகஸ்தரோ நாஷனல் எம்போரியம் வாயிலில் நின்றுகொண்டிருந்த வேலைக்காரனைச் சவுக்காலடிக்க, கூடியிருந்த கும்பல் கோபங்கொண்டு கல்லால் அடித்தது. அப்போது ஆங்கிலேய உத்தியோகஸ்தர் துப்பாக்கியினால் சுட உத்தரவிட்டதாகச் சொல்லப்பட்டதை 'மெயில்' பத்திரிகை விட்டேவிட்டது. இப்படி

13. *The Hindu*, 16–3–1908.

14. MNNR 1908.

வஞ்சனையா யெழுதும் பத்திரிகையில் தோன்றும் சமாசாரங்களை யெப்படி நம்புவது?

என்று வினா தொடுத்த 'சுதேசமித்திரன்',[15] இன்னும் கடுமையாகப் பின்வருமாறு எழுதியதாவது,

மதராஸ் மெயிலும் திருநெல்வேலிக் கலகமும்

திருநெல்வேலி நாஷனல் எம்போரியத்தில் அலங்காரங்கள் செய்திருந்ததைப் பார்த்து, ஏன் அப்படிச் செய்திருக்கிறதென்று டிஸ்டிரிக்ட் மாஜிஸ்டிரேட் அங்கு நின்ற ஒரு வேலைக்காரனைக் கேட்க, வேலைக்காரன் ஸ்ரீ பாலரின் விடுதலைக் கொண்டாட்டக் குறியாகச் செய்திருக்கிறதெனச் சொல்ல அவனை மாஜிஸ்டிரேட் தம் கைச் சவுக்கால் முகத்தில் அடித்தாரென்றும், அதனால் கூடியிருந்த ஜனங்கள் கோபம் மூண்டு கல்லால் அடிக்கவே மாஜிஸ்டிரேட் சுடும்படி உத்தரவு செய்து நால்வர் மாண்டனரென்றும் நம் தலையங்கத்தில் சொல்லியிருக்கிறோமல்லவா? இது முக்கியமான சங்கதி; மாஜிஸ்டிரேட்டின் பேரில் குற்றம் சுமத்தத்தக்கது. இந்தச் சங்கதியை 'மெயில்' பத்திரிகை தன் ரிப்போர்ட்டில் காணாமலே விட்டுவிட்டிருக்கிறது. 'மெயி'லில் தோன்றும் வக்கணையும், பம்பாய் ஆங்கிலேயப் பத்திரிகைகளிலும் கல்கட்டா பத்திரிகைகளிலும் தோன்றும் வக்கணையும் முற்றிலும் ஒன்றாய், இந்தச் சங்கதி யந்தப் பத்திரிகைகளில் வியக்தமாய்க் கண்டிருக்க, 'மெயில்' பத்திரிகை வேண்டுமென்றே மிஸ்டர் விஞ்சை மகிழ்விக்க வேண்டுமென்ற விருப்பத்துடன் விட்டிருப்பதாய்ச் சொல்ல வேண்டியிருக்கிறது.[16]

சவுக்கடிச் செய்தியை 'இந்து'வில் கண்ட விஞ்சு அதன்மீது அவதூறு வழக்கைத் தொடர விரும்பினார்; அரசூழியர் என்பதால் அதற்காக அரசாங்கத்தின் அனுமதியை நாடினார்.

---

15. *சுதேசமித்திரன்*, 23–3–1908.

16. *சுதேசமித்திரன்*, 17–3–1908. 'மெயில்' இதழின் ஓரவஞ்சனையான பதிவுகளைப் பற்றி மேலும் ஒரு கட்டுரையினை 'மெயில் பத்திரிகையும் திருநெல்வேலிக் குழப்பங்களும்' என்ற தலைப்பில் சுதேசமித்திரன் (21–3–1908) விரிவாகக் கண்டித்து எழுதியது.

இந்தச் செய்தி பொய் என்றும், தாம் யாரையும் அடிக்கவில்லை என்றும், இந்நிகழ்ச்சி நடந்ததாகச் சொல்லப்பட்ட சமயத்தில் தம் கையில் சாட்டை இல்லையென்றும் அவர் அரசுக்கு எழுதினார். மேலும், இச்செய்தியை மறுத்து நெல்லைப் பிரமுகர்கள் சிலர் 'இந்து'வுக்கு மறுப்பு எழுதுவதாக உள்ளனர் என்றும் குறிப்பிட்டார். வெள்ளைத் துரைக்கேற்ற அடிவருடிகளுக்கு எழுச்சி நிகழ்ந்த நெல்லையில்கூடப் பஞ்சம் இல்லை என்பதுபோல் விஞ்சு குறிப்பிட்டவாறே 'இந்து'வில் கீழ்க்காணும் செய்தி வரவும் செய்தது.

> வக்கீல் திரு. சடகோப பிள்ளை பின்வருமாறு தந்தி கொடுத்துள்ளார்:

> திருநெல்வேலிக் கலகத்தைப் பற்றி 16ஆம் தேதி 'இந்து'வில் வந்துள்ள செய்தியில் சில விவரங்கள் தவறாக உள்ளன.... 'ஒரு கடையாளை விஞ்சு சாட்டையால் அடித்தார்' என்ற தலைப்பின் கீழ் உள்ள செய்தியும் தவறு. திருநெல்வேலி நகராட்சியின் தலைவர் [பி.எம். கைலாசம் பிள்ளை] அப்போது கலெக்டருடன் இருந்தார். நாஷனல் எம்போரியம் அலங்கரிக்கப்பட்டிருந்ததைக் குறித்து எந்த ஐரோப்பிய அதிகாரியும் எந்தக் கேள்வியும் கேட்கவில்லை என்று அவர் கூறுகிறார். கடையாள் எவரும் எந்தப் பதிலும் சொல்லவுமில்லை, கலெக்டர் அவரைச் சாட்டையால் அடிக்கவுமில்லை. சுடுவதற்கு முன்பு அவர் எச்சரிக்கை விடுத்தார்.[17]

இதற்கு எதிர்வினையாகச் 'சுதேசமித்திரன்' 'திருநெல்வேலி சடகோப பிள்ளை' என்ற தலைப்பில் இடைப்பிறவரலாகப் பின்வருமாறு எழுதியது:[18]

> எல்லாம் தூத்துக்குடியாரால் விளைந்ததெனவும், கலெக்டர் செய்தது நியாயமென்றும் ஸ்தாபிப்பதற்கு இவர் முயல்கிறார். உள்ளூர்க்காரர் நான்கு பேர் குண்டுக்கிரையாய் மாண்டதைப் பற்றி இவர் வியசனிப்பதாய்த் தெரியவில்லை. இவரும் சட்டசபையில் ஸ்தானம் பெறத்தக்கவரே.[19]

போகிறபோக்கில் 'சட்டசபையில் ஸ்தானம் வகிக்கும்' கே.ஆர். குருசாமி ஐயரைச் 'சுதேசமித்திரன்' சீண்டியுள்ளதையும் நோக்குக.

---

17. *The Hindu*, 20–3–1908.

18. *சுதேசமித்திரன்*, 21–3–1908.

19. *சுதேசமித்திரன்*, 21–3–1908.

சடகோப பிள்ளையின் மறுப்புரையை 'இந்து' வெளியிட்டதென்றாலும் பி. நெல்லையப்ப பிள்ளை என்பவர் – இவர் பரலி சு. நெல்லையப்பரா எனத் தெரியவில்லை – சடகோப பிள்ளைக்கு எழுதிய மறுப்பையும் வெளியிட்டது.[20]

'இந்து' மன்னிப்புக் கேட்டுக்கொள்ளவில்லையாதலால் அதன்மீது வழக்குத் தொடர விஞ்சுக்கு அனுமதி அளிக்கலாம் என்று அரசாங்கம் கருதியது. அவ்வாறே அனுமதியும் வழங்கியது.[21] ஆனால் விஞ்சு வழக்குத் தொடர்ந்ததாகத் தெரியவில்லை.

~~

மொத்தத்தில் சுதேச இதழ்களின் கருத்துரைகளும் விமர்சனங்களும் அரசுக்கு உவப்பளிக்கவில்லை. குருசாமி ஐயர் தலைமையிலான தூதுக் குழு தன்னைப் பேட்டிகண்டபோது ஆளுநர் இந்தக் கருத்தைக் கடுமையாக முன்வைத்தார். ஆட்சியர் விஞ்சும்கூட, 'சுதேசப் பத்திரிகைகளின் குரலைக் கேட்கையில், ராஜதுரோகத்தைத் தடுக்கவும் கலகத்தை ஒடுக்கவும் நாம் எடுத்த நடவடிக்கை தீவிரவாதிகளிடம் மேலும் தீவிரமான செயலையும் உறுதியான முயற்சியையும் தூண்டும் விளைவை ஏற்படுத்தியுள்ளதாகவே தெரிகிறது. அடுத்த கலகம் ஏற்படும்போது முன்பைவிடக் கட்டாயம் அது நன்கு ஒழுங்குசெய்யப்பட்டதாக இருக்கும். அரசாங்கம் அதற்குத் தயாராக இருக்க வேண்டும். . .'[22] என்று எழுதினார்.

சுதேச இதழ்கள் தமது எல்லைக்குட்பட்டுச் சிறப்பாகவே தம் கடமையை ஆற்றின என்பதற்கு இவை நற்சான்றிதழ்கள் அல்லவா?

---

20. *The Hindu*, 28–3–1908.

21. G.O.no. 532, Judicial (Confidential), 3–4–1908.

22. G.O.no. 1190, Judicial (Confidential), 27–8–1908.

7

வ.உ.சி.யின் நிலைப்பாடு

திருநெல்வேலி எழுச்சியின் நாயகன் என்று வ.உ.சி.யைச் சொல்லலாம். அந்த அளவுக்கு அதில் அவருடைய பங்கு இருந்திருக்கிறது. சுதேசி இயக்கத்தின் ஆதரவாளர்கள், எதிர்ப்பாளர்கள், பொதுமக்கள், இதழ்கள், அரசாங்கம் என அனைத்துத் தரப்பினரின் மனத்திலும் அவரே நிறைந்திருந்தார். அவர் கைதானதற்கு எதிர்வினையாகவே திருநெல்வேலி எழுச்சி நிகழ்ந்தது. எழுச்சியைப் பற்றி அவர் என்ன நினைத்தார், அது தொடர்பாக எப்படி எதிர்வினையாற்றினார், அதன் தொடர்பில் அவருடைய நிலைப்பாடு என்ன என்பன முக்கியக் கேள்விகளாகின்றன.

எழுச்சி நிகழ்ந்தபோது வ.உ.சி. பாளையங்கோட்டைச் சிறையில் ஓர் இரவைக் கழித்திருந்தார். மறுநாள் காலை எழுச்சியைப் பற்றிச் சிறை அதிகாரிகளுக்குத் தகவல் வந்ததும், சிறை அறைகளுக்கு வெளியே இருந்த கைதிகளைத், 'தெறுகள மாயது திருநெல்வேலி' – அதாவது போர்க்களம் போலாகிவிட்டது நெல்லை – எனச் சொல்லி அவர்கள் அடைத்துக் கதவைப் பூட்டினர்.

செய்தி யாவும் தெரிந்தோம். பிற்பகல்
ஜனங்கள் திரண்டு சர்க்கார் தலங்களை
மனங்கொள் வண்ணம் மாய்த்தனர் தீயால்;
பின்னர் விஞ்சு பிழையிலாச் சிலரை
உன்னாது சுட்டுயிர் உண்டனன் கேண்மோ!

அரசாங்க அலுவலகங்களை மக்கள் திரண்டு தீயிட்டு விட்டனர், ஒருபிழையும் அறியாத சிலரை ஆட்சியர் யோசிக்காமல் சுட்டுவிட்டார் என்கின்ற அளவுக்கே அன்றைக்கு வ.உ.சி.க்குச் செய்திகள் வந்துசேர்ந்தன.[1]

எழுச்சி நிகழ்ந்த மறுநாள், மார்ச் 14இல் குருநாதய்யர் கைது செய்யப்பட்டு அவரும் பாளையங்கோட்டைச் சிறைக்குக் கொண்டுவந்து அடைக்கப்பட்டாரல்லவா? அவர் வந்த பிறகே வ.உ.சி.க்கு முழு விவரங்களும் தெரியவந்தன. அச்செய்திகளை குருநாதய்யரின் கூற்றாகவே வ.உ.சி. தம் சுயசரிதையில் அமைத்துள்ளார்.[2]

நீவிர் மூவரும் நிசிசிறை இருமெனப்
பாவி மொழிந்தபின் பாலகனைக் கொண்டுயான்
திருமந்திர நகர் சென்றேன்; விடுத்தேன்
'கருமம் தொடர்ந்தது; கலங்கற்க' என்றே.
வெள்ளிக் கிழமை வீரரா கவபுரம்
பள்ளிச் சிறுவர் பலத்தொடு கூடி,
'அடைமின் கடைகளை அன்பர் சிறையுள்
அடைபட நின்றதன் அறிகுறி யாக'
என்று மொழிந்தனர். யானும் அவருடன்
நன்றென மொழிந்தேன். நாலைந் தடைத்தனர்.
திருமந்திர நகர் சென்றேன். அங்கெமக்
கருமைகள் செய்ய அநேகர் கூடினர்.
ஆசு படையுடன் அணுகி அவரை
மோசம் செய்திட மூட்டிக் கலகம்
தடியால் அடிப்பித்தான் சார்ந்தநம் மவரை;
வெடியால் சுட்டான் வெளிவர விடாது.
ஆசுவின் குதிரையை அடித்தவர் தள்ளினார்;
நாசமென் னுயிர்க்கென நவின்றவன் ஓடினான்!
தடித்த கொழுத்த சப்பின்ஸ் பெக்டரை
அடித்தும் மிதித்தும் அளவில் புரிந்தனர்.
சுட்ட வெடிகளைத் தூள் தூளாக்கி
எட்டிய இடங்களில் எறிந்து தொலைத்தனர்.
தெருவெலாம் நம்மவர் சிரித்துத் திரிகிறார்;
மருவிலேம் என்றவர் மனத்தினில் உன்னியே
வெள்ளையர் சகலரும் மிகமிக நடுங்கிக்
கள்ளரைப் போன்றவண் கரந்து மறைந்தனர்.
நமதுநன் மனையுள்ளார் நன்றா யிருக்கிறார்;
நுமதுநற் றுணைக்கு நோக்கியிவண் வந்தேன்.
எண்ணிய படியான் இச்சிறையை விஞ்சு
நண்ணி இருவென நவின்றனன்.

---

1. வ.உ.சி. சுயசரிதை, ப. 83.

2. வ.உ.சி. சுயசரிதை, ப. 83–4.

அதாவது வ.உ.சி., சிவா, பத்மநாப ஐயங்கார் ஆகியோரைப் பாவி (விஞ்சு) இருட்சிறையில் அடைக்கச் சொன்னதும் வ.உ.சி.யின் மகன் உலகநாதனை அழைத்துக்கொண்டு குருநாதய்யர் தூத்துக்குடிக்குச் சென்று, வினைப்படி எல்லாம் நடந்தது, எனவே கலங்க வேண்டாம் என்று சொல்லி அவனை வ.உ.சி. குடும்பத்தினரிடம் ஒப்படைத்தார். வ.உ.சி. முதலானோரைச் (அன்பர்) சிறைப்படுத்தியதற்கு எதிர்ப்புத் தெரிவிக்கும்முகமாக அடுத்த நாள் நெல்லை வீரராகவபுரத்தில் கடைகளை அடைக்குமாறு இளையோர் வற்புறுத்தினர். மீண்டும் நெல்லை திரும்பிய குருநாதய்யரும் அதனை 'நன்று' என வழிமொழிந்தார். சில கடைகள் அடைக்கப்பட்டன. மீண்டும் அவர் தூத்துக்குடிச்குச் சென்றபோது அவருடன் பலர் சேர்ந்துகொண்டனர். அப்போது காவல் படையுடன் வந்த ஆஷ், கலவரம் ஏற்பட வேண்டும் என்ற நோக்கத்தோடு மக்களின்மீது தடியடி நடத்தினார். குதிரையிலிருந்து அவரை மக்கள் கீழே தள்ளினர். தப்பித்தோம் பிழைத்தோம் என்று ஆஷ் ஓடிவிட்டார். ஒரு பருத்த காவலரை மக்கள் அடித்துத் துவைத்தனர். துப்பாக்கி வெடிகளுக்கு மக்கள் அஞ்சவில்லை. வெற்றிக் களிப்பில் மக்கள் ஊரில் சுதந்திரமாக உலவுகின்றனர். அச்சம் அடைந்த வெள்ளையர் திருடரைப் போல் ஒளிந்துகொண்டனர். நமது குடும்பத்தினர் நலமாக உள்ளனர். உங்களுக்குத் (வ.உ.சி.) துணைபுரிவதற்கு நான் இங்கு வந்திருக்கிறேன். நான் விரும்பியவாறே விஞ்சு என்னை நீங்கள் இருக்கும் சிறைக்கு அனுப்பிவிட்டார்.

திருநெல்வேலி எழுச்சியினையும், அதில் மக்களின் செயல்பாடுகளையும் ஆனந்தக் களிப்போடு பதிவுசெய்திருக்கிறார் வ.உ.சி.

குருநாதய்யரின் சொற்களுக்கு வ.உ.சி.யின் விடை ஊன்றி நோக்கத்தக்கது.[3]

'நடந்தன எல்லாம் நஞ்செயல் அல்ல;
கடந்து நிற்கும் கடவுளின் செயலே'
என்றவர்க் குரைத்தும் இனியசில மொழிந்தும்
நன்றென இருந்தேம் நால்வரும் அங்கண்.

திருநெல்வேலி எழுச்சியில் நிகழ்ந்தவற்றை நம்முடைய செயல் அல்ல; கடவுளின் செயலே என்று குறிப்பிட்ட வ.உ.சி., சிவா, பத்மநாப ஐயங்கார், குருநாதய்யர் ஆகியோரை உளப்படுத்தி, இனிய சொற்களைக் கூறியதல்லாமல், எழுச்சியால் ஏற்பட்ட இழப்புக்கும் சேதத்துக்கும் மக்களைக் கடிந்துகொள்ளவில்லை என்பது ஊன்றி நோக்கத்தக்கது. மக்களைச் சார்ந்து நின்று,

---

3. *வ.உ.சி. சுயசரிதை*, ப. 85

எழுச்சிக்கு ஆதரவு காட்டும் மனப்பாங்கு அவரிடம் வெளிப்படுகின்றது என்பதில் தடையில்லை.

அடுத்து, எழுச்சி நிகழ்ந்தபின் எண்ணற்றவர்கள் கைதாகிப் பாளையங்கோட்டைச் சிறைக்கு வரிசையாக வந்துசேர்ந்தனர். இதனை,

மந்திர நகரில் வரைந்த வெள்ளியில்
வந்த கலகத்தின் மறுதினம் பலரைப்
பிடித்துத் தண்டித்தும் பின்விசா ரணையென்றும்
அடுத்தடுத் தனுப்ப அனேகரெமைச் சார்ந்தனர்.
தச்சநல் லூரினும் சாற்றிய நெல்லையினும்
வைத்தனர் தீயென வரையிலா தனேகரைக்
கொணர்ந்தனர். நாங்கள் கூடிய வழிகளில்
உணர்ந்தேம் நிகழ்ந்தன

என்று வ.உ.சி. சொல்கிறார்.[4] அதாவது, எழுச்சி நிகழ்ந்த வெள்ளிக்கிழமைக்கு அடுத்த நாள், நெல்லையிலும் தச்சநல்லூரிலும் தீயிட்டு வன்முறையில் ஈடுபட்டனர் என்று ஏராளமான தொண்டர்களைத் தண்டிக்கவும் விசாரணை என்றும் கைது செய்து, வ.உ.சி. இருந்த பாளையங்கோட்டைச் சிறைக்குக் கொண்டுவந்தனர். இவ்வாறு கூட்டம்கூட்டமாக வந்த எளிய மக்களை 'எம்மைச் சார்ந்தனர்' என்று அன்போடு வ.உ.சி. குறிப்பிடுகிறார். வந்தவர்களிடமிருந்தும் வ.உ.சி.க்குக் கூடுதல் தகவல்கள் கிடைத்தன.

இதன் பிறகு வழக்கு நடந்து ஏராளமானோர் தண்டனை பெற்றதையும் ஏலவே கண்டோம். இதற்கிடையில் வ.உ.சி.யும் கொடிய இரட்டை ஆயுள் தண்டனைக்கு ஆளாகி முதலில் கோயம்புத்தூர் சிறையில் இரண்டரை ஆண்டுகள் கழித்துவிட்டு டிசம்பர் 1910இல் கண்ணனூர்ச் சிறைக்கு மாற்றலாகி வந்தார்.

நஞ்சினை ஒத்த விஞ்சுக் கலெக்டர்
சிறைக்கெனை அனுப்பிக் குறைத்த மறுநாள்
திருநெல் வேலியில் தீயிட்ட கேஸ்களில்
வருஷத் தீர்ப்புகள் வழங்கப் பெற்ற
நலமார் சங்கர நாரா யணன்முதல்
பலரவண் இருக்கும் பான்மையும், அவர்அச்
சிறையிற் புகுந்த தினத்தில் டிப்டி
ஜெயிலர் கைதிகள் சிலரால் அவரைக்
கம்புகொண் டடித்த வம்புகள் பலவும்
கேட்டுளம் கொண்டு வாட்ட மிகவுற்றேன்.

கோவைச் சிறையில் எழுச்சியில் தண்டிக்கப்பட்ட சில கைதிகள் இருந்திருக்கின்றனர். அவர்களோடு வ.உ.சி.க்கு

---

4. வ.உ.சி. சுயசரிதை, ப. 94

என்னவாறு தொடர்பு இருந்தது என்று செய்தி தெரியவில்லை. ஆனால் கண்ணனூரில் உருவான தொடர்புகள் பற்றி அறிய முடிகின்றது. அந்தச் சிறையில் சங்கரநாராயண ஐயர் முதலான பல கைதிகள் அடைபட்டிருந்ததையும், அவர்கள் சிறைப்பட்ட உடனே துணை ஜெயிலர் அங்கிருந்த கைதிகள் சிலரைக் கொண்டு அவர்களைக் கம்பால் அடிப்பித்ததையும் அறியவந்த வ.உ.சி. மிகவும் வாட்டமுற்றார்.[5]

தண்டனைக் குறைப்பும் வ.உ.சி.யும்

வாட்டமுற்றதோடு வ.உ.சி. நின்றுவிடவில்லை. அவர்களுக்குத் தண்டனைக் குறைப்பு வழங்கப்படாமல் அவர்கள் தண்டனைக் காலம் கடந்த பிறகும் சிறையில் அடைபட்டிருந்த கொடுமையை எதிர்த்து, அவர்களுக்கு நியாயம் கிடைக்க முயன்றார். இதற்காக அவர் எடுத்த முயற்சிகள் சாதாரணமானவை அல்ல. தமது துயரத்தைப் பொருட்படுத்தாது அவர் முன்னெடுத்த எத்தனங்கள் என்ன? இதைப் பற்றி வ.உ.சி. பின்வருமாறு எழுதுகிறார்.

குவிந்த மனத்தினக் கொடுஞ்சிறை இருந்த
நவின்ற சங்கர நாரா யணன்முதல்
பலர்க்கு முரிய புரொக்கள மேஷன்
ரிமிஷனும் எட்வர்டு ரிமிஷனும் ஜார்ஜ்
ரிமிஷனும் கொடாமல் அவரைவைத் திருந்ததை
அறிந்தேன்; 'ஹிந்து'வுக் கறைந்தேன். அதுபிர
சுரித்ததும் அவரைத் துரிதமா விடுதலை
செய்தனர். என்னிலம் சென்றனர். அவர்க்குச்
செய்தனன் விருந்தென் செப்பிய மைத்துனன்.[6]

கொடுஞ்சிறையிலிருந்த சங்கரநாராயண ஐயர்[7] முதலானவர்களுக்குரிய மூன்று வகையான தண்டனைக் குறைப்புகளை

---

5. *வ.உ.சி. சுயசரிதை*, ப. 139

6. *வ.உ.சி. சுயசரிதை*, ப. 148.

7. திருநெல்வேலி எழுச்சியில் சங்கரநாராயண பிள்ளை, சங்கரநாராயண ஐயர் என இருவர் பங்குகொண்டனர்: முன்னவர் நெல்லையில் சுதேசிக் கடை வைத்திருந்தவர் என்பதை முன்னரே கண்டோம். பின்னவர் நாடக ஏஜெண்டு. சங்கரநாராயணன் (பிள்ளை என்றோ ஐயர் என்றோ குறிக்காமல்) என்ற பெயரை வ.உ.சி. தம் சுயசரிதையில் கண்ணனூர்ச் சிறைவாசத் தொடர்பில் இருமுறை குறிப்பிடுகிறார். கண்ணனூர்ச் சிறையிலிருந்தவர் சங்கரநாராயண ஐயரே. சுப்பிரமணிய சிவாவின் வரலாற்றை எழுதிய ரா. ஸ்ரீநிவாசவரதன் நெல்லையில் சுதேசிக் கடைகளை நடத்திய சங்கரநாராயண பிள்ளை, பத்மநாபய்யர் ஆகியோரை நினைவுப் பிசகாகப் பெயரை மாற்றி சங்கரநாராயண ஐயர், பத்மநாப பிள்ளை என்று எழுதியிருக்கிறார். ரா. ஸ்ரீநிவாசவரதன், *சுப்பிரமணிய சிவா*, ப. 34.

(remission) வழங்காமல் சிறையதிகாரிகள் வஞ்சித்தனர். இதை அறிந்த வ.உ.சி. இந்த அநியாயத்தை 'இந்து' நாளேட்டுக்கு அறிவித்தார். இதன் விளைவாக அவர்களுக்குத் தண்டனைக்காலம் குறைந்து விரைவில் விடுதலையாயினர். விடுதலையாகிச் சொந்த ஊர் சென்றதும், வ.உ.சி. சொல்லியதன் பேரில் அவருடைய மைத்துனர் அவர்களுக்கு விருந்தளித்து உபசரித்தார்.

ஒன்பது ஆசிரிய அடிகளில் வ.உ.சி. எழுதிச் செல்லும் இதனைச் சாத்தியப்படுத்துவதற்கு அவர் மேற்கொண்ட முயற்சிகள் எளியவையல்ல. அவருடைய மனைவி மீனாட்சி அம்மாள் இந்தத் தருணத்தில் வ.உ.சி.யின் நண்பரொருவருக்கு எழுதிய கடிதம் பின்வருமாறு கூறுகிறது.

> . . . தாங்கள் திருநெல்வேலிக் கலகக் கேஸில் சம்பந்தப்பட்ட பிரதிவாதிகளில் இவ்வூர் ஜயிலுக்கு வந்திருந்த ஒவ்வொருவரையும் தனித்துச் சந்தித்து அவர்களை ஜயிலில் அக்கிரமமாகச் சில கைதிகளைக் கொண்டு அடிப்பித்த விவரங்களைப் பற்றி அவரவர் கைப்பட ஸ்டேட்டுமெண்டுகள் வாங்கி ரிஜிஸ்டர் தபாலில் எனக்கு அனுப்ப வேண்டும் அல்லது தங்களிடம் பத்திரமாக வைத்திருக்க வேண்டுமென்றும், அப்படி அவர்களை அடிப்பித்ததற்காகவும் அவர்களைக் குறித்த காலத்திற்கு அதிகமாக ஜயிலில் வைத்திருந்ததற்காகவும் என் பர்த்தா அவர்கள் விடுதலைக்குப் பின் சில நடபடிக்கைகள் நடத்தப்போவதாகவும் தங்களுக்கு எழுதச் சொன்னார்கள், ஆதலால் தாங்கள் அந்நியர் அறியாத விதமாக ஷெயார்களிடம் ஷெ ஸ்டேட்டுமெண்டுகளை உடனே வாங்கும்படி பிரார்த்திக்கிறேன்.[8]

இக்கடிதம் யாருக்கு எழுதியதென்று தெரியவில்லை. அவர் வ.உ.சி.யின் வக்கீல் நண்பராக இருக்க வேண்டும் என்பதை மட்டும் உய்த்துணர முடிகின்றது. சிறையில் இருந்துகொண்டே எழுச்சிக் கைதிகளுக்கு ஆதரவாகப் பெரும் ஆபத்துக்கிடையில், அதுவும் போலீசால் வேவுபார்க்கப்பட்டுவந்த தம் மனைவியின் வழியாக இப்படி ஒரு முயற்சியில் ஈடுபடுவதற்கு எவ்வளவு மனத்துணிவும் அவர்கள்மீது எவ்வளவு பரிவும் வ.உ.சி.க்கு இருந்திருக்க வேண்டும்!

---

8. மீனாட்சி அம்மாள் கடிதம், கண்ணனூர் 20–9–1912.

வ.உ.சி.யின் அந்த நண்பர் இந்தச் செய்திகளைத் திரட்டினாரா இல்லையா என்று தெரியவில்லை. ‘இந்து’வுக்கு வ.உ.சி. எழுதிய கடிதம் ஏதும் கிடைக்கவுமில்லை. சிறைக் கைதி நாளேட்டுக்கு எழுதியிருக்கவும் முடியாது. உண்மையில் அவருடைய மைத்துனர் ஞா. பிச்சையா பிள்ளையைக் கொண்டே வ.உ.சி. ஒரு கடிதத்தை எழுதுவித்தார். கண்ணனூர்ச் சிறைக்கு மாற்றப்பட்ட ஓராண்டு கழித்து, தம் மனைவி மீனாட்சி, மகன்கள் உலகநாதன், ஆறுமுகம் ஆகியோரைக் கண்ணனூருக்கு வ.உ.சி. வரவழைத்தார். தமது இளைய அண்ணன் பிச்சையா பிள்ளையுடன் மீனாட்சியும் குழந்தைகளும் தமிழர்கள் அதிகம் வாழ்ந்த பிள்ளையார் கோவில் தெருவில் வாடகைக்கு வீடெடுத்துத் தங்கி, வ.உ.சி. யின் மேல்முறையீடுகளையும் பிற சட்ட விவகாரங்களை யும் கவனித்துவந்தனர்.

‘இந்து’வின் *5–9–1912* இதழில் அதன் ஆசிரியருக்கு *3–9–1912*ஆம் நாளிட்ட ஒரு கடிதம் மேற்கண்ட பிள்ளையார் கோவில் தெருவிலிருந்து ஞா. பிச்சையா பிள்ளையின் பெயரில் வெளிவந்தது.[9]

> *இருபத்தேழாம் தேதியன்று கண்ணனூர் மத்தியச் சிறைச்சாலையில் அரசாணை ஒன்று பெற்றுக்கொள்ளப்பட்டது. திருநெல்வேலிக் கலக வழக்கில் தண்டனையடைந்தோர் 1908ஆம் ஆண்டு புரொக்கிளமேஷனுக்கு உரியவர்களே என்று கூறிய அவ்வரசாணைப்படி அத்தறுவாயில் இந்தச் சிறையிலிருந்த ஆறு கலகக் கைதிகளும் விடுவிக்கப்பட்டனர். இந்த ரிமிஷன்கள் பிரிட்டிஷ் இந்தியாவிலிருக்கும் பிற கைதிகளுக்கு வழங்கிய நாளிலேயே இந்தக் கைதிகளுக்கும் வழங்கி யிருந்தாலோ, அல்லது இவ்விஷயமாக உள்ளூர் அரசாங்கத்திடம் தொடர்பு கொண்டிருந்தாலோ இந்தக் கைதிகளுக்கு ஆறு மாதங்களுக்கு முன்பே விடுதலை கிடைத்திருக்கும்.*
>
> *1. இந்த இரண்டு ரிமிஷன்களும் உடனடியாக இக்கைதிகளுக்கு வழங்கப்படாததற்கும் அவ்வாறு இல்லாதபட்சத்தில் இவர்கள் ரிமிஷனுக்கு உரியவர்கள்தாமா என உடனடியாக அரசாங்கத்தைக் கேட்காததற்கும் யார் காரணம்?*

---

9. G.O.no. 1823, Judicial, 7–11–1912 என்ற அரசாணையை ஆதாரமாகக் கொண்டு இப்பகுதி எழுதப்பட்டுள்ளது.

2. இக்கைதிகள் ஆறு மாதங்கள் கூடுதல் தண்டனை அனுபவித்ததற்குப் பொறுப்பேற்க வேண்டியோர் யாவர்?

3. இது போன்று பிரிட்டிஷ் இந்தியச் சிறைகளில் மீண்டும் நிகழாதிருக்கும் வகையில் இவர்களுக்கு என்ன தண்டனை தர வேண்டும் என்பன குறித்து அரசாங்கத்தை விசாரணை நடத்துமாறு வேண்டுகிறோம்.

உண்மையிலேயே இது மிகவும் துணிவானதொரு செயலாகும். கடிதத்தை எழுதியவர் வ.உ.சி.யின் மைத்துனர் என்பது சிறை அதிகாரிகளோ, அரசாங்கமோ அறியாத ரகசியம் அல்ல. கைதிகள் கூடுதலாக ஆறுமாதம் தண்டனை அனுபவித்திருக்கிறார்கள் என்று வாதிட்டதோடு, இதற்குக் காரணமான சிறை அதிகாரி களை விசாரித்துத் தண்டனையும் தர வேண்டும் என்று பொதுவில் அறைவதற்கு அசாத்தியத் துணிச்சல் வேண்டும் என்று சொல்ல வேண்டியதில்லை. இதன் விளைவுகளை அறியாமல் வ.உ.சி. இக்கடிதத்தை எழுதியிருக்க முடியாது. அவருடைய மனத்திண்மையையும் பேருள்ளத்தையும் இது காட்டுகிறது.

'இந்து'வில் இக்கடிதம் வெளியானதும் அது எழுப்பிய கேள்விகளைக் குறித்து அரசாங்கம் கண்ணனூர் மத்தியச் சிறைக் கண்காணிப்பாளரிடம் விளக்கம் கேட்டது. அதற்கு அவர் அளித்த விளக்கம் வருமாறு:

> திருநெல்வேலி மாவட்ட மாஜிஸ்திரேட்டின் ஆணைப்படி திருநெல்வேலிக் கலகத்தில் சம்பந்தப்பட்ட கைதிகளுக்குப் புரொக்கிளமேஷன் ரிமிஷனும் தர்பார் ரிமிஷனும் வழங்கப்படவில்லை.
>
> 5348–அறிக்கை 116, நாள் 23–8–1912 என்ற தங்கள் ஆணையுடன் எண் 1252, 7–8–1912ஆம் நாளிட்ட அரசாணை இவ்வலுவலகத்தில் 27–8–1912ஆம் நாள் வரப்பெற்றபோது மேற்குறித்த வழக்கில் சம்பந்தப்பட்ட ஆறு கைதிகள் இருந்தனர். அன்றே அவர்கள் விடுவிக்கப்பட்டனர்.
>
> மேற்குறித்த தண்டனைக் குறைப்புகள், அதாவது ஐந்து திங்கள் புரொக்கிளமேஷன் ரிமிஷனும், இரண்டு திங்கள் தர்பார் ரிமிஷனும் உரிய காலத்தில் வழங்கப்பட்டிருந்தால் அவர்கள் பின்வரும் விவரப்படி விடுதலையடைந்திருப்பர்:

சாவடி சிதம்பரம் பிள்ளை (கைதி எண் 3376):
29 ஏப்ரல் 1912

வேலுப் பிள்ளை (கைதி எண் 3377): 25 மார்ச் 1912

சின்னத்தம்பி பிள்ளை (கைதி எண் 3378): 15 ஏப்ரல் 1912

முத்து மூப்பன் (கைதி எண் 3379) 15 மார்ச் 1912

நெல்லையப்ப பிள்ளை (கைதி எண் 3380): 4 மே 1912

ஆழ்வாரப்ப பிள்ளை (கைதி எண் 3381): 25 ஏப்ரல் 1912.

தெரிந்தோ தெரியாமலோ கடமை தவறிய அதிகாரி ஒருவரின் ஒப்புதல் வாக்குமூலம் இது என்பதைச் சொல்ல வேண்டியதில்லை. இதை எழுதுவது சிறைக் கண்காணிப்பாளருக்கு மகிழ்ச்சியான செயலாக இருந்திருக்க இயலாது. தண்டனைக் காலம் முடிந்த பிறகும் தவறான முறையில் கைதிகள் சிறைவைக்கப்பட்டிருந்தும் தம்மேல் நடவடிக்கை எதுவும் எடுக்கப்படவில்லை என்பதற்காக ஒருவேளை அவர் மகிழ்ந்திருக்கலாம். பிச்சையா பிள்ளையின் கடிதத்தில், சம்பந்தப்பட்ட அரசாணை 27ஆம் தேதியன்று சிறை அலுவலகத்துக்குக் கிடைத்தது என்று குறிப்பிட்டிருப்பதைக் கண்ணனூர்ச் சிறைக் கண்காணிப்பாளரின் கடிதக் குறிப்பும் உறுதிப்படுத்துகின்றது. சிறையிலிருந்தவாறே வ.உ.சி. பல உள்செய்திகளைத் திரட்டி அதிகாரிகளுக்குத் தொல்லை தந்திருக்கிறார் என்பதில் ஐயமில்லை.[10]

வ.உ.சி.யின் சுயசரிதையில் குறிப்பிடப்படும் 'இந்து' கடிதத்தின் உள்ளடக்கத்துக்கும், பிச்சையா பிள்ளையின் கடிதம் சொல்லும் செய்திக்கும் இடையே நுண்ணிய வேறுபாடுகள் சில உள்ளன என்பதை இங்குச் சுட்ட வேண்டும். வ.உ.சி.யின் சுயசரிதை மூன்று வகையான தண்டனைக் குறைப்புகளைக் குறிப்பிட, பிச்சையா பிள்ளை இரண்டு வகையினை மட்டுமே குறிப்பிடுகிறார் – அதாவது ஏழாம் எட்வர்டு மன்னர் இறந்ததற்கான தண்டனைக் குறைப்பைப் பற்றிப் பிச்சையா பிள்ளை குறிப்பிடவில்லை. இது ஒரு வேறுபாடு. இரண்டாவது, 'இந்து' நாளிதழ் கடிதத்தை வெளியிட்டதன் விளைவாகவே எழுச்சிக் கைதிகள் 'துரிதமாக விடுதலை' செய்யப்பட்டனர் என்கிறார் வ.உ.சி. ஆனால், பிச்சையா பிள்ளையின் கடிதமோ, கைதிகள் **விடுதலை செய்யப்பட்ட பின்னர்** காலத்தாழ்வாக அவர்கள் விடுதலை செய்யப்பட்டமைக்குக் காரணம் வினவும் நுட்பமான கேள்வியை எழுப்புகின்றது. ஒருவேளை, வ.உ.சி. இச்செய்தியை நினைவுப் பிசகாக எழுதியிருக்கக்கூடும். இது எப்படி இருப்பினும், கைதிகள்

---

10. G.O.no. 1823, Judicial, 7–11–1912.

விடுதலை அடைந்த பின்பும்கூட அவர்களுக்கு நியாயம் செய்ய முயன்ற வ.உ.சி.யின் மனப்பாங்கு போற்றுதலுக்குரியது.

'நவின்ற' சங்கரநாராயண ஐயர் முதலான கைதிகளே வஞ்சிக்கப்பட்டனர் என்று வ.உ.சி. குறிப்பிட, சிறைக் கண்காணிப்பாளர் தரும் அறுவர் பட்டியலில் அவர் பெயர் இல்லை. இதுவும் ஏன் எனப் புலப்படவில்லை.

இவ்வாறெல்லாம் சிறையின் உயரதிகாரிக்கு இடர் செய்ததற்கு விளைவுகள் இல்லாமல் இருந்திருக்க இயலாது. இதன் காரணமாக வ.உ.சி. மேலும் என்ன இன்னல்களை எல்லாம் சிறையில் அனுபவித்தாரோ தெரியவில்லை.

குருநாதய்யருக்குப் பரிவு

வ.உ.சி.யின் வலது கரம் என்று வருணிக்கப்பட்ட குருநாதய்யர் தொடர்பில் வ.உ.சி.யும் அவருடைய மனைவியும் காட்டிய அன்பும் அரவணைப்பும் நெகிழச்செய்வன.

திருநெல்வேலி எழுச்சிக்குப் பிறகான குழப்பமான நிலையில் சுதேசி இயக்கத்தின் செயல்பாட்டாளர்கள் பல்வேறு சிறைச்சாலைகளில் சிதறடிக்கப்பட்டனர். ஒருவரைப் பற்றி ஒருவர் அறிந்துகொள்வதற்கான வாய்ப்பும் அதிகமில்லை. இந் நிலையில், சிறையிலிருந்த சுப்பிரமணிய சிவாவிற்கு 9–9–1912இல் எழுதிய கடிதத்தில், 'பிரம்மஸ்ரீ குருநாதய்யர் அவர்கள் எங்கிருக்கிறார்கள் என்பதையும் எனக்குத் தெரிவிக்கப் பிரார்த்திக்கிறேன்' என்று மீனாட்சி வ.உ.சி. உசாவியிருக்கிறார். சிவாவிடமிருந்து பெற்ற தகவலின் அடிப்படையிலேயே அக்டோபர் 4ஆம் நாள் திருச்சி சிறையில் குருநாதய்யருக்கே ஒரு கடிதமும் எழுதியிருக்கிறார். கடிதத்தின் தொனியும் உள்ளடக்கமும் குருநாதய்யரைக் குடும்ப உறுப்பினராகவே வ.உ.சி.யும் அவர் மனைவியும் கருதியிருந்ததைக் காட்டுகின்றன. தம் கணவரின் உடன்பிறந்த தம்பியாக பாவித்து அவரை 'அன்பும் கனமும் நிறைந்த அத்தான் அவர்களே' என விளித்ததோடு, அவரையும் உளப்படுத்தி, உலகநாதன், ஆறுமுகம், பிச்சையா பிள்ளை ஆகியோரைத் 'தங்கள் மக்கள், தங்கள் மைத்துனர்' என்று தம் குடும்பத்தினரை மீனாட்சி வ.உ.சி. அடையாளப்படுத்து கிறார். குருநாதய்யரை ஆறுதல்படுத்துமுகமாக, வ.உ.சி.யைச் சில மாதங்களுக்கு முன் தாம் நேரில் சந்தித்ததையும் சுட்டி, அவர் 'தமிழிலும் ஆங்கிலத்திலும் சில பெரிய நூல்கள் செய்திருக்கின்றார்கள்' என்று எழுதுகிறார். அடுத்து, தமது புதல்வர்களான உலகநாதன், ஆறுமுகம் ஆகியோரைப் பற்றி, 'நமது இளங்கோக்கள் தமிழும் ஆங்கிலமும் மலையாளமும்

கற்றுவருகிறார்கள். நாம் நல்ல பெயர் பெறும்படியான விதத்தில் அவர்கள் தமது அறிவையும் ஒழுக்கத்தையும் பலத்தையும் மிகமிக ஊக்கத்துடன் வளர்த்துவருகிறார்கள்' என்கிறார். பின்னர், 'இன்னாது இனன்இல்ஊர் வாழ்தல், அதனினும் இன்னாது இனியார்ப் பிரிவு' என்ற குறளைக் காட்டி அவருடைய பிரிவு வ.உ.சி.யை எவ்வளவு வருத்துகிறது என்பதையும் நயம்பட உரைக்கிறார். கடைசியில், அவர் விடுதலை பெறக்கூடிய காலத்தைத் தெரிவிக்குமாறு கூறிக் கடிதத்தை முடிக்கிறார் (கடிதத்தின் முழு வடிவத்தைப் பிற்சேர்க்கை 7இல் காண்க).

இதற்கு ஒரு மாதம் கழித்து 1912 நவம்பர் 6ஆம் தேதி, குருநாதய்யரின் மனைவி மீனாட்சிக்கும் 'அன்புள்ள சகோதரி அவர்களே' என விளித்து மீனாட்சி வ.உ.சி. ஒரு கடிதம் விடுக்கிறார். சிவா சில நாள்களுக்கு முன் விடுதலையான செய்தியையும், தமது கணவர் விரைவில் விடுதலையாகவுள்ள செய்தியையும் முதலில் பகிர்ந்துகொண்டு, அவருடைய கணவருக்குத் தாம் ஒரு கடிதம் எழுதியதையும் அதற்கு அவர் பதிலிட்டதையும் தெரிவிக்கிறார். குருநாதய்யர் 'பூரண சௌக்கியமாயிருக்கிற தாகவும், அவர்கள் இனிவரும் ஆனி மாதத்தில் விடுதலை அடைவார்கள் என்றும், இவ்விரண்டு விவரங்களையும் தங்களுக்குத் தெரிவிக்கும்படி எழுதியிருக்கிறார்கள்' என்றும் சொல்லிவிட்டு மீனாட்சி வ.உ.சி. எழுதும் சொற்கள் அவருடைய முதிர்ச்சியையும் கழிவிரக்கம் கொள்ளாப் பண்பையும் காட்டுகின்றன. 'சென்ற காரியங்களைப் பற்றி நாம் கவலை அடைவதில் யாதொரு பயனும் இல்லை என்பதும், நமது பர்த்தாக்கள் க்ஷேமமாக விரைவில் நம்மிடம் வந்துசேர வேண்டுமென்று நாம் கடவுளைப் பிரார்த்தித்துக்கொண் டிருப்பதுதான் நமது கடமையென்பதும் தங்களுக்குத் தெரிந்தவையே.' (வ.உ.சி., சிவா, குருநாதய்யர் என மூவரின் மனைவியர் பெயரும் மீனாட்சியே. சுதேசி இயக்கத்தால் மீனாட்சியர் மூவர் பட்ட இன்னல்கள் தனியே எழுத வேண்டிய ஒரு சோகக் காவியமாகும்.) அரசியல் செயல்பாடுகளால் குருநாதய்யருக்கும் அவருடைய மனைவிக்கும் இடையே விரிசல் ஏற்பட்டிருந்ததும், சிறையிலிருந்த கணவரோடு எந்தத் தொடர்புமில்லாமல் அவர் தமது பெற்றோரின் கட்டுப்பாட்டில் இருந்ததும் கடிதத்தின் சொற்களிலிருந்தும் தொனியிலிருந்தும் தெரிகின்றன. அடுத்து, வ.உ.சி. சிறையிலிருந்து வெளியே வந்ததும் திருச்சியில் இறங்கி, சிறையிலிருந்த குருநாதய்யரைப் பார்த்த பிறகே தூத்துக்குடிக்குச் செல்வது எனத் தீர்மானித்திருப்பதையும் மீனாட்சி வ.உ.சி. சொல்கிறார். மேலும், 'தங்கள் பர்த்தா அவர்களைத் தாங்கள் பார்ப்பதில் தங்கள் பர்த்தா அவர்களுக்கும்

தங்கள் பெற்றோர்களுக்கும் ஆக்ஷேபம் இருக்க மாட்டாதென்றால் தாங்கள் தக்க துணையுடன் நாங்கள் திருச்சிக்குப் போய்ச் சேருங்காலத்தில் அங்கு வந்துசேரலாம்' என்று கடிதத்தை முடிக்கிறார். குருநாதய்யரின்மீது வ.உ.சி. கொண்டிருந்த அன்பையும் அக்கறையையுமே மீனாட்சி வ.உ.சி.யின் கடிதம் வெளிப்படுத்துகிறது என்று கொள்வதில் பிழையிருக்க முடியாது. *(கடிதத்தின் முழு வடிவத்தைப் பிற்சேர்க்கை 7இல் காண்க.)*

1914 பிப்ரவரியில் வ.உ.சி.யுடன் குருநாதய்யர் பத்து நாளுக்கு ஆழ்வார்திருநகரியில் தங்கியிருந்திருக்கிறார். அப்போது எழுச்சியில் கலந்துகொண்டு சிறைவாசத்தை அனுபவித்தவரும் நாடக ஏஜெண்டாக இருந்தவருமான சங்கரநாராயண ஐயர் நடத்திவந்த நாடகத்தை இருவரும் அன்றாடம் கண்டு களித்திருக்கின்றனர்.[11] சிறையிலிருந்து மீண்ட பின்னும் எழுச்சியில் பங்குகொண்டவர்களோடு வ.உ.சி. தொடர்பில் இருந்திருக்கிறார் என்பது தெளிவு.

குருநாதய்யருக்கு அடுத்து எழுச்சியில் முக்கிய இடம்பெற்ற லோகநாதய்யரின் மேல்முறையீட்டு வழக்கு சென்னை உயர் நீதிமன்றத்தில் நடந்தபோது சிதம்பரம் பிள்ளை என்ற வ.உ.சி.யின் குமாஸ்தாவும் நீதிமன்றத்தில் இருந்திருக்கிறார்.[12] இதையும் வ.உ.சி. லோகநாதய்யர்பால் கொண்டிருந்த அக்கறையின் வெளிப்பாடாகவே கொள்ளலாம்.

இவையெல்லாம் திருநெல்வேலி எழுச்சியில் பங்கு கொண்டோரது நலனில் வ.உ.சி. காட்டிய ஆதரவையும் அக்கறையையும் பறைசாற்றுகின்றன.

வ.உ.சி.யின் நிலைப்பாடு

இவ்வாறு திருநெல்வேலி எழுச்சியில் கலந்துகொண்டு தொண்டாற்றியவர்கள்மீது பெரும் அக்கறையையும் அன்பையும் காட்டிய வ.உ.சி. அரசாங்கத்திடம் மேற்கொண்ட கடிதப் போக்குவரத்திலும் நீதிமன்ற வாதங்களிலும் வேறொரு நிலைப்பாட்டினை மேற்கொள்கிறார்.

> திருநெல்வேலியிலும் தூத்துக்குடியிலும் சென்ற மார்ச் மாதம் 13-ந்தேதி நிகழ்ந்த கலகங்களுக்கு என் பேச்சுகளேதும் ஆதரவாக மாட்டாது. சர்க்கார் அதிகாரிகள் மேற்படிக் கலகங்களை

---

11. MPAI, 1914, para 88.

12. MPAI, 1909, para 157.

யென் பேச்சுகளுக்கு சம்பந்தப்படுத்தியது என்னை விசாரிக்கும் ஜட்ஜின் மனசைக் கெடுப்பதற்கன்றியும் சந்தடி சாக்கிலே சென்ற மார்ச் மாதம் 13ந் [தேதி] திருநெல்வேலி தூத்துக்குடிக் கலகங்களில் செய்து விட்ட கொலை,துன்பம் முதலிய குற்றங்களினின்றும் தப்பித்துக்கொள்வதற்குமாகும்

என்று வ.உ.சி. தமது வாக்குமூலத்தில் குறிப்பிடுகிறார்.[13] மேலும், சென்னை மாகாணத்தின் ஆளுநருக்கு வ.உ.சி. தண்டனைக் குறைப்பு வேண்டி அனுப்பிய விண்ணப்பத்திலும் பின்வரும் வாசகங்கள் உள்ளன.[14]

> On the 13th, as ill-luck would have it, some misguided rowdies of Tinnevelly taking advantage of the excited condition of the people in consequence of the unexpected remand (which was subsequently held by the High Court of Madras to have been illegal) set fire to certain public buildings and created a disturbance. The District Magistrate had to go to the spot and in his attempt to disperse the unlawful assembly he fired at the crowd with the result that some persons were shot dead.
>
> The District Magistrate who, as the head of the police is responsible for the peace of his district, wanted to furnish an explanation of the causes which led to the disturbance and which as already indicated lay in his illegal remand of your memorialist into custody and naturally he made a scapegoat of your memorialist by attributing the whole thing to the harmless and legitimate efforts of your memorialist....

அதாவது, மார்ச் 13ஆம் நாள் திரண்ட கூட்டம் சட்டத்துக்குப் புறம்பானதென்றும், 'வழிதவறிய சில ரவுடிகளே' வன்முறைக்குக் காரணம் என்றும் சொல்கிறார் வ.உ.சி.

அப்படியென்றால் திருநெல்வேலி எழுச்சியை வ.உ.சி. நிராகரித்தாரா?

திருநெல்வேலியில் ஏற்பட்ட வன்முறைக்கு வ.உ.சி.யின் பேச்சுகளே காரணம் என்று அரசாங்கம் நிறுவ முயன்றது. இதனைத்தான் 'சுதேசமித்திரன்' பின்வருமாறு சுட்டியது:

---

13. *சுதேசமித்திரன், 19–6–1908.*

14. G.O.nos. 231–32, Judicial (Confidential), 16–2–1909.

சிதம்பரம் பிள்ளையின் பிரசங்கமாரிகள் காரண மாகத் தூத்துக்குடியிலுள்ள சகல ஜனங்களும் ஜாதி மத வேற்றுமையென்பது சிறிதுமின்றி, ஒரு தாய் வயிற்றுப்பிள்ளைகள் போல் ஒற்றுமையடைந்ததைப் பார்த்து சகியாத வெள்ளையர்கள் அவர் பேரில் வீண் தோஷாரோபணங்கள் செய்து அவரால் பல அனர்த்தங்கள் விளைய இருப்பதாகவும் ....,[15]

வ.உ.சி.க்கு இரட்டை ஆயுள் தண்டனை விதித்த நீதிபதி இதனை ஏற்றுக்கொண்டார் என்பதைக் கீழ்க்கண்ட அவருடைய தீர்ப்பின் வரிகள் காட்டுகின்றன:

...[V.O.C.] commenced ... a campaign of seditious speeches which so inflamed the minds of the populace against the Government authorities and the European community, that they caused the mill hands of the Coral Mills company to go on strike on 27–2–08 and ultimately caused the riots at Tuticorin and Tinnevelly on the 13th March....[16]

இந்த நிலையில், வன்முறைக்குக் காரணம் தாம் அல்ல என்று மறுக்கும்முகமாகவே வழிதவறிய சிலரைக் காரணம் என்கிறார் என்பது தெளிவு. அப்படி இருந்தும்கூட, மாவட்ட ஆட்சியர் தம்மைத் தவறாகக் கைது செய்ததையும், தாம் கைது செய்யப்பட்டது சட்டத்துக்குப் புறம்பானது என்று சென்னை உயர் நீதிமன்றமே உரைத்ததையும் எடுத்துக்காட்டி, நிகழ்ந்தவை அனைத்துக்கும் காரணமெனத் தம்மைப் பலிகடா ஆக்க முயல்வதையும் எடுத்துக்காட்டும் முறையில் விஞ்சின்மீது குற்றம் சாட்டும் தொனியும் முன்னர் குறித்த விண்ணப்பத்தில் தென்படுகின்றது. பணிவாக எழுத வேண்டிய விண்ணப்பத்திலும்கூட வ.உ.சி.யின் போக்கு இவ்வாறு இருப்பது கண்கூடு.

எத்தகைய மக்கள் இயக்கமாக இருந்தாலும், உணர்ச்சி மிகுதியினால் சிற்சில வன்முறை நிகழ்ச்சிகள் நடைபெறுவது இயற்கை. இயக்கத்தை வழிநடத்திச் செல்வோர் இந்த வன்முறை நிகழ்ச்சிகளுக்குப் பொறுப்பேற்காவிட்டாலும் அதற்குப் பின்னணியாக இருந்த மக்களின் உணர்வுகளை மதிக்கத்தான் செய்வார்கள். இந்த வகையிலேயே, நெல்லையில் நிகழ்ந்த வன்முறை நிகழ்ச்சிகளுக்கு வ.உ.சி. பொறுப்பேற்காவிட்டாலும் அவற்றுக்குப் பின்னே இருந்த மக்களின் உணர்வுகளை

15. ‘திருநெல்வேலியில் பெரும் குழப்பம்’, *சுதேசமித்திரன்*, 17–3–1908.

16. G.O. no. 1542, Judicial (Confidential), 3–10–1911.

முழுமையாக ஏற்றுக்கொள்கிறார். திருநெல்வேலி எழுச்சியில் தண்டனையடைந்தோர் நலனில் அவர் கொண்டிருந்த ஈடுபாடும் அக்கறையும் இதனைத் தெளிவாக எடுத்துக்காட்டுகின்றன.

இவற்றிலிருந்து கீழ்க்கண்ட முடிவுகளை நாம் தொகுத்துக் கொள்ளலாம்: வ.உ.சி. கைதானதைத் தொடர்ந்தே எழுச்சி ஏற்பட்டது. எழுச்சியைப் பற்றிய செய்திகளை அறிந்து கொள்வதில் அவர் பேரார்வம் கொண்டிருந்தார். தம்மை முன்னிறுத்தி நிகழ்ந்த எழுச்சிக்குப் பின்னால் இருந்த மக்களின் உணர்வைப் புரிந்துகொண்டமையாலும் எழுச்சியில் நிகழ்ந்தவற்றுக்கு மக்களின் உணர்ச்சி வேகமே காரணம் என்பதை உணர்ந்துகொண்டமையாலுமே, 'நடந்தன எல்லாம் நஞ்செயல் அல்ல, கடந்து நிற்கும் கடவுளின் செயலே' ஆகும் என்று தத்துவ விளக்கம் அளிக்கிறார். எழுச்சிக் கைதிகள் இன்னலுக்கு உள்ளானது கண்டு வ.உ.சி. வாட்டமுற்றார்; தமக்கு நேரக்கூடிய ஆபத்துகளையும் இடர்களையும் கருதாமல் அவர்களுக்குச் சார்பாகச் செயல்பட்டிருக்கிறார். 'பிழையிலாச் சிலரை உன்னாது சுட்டுயிர்' கொண்ட மாவட்ட ஆட்சியர் விஞ்சு, குற்றத்தை வ.உ.சி.யின் மீது போட முயன்றதனாலேயே எழுச்சியில் நிகழ்ந்தவற்றுக்குத் தாம் பொறுப்பில்லை என்று வ.உ.சி. தம்முடைய விண்ணப்பத்தில் குறிப்பிடுகின்றார். மொத்தத்தில், திருநெல்வேலி எழுச்சியின் நாயகரான வ.உ.சி. அதற்கு ஆதரவாக இருந்தார் என்பதிலும் அதன் வெள்ளையாதிக்க எதிர்ப்பு அரசியல் உணர்வை ஏற்றுக்கொண்டார் என்பதிலும் இருவேறு கருத்துக்கு இடமில்லை.

~~

8

முடிவுரை

'நியாயம் பிறந்ததா?'

திருநெல்வேலி எழுச்சியின் தன்மை என்ன? அது உள்ளடக்கிய அரசியலும் அணிதிரட்டலும் எத்தகையவை? அதில் பங்குபற்றியோர் யார்? அவர்களுடைய சமூகப் பின்னணி என்ன? அவர்களுடைய விழைவுகளும் நோக்கங்களும் என்ன? எழுச்சியில் பங்குகொண்ட மக்கள்திரள் எவ்வாறு செயல்பட்டது? எழுச்சியின் உடனடியான விளைவுகள் என்ன? அதன் தாக்கம் என்னவாக இருந்தது? பிற்காலத்தில் அது எவ்வாறு பார்க்கப்பட்டது? இந்தக் கேள்விகளை எழுப்புவதும் இவற்றுக்கு விடை காண முயல்வதும் வரலாற்றாய்வின் தவிர்க்க முடியாத கடமையாகும்.

ஆனால் இந்தக் கேள்விகளுக்கு விடை காண முயலுங்கால் நாம் எதிர்கொள்ளும் முக்கிய இடர் கிடைக்கின்ற சான்றாதாரங்களின் தன்மையும், அவற்றின் போதாமைகளுமாகும். கிடைக்கும் சான்றாதாரங்களில் மிகப் பெரும்பான்மை யானவை அரசு, அரசுசார் ஆவணங்களாகும். அதாவது எழுச்சியின் பகைவர்களால், எழுச்சியை ஒடுக்க முற்பட்டதன் ஊடாக உருவானவை இந்த ஆவணங்கள். வ.உ.சி.யின் சுயசரிதை, சில சமகால இதழ்கள் ஆகியவற்றுக்கு அப்பால் எழுச்சியில் கலந்துகொண்டவர்களின் அனுபவப் பதிவுகள் இயற்றப்படவில்லை அல்லது நமக்குக் கிடைக்க வில்லை. பங்குபற்றியவர்களின் தரப்பு வாதங்கள்

ஆ. இரா. வேங்கடாசலபதி

திரிந்த நிலையில் பொதிந்துள்ள நீதிமன்ற ஆவணங்களும்கூடக் குறைவடிவில், நாளேட்டுப் பதிவுகளாகவும், தீர்ப்புரையில் நீதிபதியின் பொருள்கோடலுக்கு உள்ளாகிய சுருக்கமுமாகவே எஞ்சுகின்றன. பங்குபற்றியோரில் எவரும் சுயசரிதையோ, நினைவுரையோ விட்டுச் செல்லவில்லை என்பதும் கெடுவாய்ப்பே யாகும். வையாபுரிப் பிள்ளையினுடைய கட்டுரை மட்டுமே ஒரு நேரடிப் பதிவு; அவரும்கூட எழுச்சியில் தாம் பங்குபற்றியதை ஒரே பத்தியில் கடந்து சென்றுவிடுகிறார். (வ.உ.சி.யின் பொழிவுகளைக் கேட்டவர்களில் சிலர் அதனால் பெற்ற உணர்வெழுச்சியைப் பரவசத்துடன் பதிவு செய்துள்ளனர்.)

அரசு, அரசுசார் ஆவணங்கள் என்று பொதுப்படக் குறித்தாலும் அவையும் பல திறத்தன. காலனியாதிக்கம் என்பது ஒற்றைத்தன்மைத்தானதன்று. தல அளவில் செயல்பட்ட போலீஸ் உளவாளிகள்; நேரடியாக மக்கள் எழுச்சியைத் தலைமையேற்று ஒடுக்கிய காவல்துறையினர்; ஆட்சியர் முதலான மாவட்ட அதிகாரிகள்; இவர்களை மேற்பார்த்த ஆளுநர் உள்ளிட்ட மாகாணத் தலைமை; அனைத்திந்திய அளவில் வைஸ்ராய்; லண்டனில் இந்தியா மந்திரி; அரசு வழக்குரைஞர்கள், நீதிபதிகள் எனப் பல தன்மைத்தானவரின் பார்வையினை அரசு ஆவணங்கள் கொண்டுள்ளன. எனவே, ஆவணங்களை இயற்றியோரின் நோக்கத்தையும் சூழலையும் சீர்தூக்கியே அவற்றைப் பொருள்கொள்ள வேண்டும். எடுத்துக்காட்டாக, தல அளவில் தகவல்களைச் சேகரிக்கும் உளவாளிக்கு உண்மையைப் பதிவதினும் தம் மேலதிகாரியைத் திருப்திப்படுத்துவது முதன்மையாக இருக்கலாம். அரசு உயரலுவலர்களிடையே கருத்து வேறுபாடுகள் இயல்பு. சென்னையிலிருந்த மாகாண ஆளுநரும் கல்கத்தாவிலிருந்த ஆளுநர் நாயகமும் தத்தமது நிலையிலிருந்து நிகழ்வுகளை மதிப்பிடுவர். குற்றவியல் நீதிமன்றத்தில் வாதாடும் வழக்குரைஞரின் வாதங்களில் உண்மையை நிலைநாட்டுவதைவிடப் பிரதிவாதியைத் தண்டனையிலிருந்து தப்பவைக்கும் நோக்கமே முதன்மை. சிறையிலிருக்கும் தேசபக்தர் எழுதும் விண்ணப்பத்தின் நோக்கம் தண்டனைக் குறைப்பு. இவற்றை எல்லாம் சீர்தூக்கிப் பார்க்க வேண்டியது வரலாறெழுதியலின் அடிப்படையான முறையியலின்பாற்பட்டது. மேற்கண்ட கேள்விகளுக்கு விடைகாண முற்படுங்கால் இவற்றையெல்லாம் கவனத்தில் கொள்ள வேண்டும்.[1]

~~

1. Ranajit Guha, 'The Prose of Counter Insurgency', in Ranajit Guha (ed.), *Subaltern Studies II: Writings on South Asian History and Society* (Delhi: Oxford University Press, 1983).

முதலில் எழுச்சியின் பின்னணியை மீண்டும் ஒருகால் நினைவுபடுத்திக்கொள்வோம். 1906இன் இடைப்பகுதியிலேயே திருநெல்வேலி–தூத்துக்குடியில் சுதேசி இயக்கம் அரும்பி விட்டாலும் 1908ஆம் ஆண்டின் முதல் வாரத்தில்தான் அது சூடு பிடித்தது. 1907இன் இடைப்பகுதியில் சுதேசிக் கம்பெனிக்குச் சொந்தக் கப்பல்கள் இரண்டு வந்துசேர்ந்து எல்லையில்லா உற்சாகத்தை ஊட்டின. 1907 டிசம்பர் கடைசியில் சூரத் காங்கிரஸ் மாநாட்டுக்குச் சென்று திரும்பிய வ.உ.சி.யின் அரசியல் செயல்பாடு புதிய செயல்வேகம் பெற்றது. 1908 பிப்ரவரி முதல் வாரத்தில் சுப்பிரமணிய சிவா தூத்துக்குடி வந்ததும் நடந்த பொதுக்கூட்டங்களால் மக்களிடையே விடுதலையுணர்வு கனன்றது. பிப்ரவரி 27 முதல் பத்து நாளுக்குக் கோரல் ஆலையில் நடந்த வேலைநிறுத்தம் ஒரு திருப்புமுனையாக அமைந்தது. அதன் பிறகு அரசு நிர்வாகம் சுதேசி இயக்கத்திற்கு எதிராகத் திட்டமிட்டுச் செயல்படத் தொடங்கியது. வேலைநிறுத்தம் தொடங்கிய மறுநாளே திருநெல்வேலியிலிருந்து தூத்துக்குடிக்கு வந்து நிலைமையை நேரில் கண்டறிந்த ஆட்சியர் விஞ்சு, கூடுதல் போலீஸ் படையை அமர்த்திவிட்டுத்தான் திரும்பினார். 29ஆம் நாள் தூத்துக்குடியில் நடந்த பெருங்கூட்டம் அரசுக்கும் உள்ளூர் ஐரோப்பியருக்கும் அச்சமூட்டியது. 1,500க்கும் மேற்பட்ட தொழிலாளர் வீதியில் நின்றனர். ஊர் மக்கள் கூடித் தொழிலாளர்களுக்கு உணவு முதலானவற்றை வழங்கியதோடு தற்காலிக வேலைகளுக்கும் ஏற்பாடு செய்தனர். இதன் விளைவாக சுதேசி இயக்க அரசியல் உணர்வு முழு நகரையுமே ஆட்கொண்டுவிட்டது. தொழிலாளர்களுக்குச் சார்பாக வ.உ.சி. ஆஷுடன் சரிசமமாக அமர்ந்து, கறாராகப் பேச்சுவார்த்தை நடத்தி, தொழிலாளரின் கோரிக்கைகள் அனைத்தையும் வென்றெடுத்தார். அடுத்து விபின் சந்திர பால் விடுதலை நாள் கொண்டாட்டம் தடையை மீறி நடந்தேறியது சுதேசி இயக்கத்தின் தலைமை, மக்கள் ஆகியோரின் அச்சமின்மையைப் பறைசாற்றியது. மக்களிடையே வீறும் ஆட்சியாளர்களிடையே சீற்றமும் கூடின.

இந்தத் தருணத்தில் வ.உ.சி., சிவா, பத்மநாப ஐயங்கார் ஆகியோர் மார்ச் 12ஆம் தேதி பிற்பகல் கைதாக, அடுத்த நாள் திருநெல்வேலி–தூத்துக்குடியில் எழுச்சி ஏற்பட்டது. திருநெல்வேலி எழுச்சியின் முகாமையான பண்பு அதன் அரசியல் தன்மையேயாகும். சாதி, மதம், தொழில், வர்க்கம், பிராந்தியம் என்ற அடையாளங்களுக்கு அப்பாற்பட்டு, அரசியல் கருத்தியலைச் சார்ந்து மக்கள்திரள் ஒன்று அணிதிரண்டு செயல்பட்டது.

அச்சம் அகன்றது

இந்த அரசியல்படுத்தலால் ஏற்பட்ட முதல் மாற்றம் ஆட்சியாளர்கள்மீதும் வெள்ளை இனத்தவர்மீதும் மக்களுக்கு இருந்த அச்சம் விலகியதே ஆகும். 'சிப்பாயைக் கண்டஞ்சுவார், ஊர்ச்சேவகன் வருதல் கண்டு மனம் பதைப்பார், துப்பாக்கி கொண்டொருவன் வெகுதூரத்தில் வரக்கண்டு வீட்டிலொளிப்பார், அப்பால் எவனோ செல்வான் அவன் ஆடையைக் கண்டு பயந்தெழுந்து நிற்பார், எப்போதும் கைகட்டுவார், இவர் யாரிடத்தும் பூனைகள் போலேங்கி நடப்பார்'[2] என்று பாரதி நெஞ்சு பொறாமல் எழுதிய நிலை மாறியது. மக்கள் வெள்ளைத் தோலைக் கண்டு பயப்படாமல் அவர்களை நேர்கொண்டு பார்த்தனர். விபின் சந்திர பால் விடுதலை நாள் கொண்டாட்டத்துக்குச் செல்ல வேண்டும் என்று பர்மா எண்ணெய்க் கம்பெனி முகவரிடம் கேட்கும் துணிவைப் பெற்றிருந்தது மட்டுமல்லாமல், விடுப்பு தராத நிலையில் தொழிலாளர்கள் வேலைநிறுத்தமும் செய்தனர். ஐரோப்பியரைப் பார்த்து 'வந்தே மாதரம்' என்று மக்கள் முழக்கமிட்டதோடு, அவர்களையும் முழக்கமிடுமாறு கட்டாயப்படுத்தினர். 'வந்தே மாதரம்' என்ற முழக்கத்தால் ஊரே அதிர்ந்தது. ஐரோப்பியரும் காவலரும் அரசு சிப்பந்திகளும் வரும்போது மக்கள் வேண்டுமென்றே 'வந்தே மாதரம்' என உரக்க முழங்கினர். 'நாளும் வெளியில் வண்டியிற் செல்கையில் "வந்தே மாதரம்" அண்டி அடிப்பதா அலறினர்' ஐரோப்பியர் என்றார் வ.உ.சி.யும்.[3] எழுச்சி தொடங்கியதும் வ.உ.சி.யின் பெயரேகூட ஒரு முழக்கமாகியது. பிறகு 'சுயராச்சியம்' என்ற முழக்கமும் சேர்ந்துகொண்டது. சாட்டையும் துப்பாக்கியும் ஏந்திய ஆட்சியரிடம் பதிலுக்குப் பதில் பேச ஒரு கடைச் சிப்பந்திக்கும் துணிவு பிறந்தது. மக்கள் உணர்வைப் புரிந்துகொள்ளாமல் நடந்துகொண்ட ஒரு வெள்ளைப் பாதிரி அடிவாங்கினார். கூடவே ஒரு காவலரும். பிரிட்டிஷ் மன்னரின் படம் சுவரிலிருந்து பிடுங்கியெறியப்பட்டது. ஆலைத் தொழிலாளர்களோடு துப்புரவுத் தொழிலாளர்களும் வேலையை நிறுத்தினர். குதிரைவண்டிக்காரர்கள் ஐரோப்பியருக்கு வண்டியோட்ட மறுத்தனர். போலீஸ் பாதுகாப்போடுதான் தண்ணீர் வண்டிகள் ஐரோப்பியர் வீடுகளுக்குச் செல்ல முடிந்தது. எழுச்சிக்கு முந்திய சில வாரங்களில் ஐரோப்பியரும் அரசுக்கு ஆதரவான இந்தியர்களும் 'அவமான'த்திற்கும் சமூக

2. இப்பாடல் முதலில் 'இந்தியா', 13–3–1909 இதழில் வெளிவந்தது.

3. *வ.உ.சி. சுயசரிதை*, ப. 59.

விலக்கத்திற்கும் ஆளாயினர்.⁴ ஐரோப்பியர் சிலர் பயந்துபோய் இரவில் கடலுக்குள் நங்கூரமிட்டிருந்த கப்பல்களில் சென்று உறங்கியதாகவும் தெரிகிறது.⁵

தூத்துக்குடியின் முதன்மை ஐரோப்பிய வணிகரான ஹார்வி மீது கல்வீச்சு நடந்தது. சுதேசி இயக்கத்தினரைக் கடிந்து கொண்ட ஓர் உள்ளூர் பிராமண வழக்குரைஞரைப் பாதி சிரைத்துவிட்டு முடிதிருத்தும் தொழிலாளர் ஒருவர் சென்றுவிட, வேறு எவருமே அவருக்குப் பணிசெய்யாமல், அவர் வெளியூருக்குச் சென்றே வேலையை முடித்துக்கொள்ள வேண்டியதாயிற்று.

பீதி

இந்தச் சூழலில் அந்நிய ஆட்சியாளர்களையும் அவர்களுடைய இனத்தவரையும் பீடிக்கிறது பீதி. இதை ஃபிரான்ஸ் ஃபெனோன் மிகப் பிரமாதமாகப் படம்பிடித்துக்காட்டுகிறார்: அரசியல் உக்கிரம் பெறும்போது விளக்க முடியாததும் பெயரிட முடியாததுமான மாற்றம் சூழலில் ஏற்படுவதை ஆட்சியாளர்கள் உணர்கிறார்கள். ஏதோ நடக்கப்போகிறது, ஆனால் அது என்ன என்று தலத்தில் செயல்படும் அரசு நிர்வாகி உணரத் தலைப்பட்டுப் புரியாமல் தத்தளிக்கிறார். இணக்கமான குடிமக்கள் அருகிப்போகிறார்கள். அத்தகையவருள் ஒருசிலர் ஆட்சியாளர்களுக்கு அச்சம் தரும்வகையில் அணுக்கமாகிப் பீதியூட்டுகிறார்கள். பொது இடங்களில் அரசு நிர்வாகிகள் நெருங்கும்போது முன்பு இல்லாத அடர்ந்த அமைதி நிலவுகிறது. அல்லது அதுவரை பணிந்துபோனவர்கள் மௌனமாகவோ, முழக்கமிட்டோ புதிய எதிர்ப்புணர்வை வெளிப்படுத்துகிறார்கள். நிறத்தால் வேறான ஆளும் இனத்தவராயின் அவர்களின் அச்சவுணர்வு கூர்மை பெறுகிறது. ஆளப்படும் மக்கள் கிளர்ந்தெழுந்து சொல்லொணா வன்முறையைக் கட்டவிழ்த்த வரலாற்று நினைவுகள் கொடுங்கனவுகளாக அவர்கள்மீது கவிகின்றன.⁶

மக்கள் திரளாகக் கூடித் தெருவில் இறங்கும்போது அந்தக் கொடுங்கனவுகள் நனவாவதை ஆள்வோரும் அவர் இனத்தவரும் கண்கூடாக உணர்கின்றனர். பர்மா எண்ணெய்க் கம்பெனியின் முகவர் ராபர்ட்சன், எண்ணெய்க் கிடங்குக்கு

---

4. *Tinnevelly District Gazetteer*, p. 344

5. *வ.உ.சி. சுயசரிதை*, ப. 59

6. Frantz Fanon, *The Wretched of the Earth* (1961; Harmondsworth: Penguin, 1967), pp. 55–6.

மக்கள் தீயிட்டுவிடுவார்களோ என்று பயந்தார். ஐரோப்பியர் நிறைந்த தூத்துக்குடி வணிகப் பேரவையினரின் தீர்மானங்களும், மாட் பாய்டனின் கடிதமும் இதற்குச் சான்றுகள். இந்தப் பீதியைப் பன்மடங்காக்குகின்றன வதந்திகள்.

வதந்திகள்

திருநெல்வேலி எழுச்சியையொட்டி, இதுபோல் பல்வேறு இடங்களில் கலவரம் வெடிக்கும் என்று வதந்திகள் நிலவின.[7] சமூகக் கொந்தளிப்பும் மக்கள் எழுச்சியும் வன்முறையும் வெளிப்படுங்கால் வதந்திகள் எழும் என்பது மட்டுமல்ல அவற்றுக்குக் கட்டியமும் கூறும். அரசுக்கும் ஆட்சிக்கும் எதிரான மக்கள் கிளர்ச்சிகளின்போது அவற்றின் பிரிக்க முடியாத கூறாக வதந்திகள் அமைவதைச் சமூக அறிவியல் அறிஞர்கள் சுட்டியுள்ளனர்.[8] எவ்வளவுக்கு எவ்வளவு நம்ப முடியாதவையாக இருக்கின்றனவோ அந்த அளவுக்கு வதந்திகள் வலிமை கொள்கின்றன. ஒருபுறம் ஆட்சிக்கு எதிரானவர்களைத் திரட்டவும் அவர்களுக்கு வெற்றியைப் பற்றிய நம்பிக்கையைத் தரவும் செய்கின்ற வதந்திகள், மறுபுறம் ஆட்சியாளர்களுக்கு அச்சத்தையும் பீதியையும் ஊட்டுகின்றன. இதன் காரணமாகவே சாணக்கியர் காலத்திலிருந்து காலனியாதிக்கக் காலம்வரை ஆட்சியாளர்கள் மக்களிடையே நிலவும், உலவும் வதந்திகளைக் கவனிக்கிறார்கள். வெற்றுக் கடைத்தெரு வம்பு என்று பகுத்தறிவுரீதியாக நகையாடிப் புறந்தள்ளினாலும் இவற்றைக் காவல்துறையின் சி.ஐ.டி. போன்ற நுண்ணறிவுப் பிரிவுகள் திரட்டியிருப்பதையும், அவற்றைப் பற்றி அதிகாரிகள் விவாதித்திருப்பதையும் காலனிய ஆவணங்களில் பரக்கக் காணலாம்.

எடுத்துக்காட்டாக, ஒரு சி.ஐ.டி. துணை ஆய்வாளர் ரயிலில் சென்றுகொண்டிருந்தபோது நெல்லை எழுச்சி பற்றியே வெவ்வேறு நபர்கள் விதவிதமாகப் பேசிக்கொண்டிருந்ததைக் கேட்டிருக்கிறார். அதில் ஒருவர் தூத்துக்குடிக்கு அருகிலிருக்கும் ஓர் ஊரின் முன்சீபு. மேற்கொண்டு அவருடன் பேச்சுக் கொடுத்ததில் இன்னும் பெரிய எழுச்சி நடக்கவிருப்பதாக அவர் கூறியிருக்கிறார். போலீஸ்காரரோ ரயில்வே சிப்பந்திகளோ வந்தால் உடனே அனைவரும் மௌனமாகிவிடுவதால் உரையாடல் இடைக்கிடை தடைப்படுகிறது. இந்த அறிக்கையைப் படித்த ஓர் உயர் அதிகாரி,

---

7. *Home Political*, no. 4, May 1908.

8. George Rude's Introduction, Georges Lefebvre, *The Great Fear of 1789* (Princeton: Princeton University Press, 1973); Ranajit Guha, *Elementary Aspects of Peasant Insurgency in Colonial India* (Delhi: Oxford University Press, 1983), pp. 251–77.

இது மாதிரி வானளாவிய வதந்திகளை அனுப்பிவைப்பது எளிது என்று புறந்தள்ளினாலும் உடனே இதைப் பற்றி விசாரிக்குமாறும் பணித்தார். உசாவல் முடிந்து, மாவட்ட ஆட்சியரிடமிருந்து விவகாரம் ஒன்றுமில்லை என்று அறிக்கை வந்த பிறகே அதிகாரி நிம்மதியானார்.[9]

பெரும் சமூகக் கொந்தளிப்பு ஏற்பட்டு இயல்புநிலை தலைகீழாகிப் பரபரப்பும் பதற்றமும் மிகும் சூழ்நிலையில் இதைப் போன்ற வதந்திகள் நிலவுவது இயல்பு என்பதைச் சமூகவியலாளர்கள் மட்டுமல்ல அதிகாரிகளும் அறிந்தே இருந்தார்கள். எழுச்சியையொட்டி மக்கள் மனநிலைக்கு இந்த வதந்திகள் அடுத்தது காட்டும் கண்ணாடிகளாகின்றன. 'அறிவற்ற பாமர மக்களைச் சட்டவரம்பற்ற பேரணிகளில் கலந்துகொள்ளத் தூண்டும்விதமான பொய்யானதும் விஷமத்தனமானதுமான வதந்திகள் பரப்பப்படுகின்றன' என்று 'மதராஸ் மெயில்' நிருபர் வருந்தினார்.[10] 'டைம்ஸ் ஆப் இந்தியா' 'விஷமத்தனமான வதந்திகள்' என்ற தலைப்பில் இதன் தொடர்பில் செய்தியைக்கூட வெளியிட்டது.[11] தூத்துக்குடியிலிருந்து ஒரு பெரும் பரவர் படை நெல்லைக்கு ரயிலில் கிளம்பிவந்ததாகவும் அது எப்படியோ தடுத்து நிறுத்தப்பட்டுவிட்டதாகவும் ஒரு வதந்தி.[12] சுதேசிகளுக்கு ஆதரவாக ஜப்பானியர் தூத்துக்குடியில் இறங்கிவிட்டதாக மற்றொரு வதந்தி.[13] 'மதராஸ் மெயி'லின் நிருபரைச் சாத்தூர் ரயில் நிலையத்தில் சந்தித்த சில இளைஞர்கள் திலகர் இந்த வண்டியில் வருகிறாரா என்று விசாரித்திருக்கின்றனர்; இல்லை என்றதும் வாட்டமான முகத்துடன் அடுத்த வண்டியில் வருவார் என்று நம்பிக்கையோடு சொல்லிச் சென்றுள்ளனர். மக்களின் மீது சுடுவதற்குக் காவலர்கள் மறுத்ததோடு, ருஷ்யர்களைச் சுடுவதற்குத் தயார் என்றும் ஆனால் சொந்த மக்களை நோக்கித் துப்பாக்கியைத் திருப்ப முடியாதென்றும், வ.உ.சி.யை விடுவிக்காவிட்டால் பெரிய கலவரம் ஏற்படும் என்றும் அவர்கள் சொன்னதாகவும் ஒரு வதந்தி.[14] இவ்வாறு இல்லாத கத்தரிக்காய்க்குக் காதும் மூக்கும் வைத்துப் பரவும் வதந்திகள் எதிர்ப்புணர்வு கொண்ட மக்களுக்கு மேலும் உரமூட்டுகின்றன.

---

9. Confidential no. 138, Judicial, 10–7–1908.

10. *Madras Weekly Mail*, 26–3–1908.

11. 'Mischievous Rumours', *Times of India*, 27–3–1908.

12. *Madras Weekly Mail*, 26–3–1908.

13. MPAI, 1908, para 547c.

14. *Madras Weekly Mail*, 26–3–1908.

மக்கள்திரள்: பண்பும் பயனும்

அச்சம் அகன்று சூழலின் வெம்மை வதந்திக் காற்றால் கூடியிருக்கும் வேளையில், காய்ந்திருக்கும் வைக்கோற்போரைப் பற்றச் செய்யும் பொறியாக ஏதேனும் நடக்கிறது. திருநெல்வேலியில் அத்தகைய தீப்பொறியாக விளங்கியது வ.உ.சி., சிவா கைது.

எழுச்சியின் தொடக்கப்புள்ளி திருநெல்வேலி வீரராகவபுரம். பொதுவான நிறைவின்மையும் எதிர்ப்புணர்வும் எவ்வாறு கிளர்ந்து மக்கள்திரளாக உருவெடுக்கின்றது என்பது பிடிபடாத மர்மம். ஆட்சியாளர்கள் எப்போதுமே இதைத் தன்னியலானதாக அல்லாமல் திட்டமிட்ட சூழ்ச்சியாகவே புரிந்துகொள்ளவும் விளக்கவும் செய்வர். ஆனால் தரவுகள் அதை உறுதிப்படுத்துவதில்லை.

வீரராகவபுரத்தில் காலையிலேயே கடைகள் அடைக்கப்பட்டு விட்டன. திடீரெனக் கார்மேகங்கள் கவிவதைப் போல் கடைக்காரர்களையும் பிறரையும் சேர்த்துக்கொண்டு மக்கள் திரளாக இணைந்துகொண்டனர். இப்படி உருவான மக்கள்திரள் முழங்கிக்கொண்டே முதலில் அருகிலிருந்த இந்துக் கல்லூரிக்குச் சென்றது. அங்கே தேசபக்தி கொண்ட மாணவர்கள் கல்லூரி அதிகாரிகளின் தயக்கத்தையும் எதிர்ப்பையும் பொருட்படுத்தாமல் ஆரவாரத்துடன் கூட்டத்தில் இணைந்துகொண்டனர். கல்லூரி ஆசிரியர் சிலரும் சேர்ந்துகொண்டதோடு அவர்களுள் ஒருவர் எழுச்சிக்குத் தலைமையுமேற்றார். திருநெல்வேலிப் பாலத்தைத் தாண்டி மேற்கு நோக்கி மக்கள்திரள் நெடுஞ்சாலையில் முன்னேற முன்னேறக் கூட்டமும் பெருகியது. வெவ்வேறு பிரிவு மக்கள் இணைந்துகொண்டே இருந்தனர் என்பதைக் கூட்டத்தின் பெருக்கம் உணர்த்துகிறது.

எண்ணிக்கை

இப்படி முன்னேறிய மக்கள்திரள் எவ்வளவு பெரியதாக இருந்தது? எத்தனை பேரை அது உள்ளடக்கியிருந்தது? மக்கட்படை பெருத்ததால் ஊர் சிறுத்ததா? ஊர் சிறுத்ததால் மக்கட்படை பெருத்ததா?

எழுச்சியில் கலந்துகொண்டோரின் தோராயமான எண்ணிக்கையைக்கூடச் சமகால ஆவணங்கள் சுட்டவில்லை. எழுச்சிக்கு முந்தைய நாள்களில் நடந்த பொதுக்கூட்டங்களை அளவுகோலாகக் கொண்டோமானால் திருநெல்வேலி யிலும் தூத்துக்குடியிலும் தனித்தனியே சில ஆயிரங்களுக்கு

மேற்பட்டவர்கள் கலந்துகொண்டிருக்கலாம் என மிக எளிதில் மதிப்பிட முடியும். ஏனெனில் பொதுக்கூட்டங்களில் *3,000, 4,000* என்று திரண்டதாக அரசு ஆவணங்கள் சொல்கின்றன; இவை குறைவு நவிற்சியாகவே இருக்க முடியும் என்பதை முன்னரே சுட்டினோம். திருநெல்வேலியின் அன்றைய மக்கள்தொகை ஏறத்தாழ *45,000*. தூத்துக்குடி நகரின் மக்கள்தொகை இதைவிடச் சற்றுக் குறைவு. மக்கள் தொகையை நோக்கத் திரண்ட கூட்டம் மிகவும் கணிசமானது. பெண்கள் பொதுவெளிக்கு ஏறத்தாழ வெளிவராத காலம் அது என்பதையும் இங்கே கருத வேண்டும். பெண்களைத் தவிரக் குழந்தைகளையும் முதியோரையும் கழித்துவிட்டால், வயது வந்த ஆடவரில் கால்வாசிப் பேருக்கு மேல் சுதேசி இயக்கத்திலும் அதன் தொடர்ச்சியான எழுச்சியிலும் பங்கு கொண்டார்கள் என்று சொல்ல முடியும். இது மிகப் பெரும் எண்ணிக்கை. தூத்துக்குடியிலாவது அணிதிரட்டலுக்கு வாய்ப்பாக ஒரே இடத்தில் தொழிலாளர்கள் அன்றாடம் குழுமும், ஒன்றிணையும் ஒரு பெரிய பஞ்சாலையும் துறைமுகத் தொழிலும் வேறு சில தொழிற்கூடங்களும் உண்டு. திருநெல்வேலியில் இவை எதுவும் இல்லை. ஆனால் தூத்துக்குடியில் கல்லூரி இல்லை. ஏறத்தாழ அறுநூறு பேர் படித்த திருநெல்வேலி இந்துக் கல்லூரியில் கால்வாசிப்பேராவது விவரமறிந்த மாணவர்கள் என்று கொண்டால் சற்றொப்ப நூறு மாணவர்கள் மக்கள்திரளில் கலந்துகொண்டிருக்கலாம்.

முழங்கிக்கொண்டே, எதிர்ப்பைப் பல்வேறு அழிசெயல்கள் மூலமாக வெளிப்படுத்தி முன்னேறிக்கொண்டிருந்த மக்கள்திரளைத் தவிர, அதன் ஊர்வலப் பாதை முழுவதும் இடைவெளியில்லாமல் மக்கள் கூட்டம் திரண்டு நின்றிருந்திருக்கிறது. கலவரத்தில் கலந்துகொள்ளாவிட்டாலும்கூட, மொத்த நகரமே எழுச்சியை, பெரும்பாலும் ஆதரவு மனப்பான்மையோடு வேடிக்கை பார்த்துள்ளது என்பதையும் மறந்துவிடுவதற்கில்லை.[15] குற்றம்சாட்டப்பட்டவர்கள் சார்பாக இலவசமாக வாதாடிய பல உள்ளூர் வக்கீல்கள்,[16] சாட்சிகூற மறுத்தவர்கள், பிறழ்சாட்சியம் அளித்தவர்கள் ஆகியோரையெல்லாம் கணக்கில் கொண்டால் எழுச்சியின் வீச்சை ஒருவாறு கணிக்கலாம். திருநெல்வேலி மாவட்டத்தின் வரி வசூலில் ஏற்பட்ட சுணக்கத்தையும் இதனோடு எண்ணிப்பார்க்க வேண்டும்.

---

15. *The Hindu*, 2–9–1908.

16. *The Hindu*, 9–4–1908.

சமூகப் பின்னணி

எழுச்சியில் நேரில் பங்குகொண்டவர்களின் எண்ணிக்கை ஒருபுறமிருக்க, இவர்கள் யார்? இவர்களுடைய சாதி, மத, வர்க்க அடையாளம் என்ன? (மேலே குறித்தவாறு அக்கால ஆவணங்களில் பெண்களைப் பற்றிய பேச்சே இல்லை.[17]) சாதியும் மதமும் தொழிலும் பிணைந்திருந்தாலும் இவற்றை இணைத்தும் தனித்தும் ஆராய வேண்டும். இவர்களுள் தனித்தனியாகச் சில முகங்களையேனும் அடையாளம் காண முடியுமா?[18] எழுச்சியின் சமூக அடித்தளத்தை அறிந்துகொள்ளக் கூர்மையான பகுப்பாய்வு தேவைப்படுகின்றது.

பல்லாயிரக்கணக்கான மக்கள் கலந்துகொண்ட எழுச்சியில் தண்டனை பெற்றவர்கள் நூறு பேருக்குள் அடங்குவர் என்றால் அதில் ஒரு கால்வாசியினருடைய பின்னணியினைக்கூட அறிந்துகொள்வது இடராக இருக்கிறது. நமக்கு யாரைப் பற்றியெல்லாம் ஓரளவுக்குத் தகவல் தெரிகிறதோ அவர்கள் அனைவரும் திருநெல்வேலியைச் சேர்ந்தவர்களாகவே இருக்கின்றனர்; தூத்துக்குடியில் தண்டனை பெற்றவர்களைப் பற்றி ஏறத்தாழ ஒன்றும் அறிய முடியவில்லை. திருநெல்வேலியில் இருபது இருபத்தைந்து நபர்களின் பெயர்களையும் ஓரளவுக்கு அவர்களுடைய தொழிலையும் சாதியையும் அறியவும் உய்த்துணரவும் முடிகிறது. இந்த இருபது இருபத்தைந்து பேர் எந்த அளவுக்கு எழுச்சியில் ஈடுபட்ட பல்லாயிரக்கணக்கான மக்கள்திரளைப் பிரதிநிதித்துவப்படுத்துகின்றனர் என்பது தனி விவாதத்திற்குரியது. இருந்தாலும் கிடைக்கின்ற தரவுகளைக் கொண்டுதானே பகுத்தாய்ந்து பொதுமைப்படுத்த முடியும்?

காவல் கண்காணிப்பாளர் அச்சமயத்தில் எழுதிய அலுவல்முறைக் கடிதத்தில் பின்வருமாறு அவதானிக்கிறார்:

> ராஜதுரோகக் கொள்ளைநோயைப் பரப்புபவர்கள் அதிகாரத்தைத் துச்சமென மதித்து, ஐரோப்பியரிடம் வெறுப்பைக் காட்டுகின்றனர்.... ஐரோப்பியருக்கு –

---

17. கோரல் ஆலையில் பணியாற்றிய 1,500 தொழிலாளர்களில் 380 பெண்கள் அடங்குவர். வேலைநிறுத்தத்தில் அவர்களுடைய பங்கு என்னவென்று தெரியவில்லை. ஆவணங்களிலும் அவர்களைப் பற்றி எந்தக் குறிப்பும் இல்லை.

18. George Rude, *The Crowd in History: A Study of Popular Disturbances in France and England, 1730-1848* (London: Lawrence & Wishart, 1981).

அதாவது அரசாங்கத்துக்கு – எதிரான பரப்புரை யைச் செய்ய ராஜதுரோகப் பேச்சாளர்களை அனுமதித்ததால்தான் இந்தக் கருத்துகள் கீழ்வர்க்க மக்களிடையே பரவியுள்ளன. பெரும்பாலான மக்கள், வக்கீல்கள், வணிகர்கள், மாணவர்கள், மற்றவர்கள் என அனைவரும் செயலில் இறங்காவிட்டாலும்கூட அரசியல் பிரசாரகர்களை ஆதரிக்கிறார்கள் அல்லது திரைமறைவிலிருந்து இந்த உணர்வுகளை வளர்க்கிறார்கள். சமூகத்தின் மேட்டுக்குடியினர் இதைக் கட்டுப்படுத்த எதையும் செய்யவில்லை.[19]

இந்த அவதானிப்பு சுதேசி இயக்கம் மொத்தச் சமூகத்தையும் அளாவியதைக் காட்டுகிறது. இந்தப் பொதுமைப்படுத்தலிலிருந்து ஒவ்வொரு பிரிவாகப் பகுத்துப்பார்க்க முயலுமுன் செத்த பாம்பொன்றைப் பாதையிலிருந்து அகற்றுவோம். குற்றவாளிகள், ரவுடிகள், வேலையில்லாமல் திரிபவர்கள் ஆகியோரே வன்முறையில் ஈடுபட்டார்கள் என்று அரசு அதிகாரிகளும் நடுத்தர வர்க்க அறிவாளர்களும் பல இடங்களில் சுட்டினாலும் அப்படிப்பட்டவர்கள் எவருமே மக்கள்திரளில் கலந்திருந்ததாக எந்த ஆதாரமும் அறவே இல்லை.

தொழில் அடிப்படையில் பார்த்தால் நெல்லை, தூத்துக்குடி என்று இரண்டு நகரங்களிலும் வணிகர்கள் சுதேசி இயக்கத்திலும் எழுச்சியிலும் பெருமளவில் கலந்துகொண்டிருக்கிறார்கள். வீரராகவபுர வணிகர்களே மக்கள்திரளின் வித்து என்பதைத் தொடக்கத்திலேயே கண்டோம். மார்ச் 15ஆம் தேதி ஞாயிற்றுக்கிழமையாதலால் சனிக்கிழமை மாலை, கைதாகியிருந்த திருநெல்வேலிக் கடைத்தெரு வணிகர்களைப் பிணையில் விடுமாறு குருசாமி ஐயர் கேட்டுக்கொண்டிருக்கிறார். அவர்கள் வியாபாரிகளல்ல, ரவுடிகள் என்று விஞ்சு சாதித்தார். இதிலிருந்து கடைத்தெரு வியாபாரிகள் பலர் கைதாகியிருந்தனர் என்பது தெளிவாகின்றது.[20] வணிகர்கள் முக்கியப் பங்கு வகித்தனர் என்பது இதிலிருந்து பெறப்படுகிறது.

தண்டனை பெற்றவர்களில் பன்னிருவர் குதிரைவண்டிக் காரர்கள். மற்றவர்கள் சிறிய உணவுக்கடை வைத்திருந்தவர், கல்யாணத் தரகர், நாட்டு மருத்துவர், ஆட்டுத் தரகர், கூலித்தொழிலாளர், நகராட்சி மேஸ்திரி, நகை வணிகர், நெசவாளர், விறகுவெட்டி, சிறு கடைக்காரர், டிராமா ஏஜெண்டு என வெவ்வேறு தொழில் புரிந்தவர்களும் தண்டனை

---

19. Report of P.P. Sweeting, DSP, Tirunelveli to D.W.G. Cowie, I.G. of Police, DTTD.
20. T&TD.

பெற்றிருக்கின்றனர். ஏன், முன்னாள் போலீஸ்காரர்கள் இருவரும்கூட எழுச்சியில் பங்குகொண்டு தண்டனைபெற்றனர். ஆலைத்தொழிலாளர், தூய்மைத் தொழிலாளர், நாவிதர், கசாப்புக் கடைக்காரர், குதிரைவண்டிக்காரர், தின்பண்டம் விற்போர் எனப் பலதரப்பட்ட தொழிலாளரும் எழுச்சி ஏற்படுவதற்கு முன்பிருந்தே வேலைநிறுத்தத்தினைத் தொடங்கி, வ.உ.சி.யும் சிவாவும் கைதான பின்னரும் அதில் ஈடுபட்டிருக்கின்றனர்.

மாணவர்கள் நூறு பேராவது கலந்துகொண்டிருப்பார்கள் என ஏற்கெனவே அனுமானித்தோம். தூத்துக்குடியில் ஒரு சிறுவனுக்குத் தண்டனையாகப் பிரம்படி கிடைத்திருக்கிறது. வழக்குரைஞர்கள் பெருமளவில் கலந்துகொண்டதை நூல் நெடுகவும் பார்த்தோம். நடுத்தர வர்க்கம் சுதேசி இயக்கத்தை வலுவாக ஆதரித்திருக்கிறது.

எழுச்சியில் தொழிலாளர்கள் பெருமளவில் பங்கு கொண்டனர். தனி உழைப்பாளிகள் ஒருபுறம். அதற்கும் மேலாகத் தூத்துக்குடியில் அமைப்புரீதியான தொழிலாளர்கள் மிக அதிகமாகக் கலந்துகொண்டார்கள். நகராட்சித் தூய்மைத் தொழிலாளர்கள், பெஸ்ட் அண்டு கம்பெனி, ராலி பிரதர்ஸ் போன்ற நடுத்தர அளவிலான தொழிற்கூடங்களில் பல நூறு தொழிலாளர்கள் இருந்திருப்பார்கள். அதைவிட முக்கியமாக, தென்னகத்தின் பெரிய பஞ்சாலைகளில் ஒன்றான கோரல் ஆலையில் 1021 ஆண்களும் 380 பெண்களும் 145 சிறார்களுமாக 1,500 பேருக்குமேல் வேலை செய்திருக்கிறார்கள்.[21] 40,000 மக்கள்தொகை கொண்ட ஓர் ஊரில் 8,000 முதல் 10,000 குடும்பங்கள் இருந்தனவெனக் கொண்டால் அதில் ஆறில் ஒரு குடும்பத்திலிருந்தேனும் ஒருவர் கோரல் பஞ்சாலையில் வேலை செய்திருப்பார் எனக் கொள்ளலாம். எந்தச் சாதியும் இதில் விடுபட்டிருக்க வாய்ப்பில்லை.

கைதிகள் சிலரின் அறிமுகத்தை நாம் மூன்றாம் இயலில் பெற்றோம். பெயர்களின் பின்னொட்டைக் கொண்டு வேளாளர், பிராமணர், மறவர், வாணியர், கோனார், நாவிதர், செட்டியார், நாயுடு, ஆசாரி எனப் பல்வேறு சாதிகளைச் சேர்ந்தோராக அவர்கள் இருந்திருக்கின்றனர் எனத் தெளிந்தோம். ஒரு முஸ்லிம் பெயரும் உள்ளது. இந்தப் பட்டியலில் விடுபட்ட சமூகப் பிரிவினர் என்று பார்த்தால் நாடார், பரவர், ஆதிதிராவிடர், தேவேந்திரர், கிறிஸ்தவர் ஆகியோரைச் சொல்லலாம். தண்டனையடைந்தோரில் கால்வாசிப் பேரைப் பற்றி அறியவந்த

---

21. G.O.no. 1034-35, Judicial, 29-7-1908. மேலும் காண்க: *Census of India*, 1911. Table XV-E; *Tinnevelly District Gazetteer*, p. 213.

குறைந்த தகவல்களைக் கொண்டு தயாரித்த பட்டியல் இது என்பதையும், நமக்கு அறிமுகமான மேற்கண்ட கைதிகள் அனைவரும் திருநெல்வேலியினர், தூத்துக்குடி பற்றி நமக்கு ஏறத்தாழ எதுவுமே தெரியவில்லை என்பதையும் மீண்டும் நினைவூட்டிக்கொள்வோம். எனவே இந்தப் பட்டியலில் இடம்பெறாத சாதிகள் சுதேசி இயக்கத்திலும் திருநெல்வேலி எழுச்சியிலும் பங்குகொள்ளவில்லை என்று பொருள் இல்லை. *ஆதாரம் இன்மை என்பது இன்மைக்கான ஆதாரம் இல்லை* என்ற ஓர்மையோடு ஏன் இவர்கள் இந்தப் பட்டியலில் இல்லை என்பதை ஊன்றிப்பார்த்து விளக்க முயல்வோம்.

நெல்லைப் பிரமுகர் ஒருவர், நகரின் கிறிஸ்தவர்களும் முஸ்லிம்களும் கீழ்த்தட்டு மக்களும் கலவரத்தில் கலந்துகொள்ள வில்லை என்று 'மதராஸ் மெயில்' நிருபரிடம் கூறியிருக்கிறார்.[22] பரவரும் நாடாரும் புரொட்டெஸ்டண்ட் கிறிஸ்தவரும் முஸ்லிம்களும் அமைதியாகவும் ராஜவிசுவாசத்துடனும் இருந்தனர் என்பது துணை மாஜிஸ்திரேட் திரவிய நாடாரின் நீதிமன்ற சாட்சியமாகும்.[23] இத்தகைய கூற்றுகளையும் சீர்தூக்கிப் பார்க்க வேண்டியுள்ளது.

தண்டக் காவல் வரியிலிருந்து விலக்கு பெற்றதைக் கொண்டு பேட்டையில் தனித்திருந்த முஸ்லிம் சமூகம் எழுச்சியில் கலந்துகொள்ளவில்லை என அறிந்தோம். அதே வேளையில் துப்பாக்கி ரவைக்கு இரையானவரில் ஒருவர், முதல் கொத்து வழக்கில் தண்டனையடைந்தவர் என இரண்டு முஸ்லிம்களைப் பற்றி அறிய முடிகிறது. கோரல் ஆலையில் பணியாற்றிய முஸ்லிம் தொழிலாளர் ஒருவர் வ.உ.சி.க்கு எதிரான வழக்கில் அவருக்கு ஆதரவாகச் சாட்சியளித்துள்ளார். எனவே ஒரு குறிப்பிட்ட பகுதியிலிருந்த முஸ்லிம்கள் மட்டுமே கலந்துகொள்ளவில்லை என்றும், நகருக்குள்ளிருந்த முஸ்லிம்கள் கலந்துகொண்டிருக்கலாம் என்றும் கருத இடமுண்டு.

ஆதி திராவிடரை எடுத்துக்கொண்டால் ஒருவர் துப்பாக்கிச்சூட்டில் இறந்திருக்கிறார். எழுச்சிக்கு முந்திய நாள் சாது கணபதி பந்துலுவின் இல்லத்தில் மறுநாளுக்கான திட்டத்தைச் சில பறையர்களுடன் கலந்துகொண்டு குருநாதய்யர் தீட்டினார் என்பதைக் காவல் துறை நீதிமன்றத்தில் நிரூபித்தது. இது அவர்களுடைய பங்களிப்புக்குச் சான்றாகும்.

---

22. Madras Weekly Mail, 26–3–1908.

23. *சுதேசமித்திரன்*, 15–4–1908.

தூத்துக்குடியின் முக்கியச் சமூகங்களில் ஒன்றான பரவர் சமூகத்தை அடுத்துக் கருதுவோம். 16ஆம் நூற்றாண்டில் மொத்தமாகக் கிறிஸ்தவத்தைத் தழுவிய பரவர்கள் பாரம்பரியமான கடலோடிகள் ஆவர். மீன்பிடித்தல், மீன் வணிகம், கப்பல் கட்டுதல், கப்பலோட்டுதல் எனக் கடல்சார் தொழில் அனைத்திலும் இவர்கள் வல்லவர்கள். இவர்களுடைய பங்களிப்பில்லாமல் சுதேசிக் கப்பல் கம்பெனியின் எந்த அன்றாடச் செயல்பாடும் நடந்திருக்க வாய்ப்பில்லை. இவர்களுடைய பங்களிப்பு நேரடியானதாகவே இருந்திருக்கும். கொன்சால்வஸ் என்ற வணிகர் அடிக்கடி வ.உ.சி. யோடு சுதேசிக் கப்பல் கம்பெனி தொடர்பாகப் பேசியிருக்கிறார். எழுச்சிக்கு முந்திய சில நாள்களில் கடற்கரையில் நடந்த சுதேசிக் கூட்டங்களில் (9, 11 பிப்ரவரி) சூசை பர்னாந்து என்பவர் கலந்துகொண்டு, அடிமைச் சங்கிலியை உடைத்தெறிய வேண்டும் என்பதை விவிலிய எடுத்துக்காட்டுகளோடு எடுத்துரைத்து உரையாற்றியிருக்கிறார். இக்கூட்டங்களில் பரவர் ஏராளமானோர் பங்கேற்றிருக்கின்றனர்.[24] மூன்று பரவர்கள் எழுச்சியில் கைதாகிச் 'சொந்த முச்சலிக்காவின் பேரில்' பிணையில் வெளியேவந்ததை 3ஆம் இயலில் குறித்தோம்.[25] (அதாவது சொந்தமாக ஈடுகாணம் கொடுக்குமளவுக்கு வசதியும் சமூக கௌரவமும் பெற்றவர்களும் எழுச்சியில் பங்குகொண்டிருந்திருக்கின்றனர் என்பதும் இதனால் பெறப்படுகிறது.) ஐரோப்பிய நிறுவனங்களோடு தொடர்பு கொண்ட பரவர்கள் மட்டுமே அரசுக்கு விசுவாசமாக இருந்தனர் என்றும், எளிய பரவர்கள் எல்லாம் எழுச்சியில் கலந்துகொண்டனர் என்றும் சொன்ன விஞ்சு, அச்சமூகத்தின் வசதிபடைத்தவர்கள் வ.உ.சி. முதலானவர்களுக்கு ஈடுகாணம் தரத் தாராளமாகக் கொடையளித்தார்கள் என்றார்.[26] பரவர்களுக்குத் திமிர் வரியிலிருந்து விலக்களித்தால் 'சிதம்பரம் பிள்ளையின் ஆதரவாளர் பலர் தப்பிவிடுவர்'[27] என்று விஞ்சு உறுதிபடக் கூறியதற்கு மேல் ஒரு வரலாற்றாசிரியர் நிறுவுவதற்கு என்ன இருக்கிறது?

பிராஸிக்யூஷன் இன்ஸ்பெக்டர் தூத்துக்குடி கிறிஸ்தவ நாடார் வணிகர்களைக் கண்டு பேசி எதிர்சாட்சியம் சொல்ல வைக்க முயன்றார் என்றும் அவர்கள் இணங்கவில்லை என்றும் 'சுதேசமித்திரன்' செய்தியொன்று கூறுகிறது.[28] சாதி,

---

24. MPAI, 1908, para 331d.

25. *The Hindu*, 9–4–1908.

26. Home Police 1909, Part B, no. 54, June 1909, GoI.

27. G.O.no. 917, Judicial, 3–7–1908.

28. *சுதேசமித்திரன், 30–3–1908.*

மத அடிப்படையில் மக்களைப் பிரிக்க ஆட்சியாளர்கள் முயன்றிருக்கின்றனர் என்பதும், ஆனால் அதில் அவர்கள் வெற்றி பெறவில்லை என்பதும் நன்றாகவே புலப்படுகிறது.

ஆனால் இந்த முயற்சி ஏன் மேற்கொள்ளப்பட்டது? எழுச்சியினிடையேயும் பாளையங்கோட்டை அமைதியாக இருந்திருக்கிறது. ஐரோப்பியரும் கிறிஸ்தவராக மாறிய நாடார்களும் முருகன்குறிச்சி வேளாளக் கிறிஸ்தவரும் வாழ்ந்த பகுதி அது. சுதேசி இயக்கச் செயல்பாடுகள் அங்கு ஓங்கவில்லை. ஒன்றிரண்டு தலைமுறைக்கு முன்பு மதம் மாறியவர்கள் சுதேசி இயக்கத்தைப் புறக்கணித்திருக்கிறார்கள். இதைக் கொண்டு ஆட்சியாளர்கள் பிரிவினையை ஏற்படுத்த முயன்றிருக்கிறார்கள்.

இதை மொத்த (நாடார்) சாதிக்கும் (கிறிஸ்தவ) மதத்திற்கும் பொதுமைப்படுத்த முடியாது. எப்படிப் பரவர் கிறிஸ்தவர்கள் சுதேசி இயக்கத்தில் கலந்துகொண்டார்களோ அவ்வாறே இந்து நாடார்களும் கலந்துகொண்டிருக்கிறார்கள். கடைகண்ணி வைத்திருந்த நாடார்கள் எழுச்சியின்போது அவற்றை அடைத்துவிட்டார்கள் என்று விஞ்சுகூட ஒப்புக்கொண்டார்; ஆனால் அதற்கு அச்சமே காரணம் என்று கூறியவர், முதலில் அவர்கள்தான் கடைகளை மீண்டும் திறந்தனர் என்கிறார்.[29] தூத்துக்குடி நகரின் பெரும் பஞ்சாலையில் அனைத்துத் தொழிலாளர்களும் சுதேசி இயக்கத்திற்கு ஆதரவாகச் செயல்பட்ட நிலையில் கணிசமான எண்ணிக்கையில் அந்நகரில் வாழ்ந்த ஒரு சமூகம் எழுச்சியிலிருந்து விலகியிருந்தது என்று சொல்வது பொருந்தாக் கூற்றாகவே இருக்க முடியும். 'மதராஸ் மெயில்' நிருபரிடம் நெல்லைப் பிரமுகர் பகிர்ந்துகொண்ட அவதானிப்பை ஒரு குறிப்பிட்ட சார்பு மனப்பான்மையின் பிரதிபலிப்பாக, ஆசையாக, மனப்பாலாகவே கொள்ள வேண்டியுள்ளது.

மொத்தத்தில் கிறிஸ்தவ நாடார்களில் ஒரு பிரிவினரைத் தவிர மற்ற அனைவருமே சுதேசி இயக்கத்தில் பெருமளவிலோ ஓரளவுக்கோ கலந்துகொண்டிருக்கின்றனர் என்று தெளிவுபடு கிறது. இந்தப் பொருள்கோடலை உறுதிப்படுத்தும் காவல் கண்காணிப்பாளரின் அவதானிப்போடு இந்தப் பிரிவைத் தொடங்கினோம். ஆட்சியரின் கூற்றோடு இதை முடித்து வைப்போம். தண்டத் தீர்வையிலிருந்து எவ்வெவர்க்கு விலக்கு அளிக்கலாம் என்பதனைக் குறித்து விஞ்சு எழுதிய அலுவல் கடிதம் வருமாறு:[30]

---

29. Home Police 1909, Part B, no. 54, June 1909, GoI.

30. G.O.no. 917 Judicial, 3-7-1908.

ஐரோப்பியருக்கும் கிறிஸ்தவ நாடார்களுக்கும் . . . தண்டத் தீர்வையிலிருந்து விலக்களித்து விடலாம்.[31] இந்து நாடார்களைப் பொறுத்தமட்டில் சிக்கல்தான். பரவர்களைப் பொறுத்தவரை அதைவிடப் பெருஞ்சிக்கல். இவர்களே சமூகத்தில் செல்வர்கள். இவர்களுள் சிலர் [சுதேசி] இயக்கத்தில் கலந்துகொண்டனர்; சிலர் விலகி நின்றனர்.... ஆனால் இவ்வினத்துக்கு முழுமை யாக விலக்கு அளித்துவிட்டால் சிதம்பரம் பிள்ளையின் ஆதரவாளர் பலர் தப்பிவிடுவர்... வேளாளச் சமூகத்தினர் சிக்கலில் நன்றாக மாட்டிக் கொண்டுள்ளனர். வக்கீல்களின் மனப்போக்குக் காரணமாக பிராமணர்களும் நன்றாகச் சிக்கிக் கொண்டுள்ளனர்.

பரவர்களைப் போல் முஸ்லிம்களின் விஷயத்திலும் முடிவெடுப்பது சிரமம்தான்.

தண்டத் தீர்வையிலிருந்து எவ்வெவர்க்கு விலக்கு அளிக்கலாம் என்பதனைக் குறித்து விஞ்சு செய்த பரிந்துரை சுதேசி இயக்கத்திலும் எழுச்சியிலும் ஏறத்தாழ அனைத்து மக்களும் கலந்துகொண்டனர் என்பதை எதிர்மறை வாசகங்களைக் கொண்டேனும் தெளிவுபடுத்துகிறது. எந்தப் பிரிவினரும் சுதேசி இயக்கத்தின் தாக்கத்திலிருந்து தப்பவில்லை. பெருமளவிலோ அல்லது ஓரளவிற்கோ அனைத்துச் சாதி, மதப் பிரிவினருமே அதில் பங்கெடுத்துக்கொண்டனர். எழுச்சியில் நேரடியாகக் கலந்துகொள்ளாவிட்டாலும் அனைவருடைய ஆதரவும் சுதேசி இயக்கத்திற்கு இருந்திருக்கிறது. இயல் 5இல் சொல்லியது போல் கடைசியில் ஐரோப்பியருக்கும் குறிப்பிட்ட சில உயரதிகாரி களுக்கும் நான்கைந்து இந்தியர்களுக்கும் பேட்டைவாழ் முஸ்லிம்கள், சத்திரம் புதுக்குளம் ஊர்க்காரர்கள் ஆகியோருக்கும் மட்டுமே தண்ட வரியிலிருந்து விலக்கு கிடைத்தது. ஐரோப்பியரைத் தவிர வேறு எந்தச் சமூகத்துக்குமே மொத்தமாக விலக்கு அளிக்க முடியாது என்பதே அரசின் நிலைப்பாடு. அந்நிய ஆட்சிக்கு எதிரான மக்கள் எழுச்சிக்குத் தந்த ஆதரவுக்கு மக்கள் அனைவரும் கொடுத்த விலைதான் தண்ட வரி.

31. நாடார் வகுப்பினரில் ஒரு பிரிவினர் – பெரும்பாலும் கிறிஸ்தவ மேட்டுக்குடியினர் – கிளர்ச்சியில் ஈடுபடவில்லை என்றும், இதற்குக் காரணம் துணை மாஜிஸ்திரேட்டாக இருந்த திரவிய நாடார் என்பாரின் செல்வாக்கே என்றும் பிறிதோர் ஆவணத்தில் விஞ்சு குறிப்பிடுகிறார். (Home Police 1909, Part B, no. 54, June 1909, GoI.)

இயங்கிய முறை

பெரும் எண்ணிக்கையில், வெவ்வேறு சமூகத்தைச் சேர்ந்த மக்கள்திரள் எவ்வாறு இயங்கியது என்பதை அடுத்துக் காண்போம்.

வீரராகவபுரம் கடைத்தெருவில் தொடங்கி இந்துக் கல்லூரியில் திரண்ட கூட்டத்தின் கவனம் வெள்ளைக் கம்பெனியான பாரி நிறுவனம், அதன் முகவர் கேமரூன், அங்கு அவருடன் அடைக்கலம் தேடிய இந்துக் கல்லூரி முதல்வர் சாம்பியன் ஆகியோரை முதல் இலக்காகக் கொண்டது. வெள்ளையர் இருவரையும் 'வந்தே மாதர' முழக்கமிடச்செய்து களித்தது. இங்கு நடந்தது ஒரு தலைகீழாக்கம். வெள்ளையரைக் கண்டால் பணிவுகாட்ட வேண்டும் என்ற அதுவரையிலான படிநிலையை மக்கள்திரள் உடைத்தது.

எழுச்சி முழுவதும் கல்வீச்சு நடந்திருக்கிறது. கல்வீச்சு கோபத்தின் வெளிப்பாடாக இருந்திருக்கிறதே தவிர வெள்ளையர் உடலுக்கோ உயிருக்கோ எந்த ஊனத்தையும் விளைவிக்கும் நோக்கம் கொண்டதாக இருக்கவில்லை. ஐரோப்பியப் பெண்டிரும் ஐரோப்பியக் குடியிருப்புகளும் தாக்கப்படவேயில்லை என்பது கவனத்திற்குரியது. மக்கள்திரளின் வன்முறை பருப்பொருளை நோக்கியதாக இருந்ததேயொழிய ஆளை நோக்கியதாக இல்லை. எதிர்ப்புக் காட்டியபோது மட்டுமே சிலர் – சி.எம்.எஸ். கல்லூரி முதல்வரான பாதிரியார், ஒரு போலீஸ்காரர் – நையப் புடைக்கப்பட்டனர். தூத்துக்குடியில் போலீசாருக்கு ஏற்பட்ட காயங்கள் இலக்கற்ற கல்வீச்சின் விளைவு. துப்பாக்கி ஏந்திய குதிரைப் போலீசின் துப்பாக்கிக்குப் பதிலடியாகவே பேட்டையிலிருந்த வீடுகளின் மாடியிலிருந்து மக்கள் கல்வீசியிருக்கின்றனர்.

வழியில் எத்தனையோ சொத்துகள் இருக்க, மிகக் கவனமாகப் பொதுச் சொத்துகளை மட்டுமே மக்கள் அழித்தனர். தனியார் சொத்துகளைத் தொடவேயில்லை என்று நீதிபதி ஸ்பென்சர்கூட இதைக் கூர்ந்து அவதானித்துக் குறிப்பிட்டார்.[32] மண்ணெண்ணெய்க் கிடங்கு, கட்டடங்கள் போன்ற பாரிய இலக்குகளுக்கு அடுத்து, மேசை, நாற்காலி முதலான தளவாடங்கள் எரிக்கவும் நொறுக்கவும் பட்டன. பருப்பொருள்களை அடுத்து நுண்பொருள்களான பதிவேடுகள், கோப்புகள் போன்ற காகித ஆவணங்களை மக்கள் சொக்கப்பனைபோல் எரித்து அழித்தனர். ஆயுதங்களைவிடக் காகிதங்களைப் பேராயுதமாகக் கொண்டது வெள்ளைக் காலனிய அரசு. அரசுக்கு எதிரான மக்களின் சினம் எழுத்தாவணங்களின் மீது திரும்புவது வழக்கம்தான். வ.உ.சி. தொடர்பான ஆவணங்களை அழிப்பது கூட்டத்தின் நோக்கம்

32. *The Hindu*, 2–9–1908.

என்று ஆளுநரும் கருதியிருக்கிறார். (ஆனால் அப்படிச் சொல்ல எந்தச் சான்றும் இல்லை.) எழுத்துப் பதிவேடுகளை அரசின் சின்னமாகக் கருதியே மக்கள் தீயிட்டு அழித்தனர் எனக் கொள்ள வேண்டும். மக்கள் பணத்தில் அக்கறை கொள்ளவில்லை; சல்லிக்காசையும் கையாடவில்லை. (சிறு தொகை காணாமல் போனதேயொழியக் களவு போனது என்று சொல்வதற்கில்லை.) அரசின்மீது தம் கோபத்தை வெளிப்படுத்துவதே அவர்கள் நோக்கமாக இருந்திருக்கிறது.

அரசாங்க அலுவலர்கள் சித்தரித்ததுபோல் இது கண்மூடித்தனமான கும்பல் இல்லை. தெளிவும் விழிப்புணர்வும் கொண்ட மக்கள்திரள். அந்நிய அரசுக்கு அறைகூவல் விடுக்க வேண்டும் என்ற அரசியல் ஓர்மையுடனேயே அது செயல்பட்டுள்ளது.

மக்கள்திரளின் அரசியல் விழிப்புணர்வுக்கு மற்றுமோர் எடுத்துக்காட்டு அவர்கள் போலீசாருடன் மேற்கொண்ட வாக்குவாதம். திருநெல்வேலிப் பாலத்துக் காவல் நிலையத்தைத் தாக்கியபோது அங்கிருந்த காவலர்களை, 'நீங்கள் சுதேசிகளா, அல்லது பரதேசிகளா?' என்று அவர்கள் மிரட்டியுள்ளனர். இந்தியரின் ஆதரவில்லாமல் ஆங்கிலேய ஆட்சி நடக்காது என்ற விழிப்புணர்வு இதில் அடியோட்டமாக இருந்ததோடு அவர்களை எழுச்சியில் பங்குகொள்ள விடுத்த அழைப்பாகவும் இதைக் கொள்ளலாம்.

ரிசர்வ் போலீசார் சுட்டபோது ஒரு முக்கிய நிகழ்ச்சி நடந்தது. கூட்டத்தை நோக்கிப் போலீசார் துப்பாக்கியை நீட்டியபோது கூட்டத்தில் சிலர், போலீசாரும் சுதேசிகளே என்ற முறையில் கூட்டத்தினருடன் சேர்ந்துகொண்டு வெள்ளையரைச் சுடுமாறு வேண்டினர். வ.உ.சி.யை விசாரித்த நீதிபதியும் இதனைப் பற்றிக் குறிப்பிடும்போது தமது தீர்ப்பில், போலீசாரின் விசுவாசத்தைப் போற்றியிருக்கிறார்.[33] போலீசாருக்குப் பரிசுகளைப் பரிந்துரைத்த விஞ்சு இதைப் பற்றிக் குறித்துள்ளதையும் இங்கே நினைவுகொள்ளலாம். மக்கள்திரளுக்கிருந்த தேசிய உணர்ச்சியை இது காட்டுகிறது என்று கொள்வதில் தவறில்லை. ஆயுதப் படையினர் சிலர் சுட மறுத்தனர் என்ற வதந்தி பரவியதை யும் இங்கு மனங்கொள்ள வேண்டும்.

எழுச்சியில் கலந்துகொண்டவர்களை *budmash; dangerous rabble; riff-raff, riotous mob* – ரவுடிகள், அயோக்கியர்கள், சண்டியர்கள், கலவரக் கும்பல், குற்றவாளிகள், உதிரிகள் – என்ற இழிசொற்

---

33. G.O.no. 1542, Judicial (Confidential), 3–10–1911.

களால் வருணித்து அவர்களது அரசியல் விழிப்புணர்வையும், அவர்களுடைய சிந்தித்துச் செயல்படும் ஆற்றலையும் மறுத்துக் கொச்சைப்படுத்தும் சொல்லாடலை அரசாங்க ஆவணங்கள் கூச்சமின்றிக் கையாள்கின்றன. 'குற்றம்' (crime) என்ற தலைப்பின் கீழேதான் அரசு அறிக்கைகளில் எழுச்சி இடம்பெறுகின்றது. அரசியல் தலைவர்கள் சாதாரண மக்களைத் தங்கள் நலனுக்காகத் தூண்டி, திசைதிருப்பிவிடுகின்றனர் என்பது வெள்ளை அரசாங்கத்தின் வாதம். இந்த வாதத்தை அயோத்திதாச பண்டிதர், கே.ஆர். குருசாமி ஐயர் முதலானோர் வழிமொழிவதைக் காண்கிறோம். சுதேசி இயக்க அறிவாளர்களிடமும் இதே சொல்லாடலின் எதிரொலியைக் கேட்க முடிகின்றது. வெளிப்படை யாக வன்முறையை ஆதரிக்க முடியாத நிலையினைக் கணக்கிலெடுத்துக்கொண்டாலும்கூட இந்த மனப்பான்மை நடுத்தர வர்க்க அறிவாளர்களிடம் இழையோடியுள்ளது என்பதை மறுப்பதற்கில்லை. உண்மையான தேச உணர்ச்சி உடையவர்களோடு 'வேண்டத்தகாத பலரும் உடன் சென்று' வன்முறையில் ஈடுபட்டனர் என்ற வையாபுரிப் பிள்ளையின் வார்த்தைகளைப் பலரிடமும் கேட்க முடிகிறது.[34]

அரசு அதிகாரிகள் மட்டுமல்லாமல் தேசிய இயக்கச் சார்பான வரலாற்றாசிரியர்களும்கூட எளிய மக்களின் தன்னியலான செயல்பாடுகளை மறுக்கும் நிலையை அவர்களுடைய எழுத்துகளில் காண்கிறோம். அனைத்துப் பெருமைகளையும் தலைமைக்கே உரித்தாக்கும் போக்கும் தேசிய இயக்கச் சார்பினருக்கு உள்ளதென்றால் வெள்ளை அரசும் அதிகாரிகளும் நீதிமன்றங்களும் இதற்கான பழியினைத் தலைமையின்மீது சுமத்துகின்றனர். நீதிபதி ஸ்பென்சர் எழுச்சியில் பங்குபெற்ற குதிரைவண்டிக்காரர்களை 'silly jutkawallas'[35] என்று ஏளனமாகக் குறிப்பிட்டதும், எழுச்சியில் பங்கு கொண்டோரைப் பொதுவாக 'ரவுடிகள்' என்று ஆட்சியரும் பிற அதிகாரிகளும் குறித்துள்ளதும் இந்த மனப்போக்கை வெளிப்படுத்தும் சான்றுகளாகும்.

எழுச்சியில் கலந்துகொண்டவர்களை இழித்துரைப்பதோடு அவர்களது செயல்பாட்டையும் கொச்சைப்படுத்துவது

---

34. வையாபுரிப் பிள்ளை, 'நான் கண்ட வ.உ.சி.', 1951, ப. 6–7.
'அறியா மக்கள் (கூட்ட வெறியில்) செய்த அட்டூழியங்கள் இவை என்பது அப்போதும் எங்களுடைய மனத்தில் பட்டது' என்றும், வ.உ.சி. 'அவ்வாறு நடக்கப்போகிறது ... என்று கருதவே இல்லை என்பதும் நிச்சயம்' என்றும் பெ.நா. அப்புஸ்வாமியும் கருதியிருக்கிறார், 'காலம் தாழ்த்திப் புகழ்பெற்ற அறிஞர்,' ப. 125.

35. The Hindu, 2–9–1908.

மேட்டிமையினரின் வழக்கமே. இதற்கொப்பவே எழுச்சியில் கலந்துகொண்டவர்களை நிலையில்லாத புத்தியும் அழிக்கும் மனப்பான்மையும் கொண்டவர்களாகச் சித்தரித்தார்கள். அவர்களை அரசியல் உணர்வும் ஓர்மையும் அற்றவர்களாகக் காட்டுவதன் தர்க்கபூர்வமான நீட்சி இது. ஆனால் எழுச்சியில் பங்குகொண்ட மக்கள்திரள் முழு அரசியல் ஓர்மையுடன் செயல்பட்டதை அவர்கள் செயல்பாடுகள் பற்றிய பகுப்பாய்வு நன்கு காட்டுகிறது.

வ.உ.சி.யின் கைது என்பது எழுச்சிக்கு உடனடிக் காரணம் மட்டுமே. ஏகாதிபத்திய எதிர்ப்பும் சுதேசிய அரசியலுமே எழுச்சியின் அடிப்படை. அதேபோல் எழுச்சியை ஒடுக்குவதென்பது அரசாங்கத்தின் உடனடி நடவடிக்கைதானே ஒழிய அதன் நோக்கம் தனது அதிகாரத்திற்குச் சுதேசி இயக்கம் விடுத்த அறைகூவலை வன்மையாக எதிர்கொண்டு அதைக் கருவறுப்பதே ஆகும். என்னதான் அரசாங்கம் இதனை வெகுசன எழுச்சியாகக் காணாது, சிலருடைய தவறான வழிநடத்தல், உணர்ச்சிமிகு சொற்பொழிவுகளால் மக்கள் வழிதவறுதல், சிலருடைய சூழ்ச்சி என்று வருணிக்க விரும்பினாலும் அதன் உண்மையான தன்மையை அது நன்கு புரிந்துகொண்டே செயல்பட்டது என்பதில் யாதொரு ஐயமும் இல்லை. ‘இந்தக் கிளர்ச்சி அரசியல் தன்மையானது, அரசாங்கத்தின் அதிகாரத்திற்கு எதிரான முனைப்புக் கொண்டது’: சென்னை மாகாண அரசின் தலைமைச் செயலரின் இந்தக் கூற்றைத் திருநெல்வேலி எழுச்சிக்குக் கிடைத்த நற்சான்றாகக் கொள்ளலாம்.[36]

~~

திருநெல்வேலி எழுச்சியின் தன்மையை இதுகாறும் ஒருவாறு பகுத்தாய்ந்தோம். இத்தகைய பாரியதோர் நிகழ்வின் தாக்கம் என்னவாக இருந்தது? அதன் உடனடியான விளைவுகள் என்ன? பிற்காலத்தில் அது எவ்வாறு பார்க்கப்பட்டது? இத்தகைய கேள்விகளுக்கு விடைகாண வேண்டும். அதற்கு முன் எழுச்சியின் தொடர்ச்சியாகக் கரூரிலும் திருவனந்தபுரத்திலும் நிகழ்ந்தவற்றைக் கவனிப்போம்.

கரூரில் எதிரொலி

திருநெல்வேலியிலும் தூத்துக்குடியிலும் பெரும் எழுச்சி நிகழ்ந்துகொண்டிருந்த அதே நாளில் காஞ்சிபுரம் கிருஷ்ணசாமி

---

36. ‘The agitation was undoubtedly political, and directed against the authority of Government.’ DTTD.

சர்மா என்ற பதினெட்டு வயதே நிரம்பிய இளைஞர் கரூருக்கு வந்துசேர்ந்தார். அதற்கு மறுநாள் 14 மார்ச் 1908 தொடங்கி 21ஆம் நாள் வரை ஒவ்வொரு மாலையும் அவர் உரையாற்றினார்.

நான்கு நாள் கழித்து, மார்ச் 17ஆம் நாளன்று பசுபதீசுவரர் கோயிலுக்கு முன்புறம் நிகழ்த்திய முக்கிய உரையில் அவர் பேசியதாவது:

> கலெக்டர், முன்சீபு, போலீஸ் ஆகியோரின் பரதேசி (அன்னிய) அலுவலகங்களை எல்லாம் தகர்த்தெறியும் அளவுக்குத் தூத்துக்குடியில் சுதேசிய முயற்சி அவ்வளவு பெரிதாக வளர்ந்துள்ளது. (கரூர் மக்களாகிய) நீங்களும் ஏன் அவ்வாறு செய்யக் கூடாது? இங்குள்ள பட்டாளத்தினரோ குறைந்த ஊதியம் வாங்குபவர்கள். இவர்கள் ஏன் சுதேச இலட்சியத்துக்குப் பாடுபடக் கூடாது? வெள்ளை முகமுடையோரைச் சுடுவதற்குத் தமது துப்பாக்கிகளைப் பயன்படுத்தித் தமது தாய்நாட்டுக்கு ஏன் உதவக் கூடாது? அவர்கள் அவ்வாறு செய்தால் நாம் சுயராஜ்ஜியத்தைப் பெற்றுவிட முடியாதா?[37]

> ...இங்கு (கரூரில்) உற்சாகமே இல்லை. ஜீவனற்ற இடமான தூத்துக்குடியில் அன்னிய கோர்ட்டுகளை ஒழிக்க சுதேசி முயற்சி நடந்தது. நாமும் ஏன் அவ்வாறு செய்யக் கூடாது...?[38]

> தூத்துக்குடியிலே சுதேசிய முயற்சிகள் கொஞ்சமும் பயமில்லாமல் தைரியத்துடன் கைக்கொள்ளப்பட்டுள்ளன. இந்த முயற்சிகளை ஒடுக்குவதற்காகத் திருச்சியிலிருந்து ஒரு சைன்யம் வந்துகொண்டிருப்பதாகச் சொல்லப்படுகிறது. சுதேசிகளை அவர்களால் என்ன செய்ய முடியும்? அவர்கள் மயிரையேனும் பிடுங்க முடியுமா?

> தூத்துக்குடியிலே கலகம் ஏற்பட்டதால் பவளத் தொழிற்சாலைகளில் சுதேசிகள் வேலைநிறுத்தம் செய்துள்ளனர். இதனால் வெள்ளை மூஞ்சியுடையோருக்குக் கோடிக்கணக்கான ரூபாய் நஷ்டம் உண்டாகியுள்ளது. நாமனைவரும் இதைப் போல் செய்தால் பரங்கியர் சொல்லிக்கொள்ளாமல் ஓடிவிட மாட்டார்களா?

---

37. *Sedition (Rowlatt) Committee Report*, p. 163.

38. G.O.no. 1092, Judicial (Confidential), 10-8-1908.

தூத்துக்குடியிலே ஒரு நாவிதர், தேசாபிமானமற்ற ஒருவனைப் பாதி சிரைத்து விட்டுவிட்டாராம்.[39]

இவ்வாறு நெல்லை–தூத்துக்குடி எழுச்சியின்போது நடந்த கோரல் (பவள) ஆலைத் தொழிலாளர் வேலைநிறுத்தம், திருச்சியிலிருந்து ரிசர்வ் போலீஸ் படை வந்தமை, சுதேசி இயக்கத்துக்கு எதிரான ஒரு வக்கீலை நாவிதரொருவர் பாதி சிரைத்துவிட்டமை முதலான நிகழ்ச்சிகளைக் குறிப்பிட்டு வீறுமிக்க சொற்பொழிவினைக் கிருஷ்ணசாமி சர்மா ஆற்றினார். கூட்டத்தில் ஏறத்தாழ 250 பேர் இருந்தனர்.

இந்தச் சொற்பொழிவுக்காக அரசாங்கம் அவர்மீது அரச நிந்தனைக் குற்ற வழக்குத் தொடர்ந்தது. ஐரோப்பியருக்கு எதிரான பகைமையை மக்களிடையே தூண்டினார், சுயராச்சியம் பெற வேண்டுமென்று ராணுவத்தினரைக் கலகம் செய்யுமாறு உசுப்பிவிட்டார் என்று குற்றம் சுமத்திக் கோவை அமர்வு நீதிமன்றத்தில் வழக்குக் கொணரப்பட்டது. கிருஷ்ணசாமி சர்மா ஐந்தாண்டு நாடு கடத்தல் தண்டனை பெற்றார். சென்னை உயர் நீதிமன்றத்திலே செய்த மேல்முறையீட்டு வழக்கு 1909 பிப்ரவரியில் விசாரிக்கப்பட்டு, ஏப்ரலில் தீர்ப்பளிக்கப்பட்டது. திருநெல்வேலி எழுச்சிக் கைதிகளின் வழக்குகளை விசாரித்த அதே நீதிபதிகளின் (பென்சன், சங்கரன் நாயர்) முன் வழக்கு விசாரணைக்கு வந்தது. அதே ஈ.பி. பவல் அரசு வழக்குரைஞராகச் செயல்பட்டார். கிருஷ்ணசாமி சர்மா சார்பாக டி. ரங்காச்சாரி, பி. ராஜகோபாலாச்சாரி ஆகியோர் வாதிட்டனர்.[40] குற்றத்தை உறுதிப்படுத்திய நீதிமன்றம் தண்டனையை மட்டும் மூன்றாண்டு களாகக் குறைத்தது.[41]

திருவனந்தபுரத்திலும் எதிரொலியா ?

1908 ஜூன் 8ஆம் நாள், அன்றைய திருவிதாங்கூர் சமத்தானத்தி லிருந்த திருவனந்தபுரத்திலும் ஓர் எழுச்சி நிகழ்ந்தது. இம்முறை காவல் நிலையத்தையே மக்கள் கூட்டம் ஒன்று தாக்கி, அதன் ஒரு பகுதியைத் தீக்கிரையாக்கிற்று.[42]

39. Judicial Despatch no. 1, Confidential no. 137, 7–7–1909.

40. *The Hindu*, 19–2–1909.

41. சிறைக் கொடுமைகளைத் தாள முடியாமல் பித்துநிலையினை அடைந்த கிருஷ்ணசாமி சர்மா ஏறத்தாழ ஓராண்டுக் காலம் மனநல விடுதியில் இருந்தார். குடும்பத்தினர் எவ்வளவோ மன்றாடியும் முழுத் தணடனையையும் அனுபவித்த பின்னரே அரசாங்கம் அவரை விடுவித்தது.

42. *Madras Administration Report*, 1908–09, p. 3.

ஓர் ஏழை வண்டிக்காரனைக் காரணமின்றிப் போலீசார் அடித்திருக்கிறார்கள்; போலீசின் கெடுபிடிகளைப் பொறுக்க முடியாமல் கொதிப்படைந்த பொதுமக்கள் மன்னரிடமும் திவானிடமும் முறையிட்டிருக்கிறார்கள். கடைகளை மூடியிருக்கிறார்கள். நியாயம் கிடைக்காமல் கோட்டைக் காவல் நிலையத்தில் புகுந்து அங்கிருந்த காவலரை அடித்திருக்கிறார்கள். அதிலும் திருப்தியடையாமல் காவல் நிலையத்திற்குத் தீயிட்டும், காவல் கண்காணிப்பாளரை நையப் புடைத்தும், கொட்டடியிலிருந்த கைதிகளை விடுவித்தும், பல ஆவணங்களைத் தீயிட்டும் அழித்திருக்கிறார்கள். பிரிட்டிஷாரின் நேரடி ஆட்சியிலில்லாத சுதேச சமத்தானப் பகுதியில் மக்கள் இவ்வளவு சீற்றத்தை வெளிப்படுத்தியது வியப்புக்குரியது.

இந்த நிகழ்வைப் பதிவு செய்த 'சுதேசமித்திரன்', 'தங்கள் திருநெல்வேலி சகோதரர்களுடைய முன்மாதிரியைப் பின்பற்றியிருக்கிறார்கள்' என்று கருத்துரைத்தது.[43] இதற்குக் காரணமில்லாமல் இல்லை.

வ.உ.சி., சிவா ஆகியோருடன் கைதாகி, 23 நாள் சிறைவாசத்திற்குப் பின் சென்னை உயர் நீதிமன்றத்தின் ஆணைப்படி விடுவிக்கப்பட்ட பத்மநாப ஐயங்கார்மீது ராஜதுரோக வழக்கு தொடரப்படவில்லை. விடுவிக்கப்பட்ட உடனே அவர் திருநெல்வேலியை விட்டுப் புறப்பட்டுவிட்டார்.[44] சிறைப்பட்டதற்கு அஞ்சாமல் தொடர்ந்து சுதேசி இயக்கச் செயல்பாடுகளில் அவர் ஈடுபட்டிருக்கிறார். அவர்மீதான போலீஸ் கண்காணிப்புத் தொடர்ந்ததோடு அவரைப் பற்றி மேல்விவரங்களையும் சேகரித்தது.[45] விடுதலையான ஓரிரு வாரங்களிலேயே போலீஸ் ஒற்றர் கண்காணிப்பிலிருந்து தப்பிய பத்மநாப ஐயங்கார் திருவிதாங்கூர் சமத்தானத்திற்குச் சென்று, கொல்லத்தில் இரண்டு சுதேசியப் பொழிவுகளை நிகழ்த்தினார்.[46] சமத்தானக் காவல் துறை ஆணையை மீறித் தொடர்ந்து செயல்பட்டிருக்கிறார். திருவனந்தபுரம் எழுச்சியில் இவருடைய நேரடிப் பங்கேற்பு இருந்ததாகவே அரசாங்கம் கருதியது.[47] இதனைப் பற்றி எழுதிய 'கேரள பத்திரிகா' என்ற இதழ், இந்நிகழ்ச்சி நடந்ததற்குச் சுதேசியப் பேருரைகள் முக்கியக் காரணம் என்று குறிப்பிட்டது.[48]

---

43. *சுதேசமித்திரன், 9–6–1908.*

44. *சுதேசமித்திரன், 11–4–1908.*

45. MPAI, 1908, para 528. மேலும் CID report dt. 20–4–1908, CID Reports vol. I, part 2.

46. MPAI, 1908, paras 480; 528.

47. MPAI, 1908, para 874.

48. *கேரள பத்திரிகா*, 13–6–1908, MNNR 1908.

காவல் நிலையத் தாக்குதலை அரசாங்கம் சாதாரணமாக எடுத்துக்கொள்ளும் என்று எதிர்பார்க்க முடியுமா? 130 பேருக்கு மேல் கைது செய்யப்பட்டனர்.[49] பத்மநாப ஐயங்காரும் நீதிமன்றத்தில் நிறுத்தப்பட்டார். அவருக்கு மூன்றாண்டுக் கடுங்காவல் தண்டனை கிடைத்தது.[50] பின்னர் சென்னை உயர் நீதிமன்றத்தில் மேல்முறையீடு செய்து, வழக்கில் வென்று விடுதலையானார்.[51]

திருவனந்தபுரக் காவல் நிலையத் தாக்குதலில் திருநெல்வேலி எழுச்சியின் நேரடியான தொடர்பைக் காண முடியா விட்டாலும்கூட அதன் எதிரொலி கூர்த்த செவிகளுக்குக் கேட்கவே செய்கின்றது. திருநெல்வேலி மாவட்டமும் திருவிதாங்கூரும் அடுத்தடுத்திருந்த பகுதிகள். இன்றைய நெல்லைப் பகுதியைச் சேர்ந்த செங்கோட்டை அன்று திருவிதாங்கூர் சமத்தானப் பகுதியாகும். இரண்டு பிராந்தியங்களும் வெவ்வேறு அரசியல் அமைப்புகளின் கீழ் இருந்தாலும் சமூக, பண்பாட்டு ஊடாட்டங்களுக்குக் குறைவில்லை. திருவிதாங்கூர் அரசின் கொல்லம் ஆண்டுக் கணக்கு இரண்டு தலைமுறைக்கு முன்புவரைகூடத் தென்பாண்டி நாட்டில் மிகப் பரவலாக இருந்திருக்கிறது. எனவே நெல்லையில் கிளர்ந்தெழுந்த சுதேசி இயக்கத்தின் தெறிப்புகள் திருவிதாங்கூரிலும் பற்றியதில் வியப்பில்லை. சுப்பிரமணிய சிவா, பத்மநாப ஐயங்கார் ஆகிய இருவருமே திருவனந்தபுரத்தோடு தொடர்பு கொண்டிருந்தவர்கள்; சுதேசி இயக்கத்தின் தொடர்ச்சியாக 1911இல் நடந்த ஆஷ் கொலை வழக்கில் குற்றஞ்சாட்டப்பட்ட பதினான்கு பேரில் எட்டுப் பேர் திருவிதாங்கூரைச் சேர்ந்தவர்கள் என்பன நினைவில் கொள்ள வேண்டிய செய்திகள்.

லெனின் பார்வையில் . . .

திருநெல்வேலியில் நடந்தவை தனித்த நிகழ்வுகள் அல்ல. மொத்த இந்தியாவில் கிளர்ந்த சுதேசி இயக்கத்தின் ஒரு பகுதியே ஆகும்.

---

49. *சுதேசமித்திரன்*, 11–6–1908; 12–6–1908; *The Hindu* 11–6–1908.

50. MPAI, 1908, para 122.

51. MPAI, 1909, para 615. *பத்மநாப ஐயங்கார் விடுதலையான பின்னர் 'திருவிதாங்கூர் மெயில்' என்ற ஆங்கில இதழைத் தொடங்கினார்; ஆறு இதழ்கள் மட்டுமே வெளிவந்தன* (MPAI, 1909, paras 1009 & 1461). *பிறகு சென்னைக்குத் திரும்பி 1911 முதல் 1917வரை திருவல்லிக்கேணி இந்துப் பள்ளியில் ஆசிரியராகப் பணியாற்றினார். அதன்பிறகு 1930வரை 'இந்து' நாளேட்டில் சுதந்திரப் பத்திரிகையாளராகப் பங்களித்தார். 1930களில் ரிக்வேத சங்கிதையை முழுவதுமாக ஆங்கிலத்தில் மொழிபெயர்க்கத் தொடங்கினார். அதன் முதல் மண்டலம் மட்டும் நூலாக வெளிவந்தது. 1937இல் காலமானார். (கூடுதல் தகவல்களைப் பகிர்ந்துகொண்டவர் பத்மநாப ஐயங்காருடைய பேரன் பார்த்தா தேசிகன்.)*

வ.உ.சி. கைதான மூன்று நான்கு மாதங்களுக்குப் பிறகு 1908 ஜூலையில் அவருடைய அரசியல் குருநாதர் திலகரும் ராஜதுரோகக் குற்றச்சாட்டுக்கு ஆளாகிக் கைதானபோது பம்பாயில் ஆறு நாளுக்குப் பொது வேலைநிறுத்தம் நடந்தது.

சுதேசி இயக்கத்தின் உச்சக்கட்டமாக இவ்வாறு தலைவர்களின் கைதுகளும் அதைத் தொடர்ந்து மக்கள் எழுச்சிகளும் நிகழ்ந்தன. இதன் விளைவாக பிரிட்டிஷ் ஆதிக்கத்திற்கு எதிராக நாடுதழுவிய பேரெழுச்சி ஏற்பட்டு, அந்நிய ஆதிக்கம் நீங்கும் என்ற எதிர்பார்ப்பு பலருக்கும் இருந்தது. இது பிரிட்டிஷ் ஏகாதிபத்தியத்திற்கும் காலனியாதிக்கத்திற்கும் சாவுமணி அடிக்கும் என்று மேலையுலகப் புரட்சியாளர்களும்கூட நம்பினர். பம்பாய் நிகழ்ச்சிகளைப் பற்றி ருஷ்யப் புரட்சியாளர் லெனின் உடனுக்கு உடன் எழுதியது இந்த எதிர்பார்ப்பின் வெளிப்பாடாகும்.

> இந்தியாவிலும்கூட, தம்முடைய பத்திரிகை ஆசிரியர்களுக்காகவும் அரசியல் தலைவர்களுக்காகவும் மக்கள் தெருக்களில் கிளர்ந்தெழுந்துள்ளனர். இந்திய ஜனநாயகவாதியான திலகர்மீது பிரித்தானியக் குள்ளநரிகள் கேடுகெட்ட தண்டனையை விதித்துள்ளனர்.... ஒரு ஜனநாயகவாதியைப் பணமூட்டைகளின் கைக்கூலிகள் இவ்வாறு வஞ்சம் தீர்த்துக்கொண்டமை பம்பாயில் தெருக்கிளர்ச்சிகளையும் தொழிலாளர் வேலைநிறுத்தம் ஒன்றினையும் தூண்டியுள்ளது.[52]

இதைப் போன்ற எழுச்சிகளின் வரலாற்றுப் பங்கை லெனின் மேற்கொண்டு பின்வருமாறு விளக்கினார்.

> ஐரோப்பாவிலும் பிற குடியேற்ற நாடுகளிலும் உள்ள சிறு தேசங்கள் கலகம் செய்யாமலும், தனக்கே உரிய விருப்புவெறுப்புகளை உடைய குட்டிமுதலாளிய வர்க்கத்தின் ஒரு பகுதியினருடைய புரட்சி வெடிப்புகளும், நிலக்கிழார்களுக்கும் திருச்சபைக்கும் முடியாட்சிக்கும் தேசிய ஒடுக்குமுறைக்கும் எதிரான, அரசியல்ரீதியான விழிப்புணர்வற்ற பாட்டாளி, அரை–பாட்டாளி மக்கள் திரள்களின் இயக்கமும் இல்லாமல் சமூகப் புரட்சி சாத்தியம் என்று எண்ணுவது சமூகப் புரட்சியையே மறுப்பதாகும்.[53]

52. Lenin, 'Inflammable Material in World Politics', in *The National Liberation Movement in the East* (Moscow: Progress Publishers. n.d.), p. 34.

53. Lenin, *The National Liberation Movement in the East*, p. 160.

இந்த எதிர்பார்ப்பு எந்தவகையிலும் ஈடேறவில்லை என்பதை வரலாறு விரைவிலேயே காட்டிவிட்டது என்றாலும் அக்காலத்தில் இத்தகைய மக்கள் எழுச்சிகள் ஏற்படுத்திய நம்பிக்கையை லெனினின் பகுப்பாய்வு சுட்டுகிறது என்பதில் ஐயமில்லை.

~ ~

சுதேசி இயக்கம் பெரிதும் நகர்ப்புறம் சார்ந்த இயக்கமாகவே விளங்கியது. அனைத்து மாகாணங்களையும் தழுவிய இயக்கமாகவும் அது வளரவில்லை. கிராமப்புறங்களில் வாழ்ந்த பெருவாரியான மக்களை தேசிய இயக்கத்தால் அணிதிரட்ட முடியவில்லை. அதனுடைய சமூக அடிப்படை கற்ற, நடுத்தர வர்க்கம் சார்ந்ததாகவே பெரிதும் இருந்தது. அனைத்துச் சாதியினரையும், அனைத்து மதத்தினரையும் அணிதிரட்டும் வலுவும், தெளிவான கருத்தியலும் போதுமான அளவுக்குக் கொண்ட பெருந்தலைமையும் கட்சி அமைப்பும் உருவாகவில்லை. வலுவான கட்டமைப்பு இல்லாத நிலையில் ஆங்காங்கே இருந்த தலைவர்களின் அமைப்பாற்றலைப் பொறுத்தே தேசிய இயக்கத்தின் செயல்பாடு இருந்தது. காட்டாக, திருநெல்வேலியில் இயக்கத்தின் வலு என்பது பெரிதும் வ.உ.சி.யைச் சார்ந்தே இருந்தது. அதனை மேலும் வளர்ப்பதற்குள் அவரும் சிறைப்பட்டுவிட்டார். முக்கியமாக, அரச வன்முறையை எதிர்கொள்ளும் பலமோ தந்திரோபாயமோ தேசிய இயக்கத்திற்கு இருக்கவில்லை. ஒருபுறம், குறிவைத்த வழக்குகள், நீதிமன்றத் தண்டனைகளால் இயக்கத் தலைமையை முடக்கிய அந்நிய அரசு, திட்டமிடாத எழுச்சிகளை ஆயுத வன்முறையைக் கொண்டு ஒடுக்கியது. ஒடுக்கியது மட்டுமல்லாமல் அதனைத் தொடர்ந்து மேற்கொண்ட ஒழுங்கு நடவடிக்கைகளால் அத்தகைய எதிர்ப்பு மீண்டும் முளைவிடாமல் நசுக்கியது. ‘இனி அண்மைக்காலத்தில் எந்த வன்முறையும் வெடிக்கலாமோ என்ற அச்சம் கடந்துவிட்டதால், குற்றமிழைத்தவர்களைத் தண்டித்து இதைப் போன்ற நிகழ்வுகள் நடக்காததை உறுதிப்படுத்த வேண்டியது மட்டுமே பாக்கி’ என்று மாவட்டக் காவல் கண்காணிப்பாளர் எழுச்சி நடந்து முடிந்த அன்றிரவே எழுதியனுப்பியதை இங்கு மனங்கொள்ளலாம்.[54]

அடக்குமுறை ஒருபுறம் என்றால் மற்றொரு புறம் தேசிய இயக்கத்தின் மிதவாதத் தலைமையை அரவணைக்கும்முகமாகச் சில அரசியல் (மிண்டோ–மார்லி) சீர்திருத்தங்களையும் அரசாங்கம் முன்னெடுத்தது. இந்த நெருக்கடியான சூழலில், மக்களிடமிருந்து

54. ‘. . . all apprehension of any outbreak in the immediate future has now passed, and it now remains to punish the guilty and secure the future against any likelihood of a recurrence of such acts.’ DTTD.

அந்நியப்பட்ட லட்சிய வேகமிக்க இளையோர் செய்வதறியாது தனிமனிதக் கொலை கொள்ளை என வன்முறையில் இறங்கினர். இவைபோன்ற சாகசச் செயல்களால் மக்களிடையே எழுச்சி ஏற்பட்டு விடுதலை சாத்தியப்படும் என்று நம்பி உயிர்த் தியாகமும் செய்தனர். மாறாக, மேலும் கடுமையான அடக்குமுறையை அரசாங்கம் ஏவிவிடுவதற்கே இவை வழிசெய்தன.

தமிழகத்தைப் பொறுத்தவரை, திருநெல்வேலியில் சுதேசி இயக்கத்தையும் எழுச்சியையும் இரும்புக்கரம் கொண்டு ஒடுக்கியதன் விளைவாக அடுத்த சில ஆண்டுகளுக்கு எந்தச் சலசலப்பும் இல்லாமல் மயான அமைதி நிலவியது. இதைக் குலைக்கும் முகமாக, 1908இல் தூத்துக்குடியில் இணை மாஜிஸ்திரேட்டாக மக்களை ஒடுக்கி, சுதேசிக் கப்பல் கம்பெனிக்கும் ஊறு விளைவித்த ஆஷ், மூன்றாண்டு கழித்து அதே மாவட்டத்திற்கு ஆட்சியராக வந்தபோது திருநெல்வேலியின் சுதேசி இயக்கத்தில் நேரடிப் பங்குகொண்ட ஒரு சிறு புரட்சிக்குழுவின் சார்பாக வாஞ்சி 1911 ஜூன் 17ஆம் நாளில் மணியாச்சி ரயில் சந்திப்பில் அவரைச் சுட்டுக்கொன்று தம்மையும் மாய்த்துக்கொண்டார். இந்தச் செய்தியைக் கொண்டுவந்த சிறை அதிகாரியை நல்ல செய்தி கொண்டுவந்ததற்காக வ.உ.சி. வாழ்த்தி மகிழ்ந்தாலும் அதன் அரசியல் விளைவுகள் மகிழ்ச்சிக்குரியவையாக இல்லை. ஆஷ் கொலையைத் தொடர்ந்து நடந்த நரவேட்டையின் விளைவாகத் திருநெல்வேலியில் தேசிய இயக்கம் பல ஆண்டுகளுக்குத் தளிர்க்க இயலாமல் கருகிவிட்டது.

தமிழகம் தழுவிய சுதேசி இயக்கத்தில் வ.உ.சி., பாரதி, சுப்பிரமணிய சிவா, எதிராஜ் சுரேந்திரநாத் ஆர்யா, கிருஷ்ணசாமி சர்மா, ச. சோமசுந்தர பாரதி என்று பல ஆளுமைகள் உருவானாலும் அடுத்த தலைமுறை தேசிய இயக்கத்தில் அவர்கள் கோலோச்ச முடியவில்லை. முந்தைய தலைமுறையைச் சேர்ந்த ஜி. சுப்பிரமணிய ஐயர் மன்னிப்புக் கோரி விடுதலை பெற்றது, தொழுநோய் கடுமையானது என அவருடைய பொது வாழ்வு முடிவுக்கு வந்து 1916இல் காலமானார்.

சிறையிலிருந்து மீண்ட வ.உ.சி. மீண்டும் தூத்துக்குடியில் தமது அரசியல் செயல்பாடுகளைத் தொடர முடியவில்லை. 1908இல் ஓர் ஒன்றரை மாதக் காலம் தம் பேச்சாற்றலால் தூத்துக்குடியைக் கனல்வீசும் நகரமாக மாற்றிய சிவாவும் அங்குத் திரும்பவில்லை. வ.உ.சி., சிவா ஆகிய இருவரையும் சுதேசிய இயக்கத்திற்குப் பிறகான புறச்சூழல் பெருமளவு முடக்கிப்போட்டுவிட்டது. திலகரின் ஆறாண்டுச் சிறைவாசம், அதன் பிறகான காந்தி யுகத்தின் எழுச்சி ஆகியன சுதேசி இயக்க கால அரசியல் செயற்பாட்டாளர்களை நிலைகுலையவைத்தன.

சிலர் இந்து மகாசபை என்ற பாதையைத் தேர்ந்தெடுத்தனர். சிலர் காந்திவழிக்குத் திரும்பினாலும் அதில் முழுவதும் ஆழ முடிய வில்லை. தொழுநோயுற்ற நிலையிலும் அரசியல் செயல்பாடு, பத்திரிகைப் பணி, தொண்டர் படை அமைப்பு, பாரத மாதா கோயில் நிர்மாணம் என 1925இல் காலமாகும்வரை ஓயாமல் உழைத்தாலும் அரசியல் உலகில் சிவாவின் தாக்கம் வரையறைக்குட்பட்டதாகவே இருந்தது. இந்தப் போக்கிலிருந்து விடுபட்டுத் தொழிலாளர் இயக்கம், தமிழ் மறுமலர்ச்சி இயக்கம், பார்ப்பனரல்லாதார் இயக்கம் எனப் பல்வேறு இயக்கங்களில் வ.உ.சி. மட்டுமே பங்கு கொண்டார்; ஆனால் தேசிய இயக்கத்தின் மையநீரோட்டப் போக்கும் காங்கிரஸ் கட்சி அமைப்பும் அவருக்கு உரிய இடத்தைத் தரவில்லை. புதுச்சேரியில் பத்தாண்டுக்கு முடங்கிய பாரதியின் அரசியல் வாழ்வு மலர்ச்சி பெறாமல் 1921இல் குறை ஆயுளில் முடிந்தது. பிரம்ம சமாஜியாகத் தொடங்கிய சுரேந்திரநாத் ஆர்யாவின் வாழ்க்கை கிறிஸ்தவம், சிவ பக்தி, நீதிக் கட்சி, சுயமரியாதை இயக்கம் என நிலையில்லாத வாழ்வாக அமைந்துவிட்டது. கிருஷ்ணசாமி சர்மா திலகர் அணி, ஹோம்ரூல் இயக்கம், காந்தியத் தலைமை என்று பயணித்தாலும் அவருடைய பங்களிப்பு பெருமளவு அரசியல் நூல்களை எழுதியதாகவே அமைந்துவிட்டது. காங்கிரஸ் கட்சித் தொடர்பைத் தொடர்ந்து பேணினாலும், சோமசுந்தர பாரதி தமிழறிஞராகவே அறியப்படுகிறார். சுதேசி இயக்க காலத்தில் தோன்றிய ஒரு பெரும் பண்பாட்டு ஆளுமை என்றால் அது சுப்பிரமணிய பாரதி மட்டுமே.

பெரும் ஆளுமைகளின் நிலை இதுவென்றால் இரண்டாம் நிலைத் தலைவர்களும் பிற செயற்பாட்டாளர்களும் என்ன ஆனார்கள் என்றே தெரியாத அளவுக்குக் காலத்தில் கரைந்து போனார்கள். சுதேசி இயக்கத்தின் திரைமறைவு நாயகரான மாடசாமி நிஜமாகவே காணாமல்போனார். கடும் ஒற்றாடலுக்கு அவர்கள் இரையானார்கள் என்று அரசு ஆவணங்கள் காட்டுகின்றன. குருநாதய்யர், லோகநாதய்யர் ஆகியோர் என்ன ஆனார்கள் என்றே தெரியவில்லை. பரலி நெல்லையப்பர் இதழாளராக மலர்ந்தது ஓர் ஆறுதல். சங்கன் என்ன ஆகியிருப்பார்? ஸ்ரீவைகுண்டம் டி.ஆர். மகாதேவய்யர் தொடர்ந்து காங்கிரஸ் கட்சியில் ஈடுபட்டாலும் சேரன்மாதேவி குருகுலப் பிரச்சனையில் மிகப் பிற்போக்கான பாதையில் அதைத் தள்ளியவர் என்ற அவப்பெயருக்கு உரியவரானது இந்நூலுக்குப் புறனடை.

முதல் உலகப் போர் உச்சத்திலிருந்த 1916இல் திருநெல்வேலி மாவட்டத்தில் துணை ஆட்சியராக இருந்த எச்.ஆர். பேட் என்ற

ஐ.சி.எஸ். அதிகாரி திருநெல்வேலி மாவட்டக் கையேட்டைத் தயாரித்தார். இருபதாம் நூற்றாண்டின் தொடக்கத்தில் அரசாங்கம் தயாரித்த மாவட்டக் கையேடுகள் வளமான ஆவணங்களாகும். அவற்றுள்ளும் திருநெல்வேலி மாவட்டக் கையேட்டுக்குச் சிறப்பிடம் உண்டு. ஐந்நூற்றுக்கும் மேற்பட்ட பக்கங்கள் கொண்ட இதில் இரண்டு பக்கங்களைத் திருநெல்வேலிக் 'கலக'த்திற்கு ஒதுக்கியிருந்தார் பேட்.[55] 'குற்றம்' என்ற தலைப்பில் அந்தப் பக்கங்கள் அமைந்திருந்தன. 'சுதேசியம்' என்ற போர்வையில் வ.உ.சி. யும் சிவாவும் (இவர்களுக்கு அவர் சூட்டிய பட்டம் 'ரிங் லீடர்'!) ராஜதுரோகத்தைப் பரப்பினர் என்றும் அதன் விளைவாகவே கலவரம் வெடித்தது என்றும் அவர் விளக்கியிருந்தார்.

இந்தக் கையேட்டினுக்கு உடனுக்குடனே ஒரு மதிப்புரையைத் தலையங்கமாகவே தீட்டிய 'சுதேசமித்திரன்', பேட்டினுடைய ஓரவஞ்சனையான அரசியல் பார்வையைப் பின்வருமாறு விமர்சித்தது. 'தொழில், வர்த்தகம், போக்குவரவு ஸாதனங்கள் இவற்றின் கீழ் "ஸ்வதேசீ ஸ்டீம் நாவிகேஷன் கம்பெனி"யைப் பற்றி ஒன்றுமே சொல்லாம[ல்]... விட்டது சரியல்ல' என்றதோடு, 'பாரதர்களின் முன்னேற்றத்திற்குப் பெரிய ஸாதனமாக நாட்டினர் நம்பியிருந்த மேற்படி கப்பல் கம்பெனியின் பெயரை ராஜநிந்தனைக் குற்றம் என்ற பாகத்தில் அதனுடன் ஒருவாறு ஸம்பந்தப்படுத்தி எழுதி இருப்பது நியாயமில்லாததென விசனிக்கத்தக்கது' என்றும் வருந்திய 'சுதேசமித்திரன்' மேலும் எழுதியவதாவது,

> மிஸ்டர் வ.உ. சிதம்பரம் பிள்ளையையும் மிஸ்டர் ஸுப்ரமண்ய சிவாவையும் பற்றி எழுதாமலே விட்டிருக்கலாம். அது மறக்க வேண்டிய விஷயம். அவர்களைக் கலகத் தலைவர்கள் என்று கூறியிருப்பது எள்ளளவும் இப்போது பொருத்தமானதல்ல. மேலும் அவ்விருவர்களுடைய வாதத்தையும் காட்டும் விவரப் பத்திரிகையின் ஸாராம்சத்தையாவது சொல்லி இருந்தால் ஒருவாறு நலமாய் இருந்திருக்கும்.[56]

திருநெல்வேலி எழுச்சி நிகழ்ந்த பத்தாண்டுகளுக்குள்ளேயே தேசிய இயக்கத்தைச் சார்ந்த நடுத்தர வர்க்க அறிவாளர்களும்கூட அதை மறந்துவிட்டனர் அல்லது மறக்க விரும்பினர்.

இந்த மதிப்புரை வெளியான சில மாதங்களிலேயே ரவுலட் குழு தன் அறிக்கையை வெளியிட்டுவிட்டது. இந்த

55. *Tinnevelly District Gazetteer*, pp. 343–5.

56. 'திருநெல்வேலி ஜில்லா கெஸட்டியர்', *சுதேசமித்திரன்*, 1–2–1918.

அறிக்கையிலும் வ.உ.சி.யின் பெயரோடு திருநெல்வேலி எழுச்சியைத்தொடர்புபடுத்தி நீண்ட பத்தி ஒன்று அமைந்திருந்தது.[57] சட்டமில்லாச் சட்டங்கள் என்று காந்தி வருணித்த ரவுலட் சட்டங்களை நியாயப்படுத்துவதற்கான வரலாற்றுப் பின்னணியின் ஒரு பகுதியாகத் திருநெல்வேலி நிகழ்ச்சிகளை அந்த அறிக்கை விவரித்திருந்தது.

திருநெல்வேலிக் கையேடு, ரவுலட் குழு அறிக்கை ஆகியவற்றின் குறிப்புகள் வ.உ.சி.யின் பார்வைக்கு வராமல் போயிருக்காது. ஆனால் அவர் இவற்றைப் பற்றி என்ன கருதினார் என்று தெரியவில்லை.

திருநெல்வேலி–தூத்துக்குடிக்கு 1920களிலும் 1930களிலும் வந்த அனைத்துத் தலைவர்களும் வ.உ.சி.யையும் சுதேசிக் கப்பல் கம்பெனியையும் போற்றத் தவறவில்லை என்றாலும் திருநெல்வேலி எழுச்சியை அவர்கள் குறிப்பிட்டதாகவே தெரியவில்லை. காந்திய ஊழியில் வன்முறை நிகழ்ச்சிகளைப் போற்ற அவர்கள் மனம் ஒப்பவில்லை என்றே கருத வேண்டியுள்ளது. அக்கால அரசியலில் நேரடியாகப் பங்கு கொண்டவர்களும் அதனைப் பற்றி எழுதாமல் விட்டுவிட்டனர். குருகுஹதாஸப் பிள்ளை போன்ற சில ராஜவிசுவாசிகள் மட்டுமே இடைக்கிடை,

> சுதேசி ஸ்டீம் நாவிகேஷன் கம்பெனியின் காரணமாக 1908–ல் வைக்கீல் வி.ஒ. சிதம்பரம் பிள்ளை, சுப்பிரமணிய சிவா முதலியவர்கள் செய்துவந்த பிரசங்கங்களால் சிலருக்குத் தலைகால் தெரியாது வேண்டியவாறு மனப்பாலைக் குடித்துக்கொண்டு கவர்ன்மெண்டாருக்கும் பொதுஜன சமூகத்திற்கும் இடுக்கண்களை இழைக்கலாயினர்[58]

என்பதுபோன்ற சில குறிப்புகளை எழுதிச்சென்றனர்.

~~

திருநெல்வேலி எழுச்சி வெற்றியா தோல்வியா? கலகம் பிறந்தது, நியாயம் பிறந்ததா என்ற கேள்வியும் எஞ்சிநிற்கிறது.

ஒரு நூற்றாண்டுக்கு மேலாக, வெள்ளையர் ஆட்சியின் கீழ் ஏற்பட்ட மாற்றங்கள் அந்நிய ஆதிக்கத்துக்கெதிரான ஆழமான கசப்புணர்வை மக்களிடையே ஏற்படுத்தியிருந்தன. அடியாழத்தில்

---

57. *Sedition (Rowlatt) Committee Report*, p. 163.

58. எஸ். குருகுஹதாஸப் பிள்ளை, *திருநெல்வேலிச் சீமைச் சரித்திரம்* (சென்னை: சாது அச்சுக்கூடம், 1931), ப. 355.

ஓடிக்கொண்டிருந்த எதிர்ப்புணர்வைச் சுதேசி இயக்கம் தட்டியெழுப்பியது. வ.உ.சி.யின் கைது அந்த எழுச்சியைப் பற்றவைத்தது.

எழுச்சி என்பது வரையறுத்த, திட்டமிட்ட கோரிக்கையை முன்வைத்து எழுவதல்ல. திடீரென வெடிப்பது. எனவே அதன் வெற்றி தோல்வியைத் தனித்தல்லாமல் மொத்த இயக்கத்தின் போக்கைக் கொண்டே மதிப்பிட வேண்டும்.

வெகுசன ஜனநாயக அரசியல் என்பது தீவிர, நெடுங்கால அரசியல்மயப்படுத்தலால் மட்டுமே சாத்தியப்படும். இருபதாம் நூற்றாண்டின் தலைப்பகுதியில் இந்திய தேசிய இயக்கம் வெகுசனத்தன்மையின் அரும்பு நிலையிலேயே இருந்தது. வ.உ.சி.யின் செயல்பாட்டினால் அது தென்முனையில் மட்டும் பெரும் வீச்சைப் பெற்றது. இதன் விளைவாக அரசின் சினத்திற்கு ஆளாகிப் பெரும் ஒடுக்குமுறையைச் சந்தித்தது. அதன் ஒரு பகுதியே திருநெல்வேலி எழுச்சி. தன்னலம் கருதாமல் பொது நோக்கம் கருதிய ஒரு மக்கள் திரட்சியை வெற்றி தோல்விகளைக் கொண்டு மதிப்பிடுவது பொருத்தமற்றது. எப்படிப் பார்த்தாலும் திருநெல்வேலி எழுச்சி விடுதலைப் போராட்டக் காலத் தமிழக வரலாற்றில் ஒரு மைல்கல் என்று உறுதிபடச் சொல்லலாம். இருள் சூழ்ந்த காலத்தில் அது மின்னல் கீற்றாகத் தோன்றி மறைந்துவிட்டது.

1980களின் இடைப்பகுதியில் திருநெல்வேலிப் பகுதியில் நான் களஆய்வு மேற்கொண்ட காலத்திலேயே திருநெல்வேலி எழுச்சியை நினைவுகூரவோ அதில் கலந்துகொண்டு இன்னல்களை அனுபவித்தவர்களுக்கு அஞ்சலி செலுத்தவோ ஆளில்லாமல் போய்விட்டார்கள். 1968இல் திருநெல்வேலி நகராட்சி தனது நூற்றாண்டு விழாவைக் கொண்டாடியபோது சிறப்பு மலர் ஒன்றை வெளியிட்டது. அதில் '1908: நகர்மன்ற அலுவலகம் தீயினால் பாதிக்கப்பட்டது' என்ற ஒரேயொரு வரி மட்டுமே உள்ளது. 2008இல் திருநெல்வேலி எழுச்சியின் நூற்றாண்டின்போது முன்பு அதனைக் கண்டித்து இயற்றிய தீர்மானத்தை நகராட்சி விலக்கிக்கொண்டது; அவ்வளவே.

திருநெல்வேலி எழுச்சிக்கும் அதில் பங்குகொண்டு உயிரும் உடைமையும் வாழ்வும் இழந்தவர்களுக்கும் ஒரு நினைவுச் சின்னம்கூட இல்லை. வரலாற்று நினைவின்மை என்பதுதான் எவ்வளவு கொடுமையானது.

~~

பிற்சேர்க்கைகள்

பிற்சேர்க்கை 1

திருநெல்வேலி நகராட்சியின் தீர்மானம்

Resolution of the Tinnevelly Municipal Council passed on 23-3-1908

The council strongly condemns the disturbances on the 13th instant and greatly regrets the serious losses occasioned thereby. The council humbly begs to assure H. E. the Governor-in-Council that the inhabitants of the municipality have always been most loyal, peaceful and law-abiding and that the disturbances came as a surprise and were caused by an irresponsible mob on a sudden impulse of the moment. This council anxiously and humbly prays that His Excellency the Governor-in-Council may be graciously pleased to cancel the order imposing an additional police force on this municipality.

P.M. Kailasam Pillai
Chairman

G.O. no. 609 Judicial (Confidential), 27-4-1908

(2008இல் இத்தீர்மானத்தை நெல்லை நகராட்சி திரும்பப் பெற்றுக்கொண்டது.)

~~

பிற்சேர்க்கை 2

பிரித்தானிய நாடாளுமன்றத்தில் கேள்வி

Mr Rees: To ask if the Secretary of State for India whether he can give the House any information regarding a riot in Tinnevelly.

Answer: I am informed that a riot occurred at Tinnevelly on Saturday last in which the Municipal, Post and Police offices were looted and burnt. Being unable to clear the streets, the Magistrate and Superintendent of Police ordered the police to fire, and rioting ceased. Four casualties were reported.

G.O. no. 569 Judicial (Confidential), 11-4-1908

~~

பிற்சேர்க்கை 3

சென்னைச் சட்டமன்றத்தில் கேள்வி

The Hon'ble B. Narasimheswara Sarma Garu. XX: Will the Government be pleased to state

(a) how many were killed and how many wounded in Tinnevelly during the riot on 13 March 1908?

(b) the places at which the shots were fired, the distances between them, the interval of time between the several shots, the approximate strength of the mob at the place or places where the shots were fired and what the mob was doing at that time?

(c) Will the Government be pleased to state the circumstances which immediately and directly led to the orders given by the Magistrate to fire on the mob?

Answer:

XX (a) The number killed is reported to have been four, but the number wounded is not known. Buck shot was used at first.

(b) & (c) The rioters were fired upon by the police sentry when the police station was attacked. They were again fired upon by the Reserve Police, once in the main street leading to the temple, and a second time near the police station. The interval of time between the shots is unknown. The exact number of the mob is unknown but estimated at several thousands. When the District Magistrate first gave orders to fire, the rioters had set fire to the Post Office, Municipal office, Station house, and District Munsif Court and had attacked the police station and the dispensary. They refused to disperse when repeatedly ordered to do so and in spite of one shot fired in the air, continued to attack the police and the Magistrate, throwing stones from all directions. On the second occasion when the Magistrate gave orders to fire, the rioters were actually engaged in burning the police station and stone-throwing was persisted in. Warning was again given to the crowd before the police fired.

G.O. no. 595, Judicial (Confidential), 23-4-1908

பிற்சேர்க்கை 4

தூத்துக்குடி
வணிகப்பேரவையின் தீர்மானங்கள்

24 February 1908: Mr H.O. Campbell, chairman, pointed out the desirability of drawing the attention of Government to seditious meetings held on the beach at Tuticorin and other parts of the town where threats are uttered against the life and property of European residents by one Subramania Siva – supported by one V.O. Chidambaram Pillai – a draft letter was acco[rdingly]...... pared to the local Divisional Officer... which letter was approved of... was resolved that it be despatched.

~

Extraordinary General Meeting, 28-3-1908.

The conduct and general attitude of the local bar before & during the recent troubles was discussed & in view of what took place it was decided to request Government to abolish the local sub-court or remove it elsewhere.

Tuticorin Chamber of Commerce, *Minutes Book*, vol. 1
(Nov. 1906–April 1913)

~~

பிற்சேர்க்கை 5

திருநெல்வேலிக் கஷ்ட நிவர்த்தி நிதி
தமிழ்நாட்டு மஹாஜனங்களுக்கு
ஓர் பிரார்த்தனை

மஹாஜனங்களே, தூத்துக்குடியிலும் திருநெல்வேலியிலும் நடந்துவரும் சம்பவங்கள் உங்கள் அனைவருக்கும் தெரியாதனவல்ல. நமது ஸ்வஜனங்களிலே சிலர் திடீரென்று சுடப்பட்டு மாண்டு போனார்கள். இன்னும் நூற்றுக்கு மேலான ஜனங்கள் அரெஸ்ட் செய்யப்பட்டும், அரெஸ்ட் செய்யப்படும் நிலைமையிலும் இருக்கிறார்கள். இதற்கு மேலும் இவர்களுக்கு என்னென்ன கஷ்டங்கள் ஏற்படப்போகின்றனவோ அறியோம். இவற்றினின்றும் எத்தனையோ குடும்பத்தார்கள் சொல்ல முடியாதனவும் ஆற்ற முடியாதனவுமாகிய கஷ்டங்களுக்குள்ளாகித் துடித்துக் கொண்டிருப்பார்களென்பது நாங்கள் கூற வேண்டுமா? இக்குடும்பக்காரர்களின் கஷ்டங்களிலே பெரும்பாலும் ஈசன் பார்த்துதான் நீக்க வேண்டுமேயல்லாது, மனிதர்கள் நீக்கக் கூடியனவல்ல. ஆனால் இவர்களுக்கு மனிதர் செய்யக்கூடிய உதவி ஒன்றுண்டு. மிக ஏழைகளாக இருக்கும் குடும்பத்தாருக்குப் பொருள் உதவி செய்வது நம்மால் சாத்தியமான காரியம். வீட்டில் சம்பாத்தியம் செய்யும் வாலிபர்களை இழந்து நிற்கும் விருத்தாப்பிய மான தாய் தந்தைகளுக்கும் கதியற்ற மனைவி மக்களுக்கும் நாம் செய்யும் திரவிய சகாயம் கொஞ்சம் ஆறுதலாக இருக்கக்கூடும். அடைபட்டிருப்பவர்களிலே ஏழைகளாயிருப்போரை ஜாமீனில் விடுவிப்பதற்கும் (அவர்களுக்கு விருப்ப முண்டானால்) கேஸ் நடத்துவதற்கும் பொருளுதவி இன்றியமையாததாகும்.

தமிழ்நாட்டு மகாஜனங்களே, உங்களுடைய சுதேச பக்தியை யும் ஸ்வஜனாபிமானத்தையும் ஒற்றுமையறிவையும் பரீட்சை செய்வதற்குக் கடவுள் ஓர் தக்க தருணம் அனுப்பியிருக்கின்றார்.

ஆ. இரா. வேங்கடாசலபதி

இப்பொழுது சென்னையில் 'திருநெல்வேலி கஷ்ட நிவிருத்தி நிதி' என்பதாக ஒரு நிதி ஸ்தாபிக்கப்பட்டிருக்கிறது. அதற்குத் தமிழ்நாடு முழுமையினின்றும் எல்லோரும் தத்தம்மால் இயன்ற மட்டும் பணமனுப்பி, ஜகதீசனுடைய ஆசீர்வாதத்தையும் பாரத மாதாவின் அருளையும் பெற்று வாழ வேண்டுமென்று பிரார்த்தனை செய்கிறோம்.

இங்ஙனம்,
தங்கள் சகோதரர்களாகிய

1. மு.ரா. கந்தசாமிக் கவிராயர்,
   'விவேகபானு'ப் பத்திராதிபர், மதுரை
2. சாது கணபதி அய்யர், பி.எ., பி.எல்.,
   வக்கீல், திருநெல்வேலி
3. எஸ்.என். திருமலாச்சாரியார்,
   திருவல்லிக்கேணி
4. ஸி. சுப்பிரமணிய பாரதி,
   மயிலாப்பூர்
5. எஸ். ஶ்ரீநிவாஸாச்சாரியார். பி.எ.,
   திருவல்லிக்கேணி
6. பி. திருமலாச்சாரியார், பி.எ., பி.எல்.,
   காரியதரிசி, 'சென்னை ஜன சங்கம்'
7. என்.கே. ராமசாமி ஐயர்.
   வக்கீல், தஞ்சாவூர்
8. டி.ஆர். மகாதேவய்யர்,
   வக்கீல், ஶ்ரீவைகுண்டம்
9. குருமலை – சுந்தரம் பிள்ளை,
   உதவிப் பத்திராதிபர், 'சுதேசமித்திரன்', சென்னை.

குறிப்பு: பணம் அனுப்புவோர் திருவல்லிக்கேணியில் 'சென்னை ஜன சங்கம்' காரியதரிசிக்கு அனுப்ப வேண்டும். பண வரவுகள் 'இந்தியா', 'சுதேசமித்திரன்', 'ஹிந்து', 'பேட்ரியட்' இந்த நான்கு பத்திரிகைகளிலும் பிரசுரம் செய்யப்படும்.

சுதேசமித்திரன், 2–4–1908

~ ~

'தமிழ்நாட்டு மஹாஜனங்களுக்கு அறிக்கை' என்று நமது பத்திரிகையில் இரண்டு முறை பிரசுரமான விஷயத்தை நேயர்கள் மறுபடி படித்து சிந்திக்க வேண்டியது. திருநெல்வேலித் தேசாபிமானிகளுக்கு நாமனைவரும் நமது கடமையைச் செலுத்துவதில் தாமதம் புரிதல் கூடாது.

இந்த நிதிக்கு பணம் உதவிய உபகாரிகளின் ஜாப்தா

	ரூ.	அ.	பை.
முன் வெளியிட்ட தொகை	41	5	5
கோவிந்தசாமி பிள்ளை, திருத்துறைப்பூண்டி	2	0	0
சி.த. நாடிமுத்துச் செட்டியார், மானைக்கால்	2	2	0
ஈ. பராங்குசாசாரியார்	0	8	0
கெ.எம். சின்னரங்கய்ய கவுண்டர், கம்பளியம்பத்தி, ஈரோடு தாலுகா	2	0	0
வி. வெங்கடேச அய்யர், பண்ணுருட்டி	0	4	0
ராகவேந்திர ராவ், திருவல்லிக்கேணி	0	12	0
ஸி. சுப்பிரமணிய பாரதி	10	0	0
எம். கோபாலகிருஷ்ணய்யர், மதுரை	1	0	0
மொத்தம்	59	15	5

இதன்றியும், 'சுதேசமித்திரன்' பத்திராதிபர், சிந்தாதிரிப் பேட்டை ஸாரதா விலாச சங்கத்தார் என்பவர்கள் பிரத்தியேகமான நிதிகள் இதே நோக்கத்துடன் சேகரித்து வருகின்றனர். அவர்களது முயற்சிகள் நன்கு முடிக.

இந்தியா, 18-4-1908

~~

சென்ற வாரக் கணக்கு ரூபா 59–15–5. 'சுதேசமித்திரன்' வசூல் 149–15–0. மொத்தம் 209–14–5.

1. சென்னை ஜன சங்கத்தார் தூத்துக்குடி ஸ்ரீகுருநாதய்யர் குடும்பத்துக்கு ரூ. 20 (இருபது) அனுப்பியிருக்கிறார்கள்.

2. ஷை சங்கத்தார் ஸ்ரீ பத்மநாபய்யங்கார் குடும்பத்துக்கு ரூ. 20 (இருபது) அனுப்பி யிருக்கிறார்கள்.

3. 'சுதேசமித்திரன்' பத்திரிகை ஆபீஸிலிருந்து திருநெல்வேலி யில் ஸ்ரீமான் சிதம்பரம் பிள்ளையின் வக்கீலாகிய ஸ்ரீ

சாது கணபதி அய்யரின் பெயருக்கு ரூ. 100 (நூறு ரூபாய்) அனுப்பப்பட்டிருக்கிறது. 'சுதேசமித்திரன்' பத்திராதிபர் இவ்விஷயத்தில் சிரத்தையெடுத்து வருவதின் பொருட்டு நன்றி பாராட்டுகிறோம்.

கோயமுத்தூரிலே ஸ்ரீ சிதம்பரம் பிள்ளை கேஸின் பொருட்டுக் கல்கத்தாவிலிருந்து வக்கீல் ஸ்ரீ சௌதரியை வரவழைக்க வேண்டுமென்ற நோக்கத்துடன் பண வசூல் ஆரம்பித்து, சுமார் 150 ரூபாய் வரை சேகரிக்கப்பட்டிருப்பதாகத் தெரிகிறது. ஆனால், சென்னை முதலிய மற்ற இடங்களிலிருப்பவர்கள் சௌதரியை அழைப்பது அதிகச் செலவுக்கிடமாகுமென்று கருதுகிறார்கள். இதுபற்றி நமது கோயமுத்தூர் சகோதரர்கள் தமது வசூலை நிறுத்திவிட மாட்டார்களென்று நம்புகிறோம். எந்த வக்கீல் வந்தபோதிலும், எவர் வராவிட்டாலும் திருநெல்வேலிச் சகோதரர்களுக்கு நாமனைவரும் நம்மால் இயன்ற உதவி செய்து தீர வேண்டுமென்பதில் ஆக்ஷேபமில்லை. இந்த சமயத்தில் நாம் பிரிவுபட்ட ஆலோசனைகளால் நமது பொது முயற்சியைத் தளரவிடலாகாது. கோயமுத்தூர் நண்பர்கள் ஊக்கத்துடன் இன்னும் பொருள் சேர்த்துத் திருநெல்வேலிக்கு நேராகவேனும் சென்னை ஜன சங்கத்தார் மூலமாகவேனும் அனுப்பும்படி பிரார்த்தனை செய்கிறோம்.

இந்தியா, 25-4-1908

~ ~

சென்னை ஜன சங்கம் வசூல்

முன் பிரசுரிக்கப்பட்டது	61	14	11
என். பி. அருணாசலம், ஸிலோன்	7	0	0
வி. பெருமாள், ஸிலோன்	1	0	0
ஏ. கோபாலசாமி நாயுடு	1	0	0
பெருமாள் கங்காணி	1	0	0
தி.மு. பகவதி, திரூர்	1	0	0
வ.சி. நாராயண நம்பூரி	1	0	0
இ.ஏ. கிருஷ்ணய்யர்	0	8	0
வி. முனுசாமி முதலியார்	0	8	0
சுப்பிரமணிய பிள்ளை	0	4	0
சே. ராமநாத அய்யர்	1	0	0

பா. குங்சுணி நாயர்	0	4	0
பி.வி. நாராயண அய்யர்	0	4	0
வெங்கிடாசல அய்யர்	0	2	0
மங்கலசாமி பிள்ளை	0	2	0
ம. ஸ்ரீனிவாசய்யங்கார், முசிரி	0	7	0
கே.வி. லஷ்மணராவ்	4	0	0
ஒரு சினேகிதர்	5	0	0
சுப்பராமய்யர்	0	8	0
பிச்சய்யகாரு	1	0	0
ஸ்ரீனிவாசாசாரி	0	8	0
என். சிங்கு	1	0	0
டி. பாஷியம் நாயுடு	0	8	0
கோபிநாத பண்டாலே	1	0	0
குமாரசாமி முதலியார்	0	8	0
மூர் மார்க்கட்டில் சேர்த்தது	12	12	0
கன்னையலால்	1	0	0
டி. கிருஷ்ணசாமி முதலியார்	1	0	0
ம. ஜயராம் சிங்	1	0	0
மூர் மார்க்கட்டில் சேர்த்தது	2	5	5
டி. முத்துராம் பிள்ளை	1	0	0
டி. ஹிராமன் லால்	1	0	0
பழைய விளக்கம் கோயில்பட்டி	5	0	0
மூர் மார்க்கட்டில் சேர்க்கப்பட்டது	1	8	0
ஒபவ ரெட்டியார்	50	0	0
மாதுஸ்ரீ தி.மு. மங்கையர்கரசியம்மாள்	1	0	0
ஸ்ரீ அரப்பெருந்தேவியம்மாள்	1	8	0
மொத்தம்	169	15	4

இந்தியா, 2–5–1908

பிற்சேர்க்கை 6

இதழ்களின் கருத்துரைகள்

I
சுதேசமித்திரன்

திருநெல்வேலிக் குழப்பங்கள்

குழப்பங்களைக் கிளப்பிவிட்டு ஜனங்களை இமிசை செய்து, பிறகு அதைக் காரணமாகக் காட்டி சுதந்திரங்களைக் குறைப்பது பிரிட்டிஷ் அரசாங்கத்தின் முறையாகிவிட்டது. அதிகாரிகள் பிரவேசிக்காமல், நடக்கிறது நடக்கட்டுமென்றிருந்தால், எவ்விதக் கலகமும் நேரிட்டிருக்கமாட்டாது. ஸ்ரீ. பாலர் விடுதலை தினமானது சென்னையில் கொண்டாடப்பட்டபோது சமுத்திரக் கரையில் சுமார் 20,000 ஜனங்கள் ஒன்றுசேர்ந்தார்கள். பட்டணத்தில் எல்லாப் பாகங்களிலும் ஊர்வலங்கள் நடந்தன. உற்சாகத்துக்கும் ஊக்கத்துக்கும் குறைவில்லை. இரவு 9 மணி வரையில் கூட்டம் நடந்தது. எவ்விதக் கலகமேனும் குழப்பமேனும் நேரிட்டதா? அப்படியே தூத்துக்குடியிலும் ஸ்ரீ. சிதம்பரம் பிள்ளை முதலானோர் கூட்டங்கள் கூட்டி, ஸ்வதேசீயம், ஸ்வராஜ்யம், பாய்காட்டு முதலான விஷயங்களைப் பற்றி ஜனங்களுக்குப் போதித்தால் அதிகாரிகளுக்கு என்ன? நம் சகோதரர்களின் க்ஷேமத்துக்காகவும், தேசம் பெருமையடைதற்பொருட்டும், தலைவர்கள் தங்களுக்குத் தோன்றினபடி முயற்சிகள் செய்துவர பிரிட்டிஷ் ராஜ்யமுறைப்படி சுதந்திரமில்லையா? கோரல் நெசவுச்சாலையில் வேலைநிறுத்தம் நேரிட்டதை வைத்துக்கொண்டு டிஸ்ட்ரிக்ட் மாஜிஸ்டிரேட்டும் கீழதிகாரிகளும் ஸ்ரீ. சிதம்பரம் பிள்ளையையும், அவருடன்

தேச கைங்கரியம் செய்தவர்களையும் எப்படியாவது மடக்க வேண்டுமென்று தங்கள் அதிகாரத்தைச் செலுத்தி அவர்களைக் கைது செய்தார்கள் என்று நினைக்க வேண்டியிருக்கிறது. ஜனங்களுக்கு ஆத்திரம் பிறந்து மீறிப்போனார்கள். மீறினாலு மென்ன? இங்கிலண்ட் முதலான மேல் நாடுகளில் இம்மாதிரிக் கலகங்கள் எத்தனையோ நடக்கின்றன. நடந்தால் ஜனங்களை யதிகாரிகள் சுட்டு வீழ்த்துகின்றார்களா? இந்தியாவில் துரைத்தன அதிகாரிகள் எத்தேசத்திலுமில்லாத அதிகாரங் களைப் பெற்றிருக்கிறார்கள். ஜனங்களை அடக்கி மீறாமல் செய்ய வேண்டுமென்றே அன்னியரான கவர்ன்மெண்ட் அதிகாரிகள் இப்படிப் பெற்றிருக்கிறார்கள். அப்படிப் பெறச் செய்திருக்கும் சட்ட நிபந்தனைகளிலும் கூட ஜனங்களின் உயிரையும் அவயவங்களையும் அநாவசியமாய் அதிகாரி களின் கோபத்தினாலே மட்டும் சேதப்படுத்தப்படாதென்று தடைசெய்யப்பட்டிருக்கிறது. டிஸ்ட்ரிக்ட் மாஜிஸ்டிரேட் திருநெல்வேலியில் கலகம் நடந்து ஓய்ந்துபோன பிறகு வழியில் போய்க்கொண்டிருந்த நிரபராதிகளை எந்த நியாயத்தைக் கொண்டு சுட்டு விழுத்த உத்தரவு செய்தார்? நாஷனல் எம்போரியத்தில் கட்டிடம் அலங்காரம் செய்யப்பட்டிருந்தது. இது எதற்காக அலங்காரம் செய்யப்பட்டிருக்கிறது என்று டிஸ்ட்ரிக்ட் மாஜிஸ்டிரேட் கேட்க, அங்கிருந்த வேலைக்காரன் ஒருவன் ஸ்ரீ பாலரின் விடுதலைக்காக என்று பதில் சொல்ல, மாஜிஸ்டிரேட்டுக்குக் கோபம் வந்து புத்திப்பிரமம் உண்டாய் வேலைக்காரன் முகத்தில் தம் கைச்சவுக்காலடித்தார். சுற்றியிருந்த கூட்டம் இதைப் பார்த்திருந்து கோபமூண்டு, கல்லைப் பொறுக்கி யெறிந்தது. உடனே கூட்டத்தைப் பார்த்துச் சுடும்படி போலீஸாருக்கு உத்தரவு செய்ய, போலீஸார் அப்படியே சுட்டு நால்வரைக் கொன்றுவிட்டார்கள். சும்மாவிருந்த கூட்டத்தை கோபப்படுத்தி அனர்த்தம் விளைத்த உத்தியோகஸ்தரை என்ன செய்யலாம்? சமாதான வார்த்தைகள் சொல்லிப் பார்க்க வேண்டும். கேட்காவிட்டால் ஆகாயத்தில் சுடச் சொல்லிப் பார்க்க வேண்டும். அப்படியும் கூட்டம் கலையாவிட்டால், பக்ஷாட் என்கிற குண்டுகளை யுபயோகப்படுத்தி உயிர்ச் சேதம் வராமல் சுட்டுக் கூட்டத்தைப் பயமுறுத்திப் பார்க்கவேண்டும். அதிலும் கூட்டம் கலையாமற்போனால் மட்டும் உயிர்ச்சேதம் வரும்படி யான குண்டுகள் உபயோகப்படுத்திச் சுடவேண்டும் என்று சட்டத்தில் சொல்லப்படுகின்றது. இப்படி மாஜிஸ்டிரேட் செய்தாரா? அனாவசியமாய் ஒருவனைச் சவுக்காலடித்தார். ஏற்கனவே ஜனங்கள் ஆத்திரப்பட்டு மனக்கொதிப்புடன் இருந்தார்கள். அவர்களை இன்னும் ஆத்திரப்படும்படி

செய்தல் பிசகு என்று அறியாத உத்தியோகஸ்தரை டிஸ்ட்ரிக்ட் மாஜிஸ்டிரேட் வேலைக்கு அருகரென்னலாமா? தொந்தரவு செய்யும் ஜனங்களைத் துப்பாக்கிகளால் சுட்டு விழுத்தல் கஷ்டமல்ல. கொலை களவு முதலியவை செய்வோரும் அப்படிச் செய்கிறார்கள். ஜனங்களின் க்ஷேமத்துக்குப் பொறுப்பேற்ற பெரும் உத்தியோகஸ்தர் தங்களுக்கு இருக்கும் மிதமற்ற அதிகாரத்தை உபயோகித்து உயிர்ச்சேதம் செய்வது ராஜாங்க காரியமல்ல. ருஷியாவில் இப்படி நடக்கிறது; இப்போது பிரிட்டிஷ இந்தியாவிலும் சுதந்தரத்துக்குப் போராடும் ஜனங்களைப் போலீஸைக் கொண்டு கொல்வது ஒழுங்காகி வருகின்றது!

சுதேசமித்திரன், 17–3–1908 (தலையங்கம்)

~~

II

பாரதியின் *இந்தியா*

(i) The Tinnevelly Riots

The *India*, of the 21st March, publishes a cartoon describing Mr Wynch as smoking his cheroot of injustice near a place where gunpowder – the patriotic and law-abiding people of Tuticorin and Tinnevelly – is stored, and in explaining this cartoon, says: Mr Wynch has come forward to prevent us from celebrating some worthy events in the lives of our great men. It is only when such unjust measures are adopted that the people of this country get unusually provoked. We can bear being made to fast for a number of days; we can even bear being left naked, all our things being robbed by others; but if one begins to disrespect our great men and prevent us from showing our reverence for them, we cannot brook it and we will resent such interference and none can impede the trend of our feelings.

Anent the disturbances at Tinnevelly the same paper remarks: Words cannot express what we felt when we heard of the events at Tinnevelly and Tuticorin. But what can we do? A nation subject to another, a cripple without arms or legs and a eunuch are in the same position. If these are ill-treated, who is to question it and who is to plead their cause? It seems the Collector lashed the attendant at the National Emporium when he said that the decorations were in honour of Mr Pal. What arrogance! Should not that hand which whirled the whip be cut off at once by the God of Justice?... When Mr Chidambaram Pillai offered to give security, should not the case against him be stopped at once? By what law was he remanded to custody? If, as a result of this, there was rioting and loss of property, are not the authorities responsible for it? And so, is it justice to send a number of people to prison for this? But what is the use of our arguing about the subject? A nation which has no Swaraj must suffer all these hardships, and so, to escape from them, the only panacea is the acquisition of Swaraj.

The same paper reproduces the article published in the *Swadesamitran*, of the 17th March, about the illegal shooting of the five innocent persons at Tinnevelly.

இந்தியா, 21-3-1908
Madras Native Newspaper Reports, 1908

~~

(ii) Treachery's Labour Lost

The members of the Tinnevelly deputation that waited upon the Governor plainly stated that the speeches of Mr Chidambaram Pillai and others were the real cause of the riots. Our readers know that it is not so. Even granting that the people of Tinnevelly committed some excesses in the first outburst of their fury, it is not the speeches of Mr Chidambaram Pillai, but the illegal incarceration of this gentleman and his mates, that really led to it. Knowing all this, Mr Guruswami Aiyar and others have made the above statement perhaps with a view to gain the favour of the authorities!

Again, these people told the Governor that the audience of Mr Chidambaram Pillai consisted only of low class people. There cannot be a worse instance of wilful misstatement. We were at Tuticorin ourselves during this period and we can boldly say that many mirasdars, merchants and others, who are more respectable both in position and temperament than the Hon'ble Mr Guruswami Aiyar, attended the above lectures. In spite of the fact that Mr Guruswami Aiyar has played the role of a traitor to his countrymen, the Governor has not cared to accede to the requests of the deputation.

இந்தியா, 11-4-1908
Madras Native Newspaper Reports, 1908

1907 ஜூன் முதல் 1908 செப்டம்பர் வரையான 'இந்தியா' இதழ்கள் மிகப் பெரும்பான்மை கிடைக்கவில்லை. மேற்கண்ட பகுதிகள் அன்றைய அரசு தயாரித்த சுதேச இதழ்களின் வாராந்திர அறிக்கையில் இடம்பெற்றவையாகும்.

~ ~

III
அரவிந்தரின் *வந்தே மாதரம்*

(i) THE WARNING FROM MADRAS

The outbreak at Tinnevelly is significant as a warning both to the authorities and to the leaders of the popular party. For the bureaucracy, if they have eyes to see or ears to hear, it should be an index of the fierceness of the fire which is burning underneath a thin crust of patience and sufferance and may at any moment lead to a general conflagration. Whence does this fire come or what does it signify? It is a suddenly blazing fire of straw, say the bureaucrats, kindled by the hands of mischievous agitators; it means nothing except that the authors of the mischief must be vigourously repressed. Even if this were true, it is at least a subject which might well cause reflection in minds not blinded by selfish infatuation why it is so easily kindled, why it blazes out so fiercely and in so many places far apart from each other. Some years ago, agitators might have spoken themselves hoarse and yet there would have been no such upsurging of the population of a whole city in reckless revolt against established authority. Still more significant is the defiant spirit of the people which neither the imprisonment of the people, nor the shots of the military could quell, but rather lashed into fiercer rage. This is no light fire of straw, but a jet of volcanic fire from the depths, and that has never in the world's history been conquered by repression. Cover it up, trample it down, it may seem to sink for a moment, but that is only because part of the imprisoned flame has escaped; every day of repression gives it a greater volume and prepares a mightier explosion. To the popular leaders it is a warning of the necessity to put their house in order, to provide a settled leading and so much organisation as is possible so that the movement may arrive at a consciousness of ordered strength. At Tuticorin it was the inspiring voices, the cheerful and confident faces, the strong and calm example of their leaders in which the people felt their strength and enabled them also to act with a restrained enthusiasm and a settled courage. The removal of that inspiring, yet quieting force, led inevitably to the resort to violence which has startled the whole country by its devastating fierceness – though at the same time it was mild enough compared with what an European mob would have done at a similar pitch of excitement. Throughout the country the same is burning or beginning to burn and where it has gathered force, it can only be calm and restrained so long as it feels either that it is well led or that it is developing an ordered strength. Any weakness, any failure of a serious kind on the part of the leaders will be the signal for storm before which the 'unrest', so alarming to English politicians, will prove a mere bagatelle. It is only conscious strength, it is only organised courage that can afford to be calm and patient. This is not the time to be inventing creeds and constitutions which a year or two will tear into shreds, but recongnise facts, to put ourselves in touch with the present and make ourselves strong to control the future.

Bande Mataram, 17-3-1908 (Daily); 22-3-1908 (Weekly)

From *Sri Aurobindo,* vol. I

~

(ii) ANTI-SWADESHI IN MADRAS

The *Madras Standard* has undoubtedly hit the right nail on the head when it derives the Tinnevelly disturbances from the establishment of the Swadeshi Steam Navigation Company and the attempt to throw difficulties in the way of its success. The struggle generated an acute feeling on both sides and when commercial war extended itself and people took sides with Indian labour against British capital in the affairs of the Coral Mills, the patience of the English officials gave way and they rushed to the help of their mercantile caste-fellows, misusing the sacred seal of justice and the strong arm of power as instruments to maintain their trade supremacy. This unjust and unwarrantable action has been responsible for the riots and the corpses of dead men lying with their gaping wounds uncared for in Tinnevelly streets – uncared for but not forgotten in the book of Divine reckoning. Nations as well as individuals are subject to the law of karma and in the present political and industrial revolt British rule in India is paying for the commercial rapacity which impelled it to prefer trade returns to justice and kingly duty, and use its political power to turn India from a land of fabulous wealth into a nation of starving millions. The payment has only just begun – for these karmic debts are usually paid with compound interest.

Bande Mataram, 23-3-1908 (Daily), 29-3-1908 (Weekly)

Sri Aurobindo, vol. I

~ ~

IV

திலகரின் *மராட்டா*

THE TINNEVELLI RIOTS

The Tinnevelli riots which occurred on the 13th instant are calculated to prove a landmark in the history of practical politics in the southern presidency. We say so advisedly because while on the one hand the riots could be really traced back to a labour strike which had no political character, still they will be handed down to posterity as associated in memory with the awakening of strong popular discontent which is undoubtedly a phase of practical politics. The governmental authorities also are generally inclined to give every popular movement a political character, as much is forgiven them when they are supposed to act for upholding the prestige of Government; and we may be sure the authorities at Tinnevelli will use or abuse that conventional privilege for all it is worth. The reign of popular violence had its hours; but now that the reign of official violence has commenced it will surely take its months. If the makers of popular history sow one seed the makers of official history are sure to reap a harvest of a hundred-fold to their advantage. It has happened in scores of cases before and it is bound to happen in the present case also. The Police have just commenced to make arrests; when their appetite for handcuffing will be satiated then will begin the grinding of the mills of the courts of justice which have their tastes and humours; then will come the repressive measures which will be still more remote from and still less connected with the original cause. The Anglo-Indian press will have an opportunity of sermonising and holding forth on the supposed moral lessons of the situation to the Government; and the Native press will, as in duty bound, reply and retort. And in the meanwhile, the original cause will be hidden out of sight and forgotten.

The mob mind is a queer puzzle, and it is sometimes very difficult to account for outbursts of popular discontent, at least for the forms it may assume. We were often put in mind of water sprouts at sea or cyclones on land when we heard of popular dis turbances or riots. No one can definitely say how their formation takes place; we only see them when formed, and lost in our admiration for or horror at the form itself we no longer care for the laws of the formation and the play of the invisible undercurrents or forces at work. The doctrine of contributory negligence is a fascinating topic in the law of torts; and in politics too nothing can be more interesting than to dispassionately investigate into avoidable events from the beginning to the point of culmination when the political life of the people suddenly kicks and leaves to the reason only the tangible results of the process which the mind may only imagine.

Madras was supposed to be a sleepy hollow. Not that it was a land of saints; for Madras has its share of crime as much as Bengal, or the Punjab or the Deccan. But the idea had somehow gained ground that Madras was not the land for agitation; not the land for outburs t of popular discontent whatever the faults of the officials may be. At Calcutta in 1905 it was declared that Madras was not in favour of boycott and the statement was perhaps intended to be unders tood to cover a wider field of popular thought and activity than the words themselves meant. The lecturing tour of Babu Bepin Pal was regarded by some as responsible for the change that had recently come upon the public mind in the Province. But in our opinion the mistake lies as much in supposing that Bepin Babu was the real agent of unrest as that before his advent the mind of the Madras public was unsusceptible to the meaning of the things around them. But apart from any of these things we could not reasonably suppose that the Madras Presidency could be free from its local causes of trouble. The labour strike in Tuticorin was really a bubble of purely local and non-political unrest. But an overzealous and suspicious Government always bridges up the distance between political and non-political disturbances, and they also drag in public men along with them in such matters, and whether the latter will it or not they make them play an equivocal part as such public men. If Government are prepared to let things be interpreted in their true light then this seeming equivocation must disappear. Well, in the present case at any rate the strike was not allowed to take its own course as a matter entirely between the employer and the employees, but what is worse is that Mr Chidambram Pillai, who had really worked for bringing about a settlement of the strike, was treated as the real source of mischief on the ground that he was a man with a large following. Now having a large following at one's back is not an offence, and if an offence it is being committed by every man who has it in him to guide and lead the thought in his own circle. Many men had paid the penalty for this offence before, and it was now Mr Pillay's turn. But Mr Pillai had the peculiar indignity of being branded a badmash, as he was called upon to give sureties for keeping the peace. Unfortunately for Mr Pillai, Mr. Pal's release occurred about this time and he had to do what he considered to be his duty by way of guiding his following in expressing their sense of rejoicing at the happy event. Now a meeting in honour of a released patriot need not be considered as anything necessarily likely to break the peace. But Mr Pillai had made himself obnoxious and whatever he may do must be obnoxious also. Mr Pillai did not see what right a magistrate had to prevent a meeting of that character. But Government officials have an ingrained habit of taking any act of disobedience on the part of the people ill. And so, the magistrate though generally known as sympathetic, lost the balance of his mind and decided upon making an example of Mr Pillai. Government officials have only to take it into their head to persecute a man and the rest is all easy. They are armed with law, and the prestige and the actual physical force of the whole Government being behind their back, they have no need to turn back from their evil intent unless they are extraordinarily discriminating and forbearing which Anglo-Indian officials are not. And then the mill of the judicial court began to work. It may be wrong to proceed against Mr Pillai under S. 107 of the Criminal Procedure Code. But the will of the Magistrate is supreme. It is wrong, even when such proceedings have to be taken, to keep a man in actual custody unless an order has been made for taking sureties and the man fails to find these. But when a Magistrate takes it into his head to do so, well he may. How can anyone prevent him from so doing so long as the High Court has not interfered with him? Mr Pillai was a man of substance and he could find sureties and actually offered to find them. But a technicality was put forward as the ground for detaining Mr Pillai in custody and the Magistrate would not release him on bail. Now Mr Pillai had done a good deal for shop-keepers in Tuticorin and Tinnevelli and so naturally they resented the unjust treatment given to him and closed the shops. And the closing of shops has in every country an ominous significance which is not lost even on the dullest man in the street. Even the dullest man anywhere has the habit of coming on the street and airing his discontent and so they came out on the streets in Tinnevelli, the dull as well as the more intelligent among them. And here perhaps began the play of the mob-mind to which we have referred above. The mob perhaps had the idea foremost in their mind that a grievous wrong was done to their townsman Mr Pillai, but they could hardly be regarded as conscious of what they were doing. The cyclone once formed, you cannot be sure what direction it will take; and when a mob is terribly uneasy you cannot say how they will do one thing after another without any apparent logical connection, how the leaders for the moment will arise and shift the scene of reckless action from one place to another. And it was so in this case. Could anyone say what it was the mob was intent upon doing? We think not. To us at any rate there is no logical connection between the injustice done to Mr Pillai, and the burning of the Municipal office, the releasing of a couple of prisoners of whom Mr Pillai was not one, the marching on the school, and the burning of the court records. These were surely not the acts of men intent on sedition. It was neither a sane attempt at overturning a

Government or at the other kind of sedition, viz., a crusade against the white men in the land. In fact, not a single European was injured in the whole affair. But whatever it was, the thing has happened and it is there, a study for politic psychologists. Meanwhile we anxiously wait to see what fate awaits Mr Pillai himself and what complexion Government put on the regrettable affair.

Mahratta, 22-3-1908

~~

V
லிபரல்

'AN OPEN LETTER'

To
L. M. Wynch, Esq., B.A., C.I.E., I.C.S.
Collector and District Magistrate, Tinnevelly

Sir,

It is with feelings of grave disappointment and humiliation that I feel called upon to write this short epistle to you with the hope that you will see the error of your ways and restore peace and confidence in the district committed to your care.

2. You have won golden opinions from the people while you were discharging the duties of Private Secretary at the Government House; your tact and sympathy were much appreciated; you never said an unkind word to those who solicited your suffrages or patronage. But alas all this has changed under the Swadeshi breeze of Tinnevelly; your lot seems to have been cast with evil advisers. If a popular celebration were held in honour of the release of Babu Bipin Chandra Pal, it passes my comprehension as to why you should be a party to the official conspiracy to detain the three popular leaders of the Extremists in Tinnevelly on the day of celebration by instituting criminal proceedings under the security chapter of the Criminal Procedure Code? Have you forgotten the lessons of history that State prosecution of any kind will be looked upon by the people as State

persecution? Are you so shortsighted as not to see that by launching criminal proceedings as you have done, you are enlisting the active sympathy of the nation on behalf of the accused, and enable them to pose as martyrs to the cause of nationalism?

3. Assuming that it was an error of judgment on your part in having instituted the proceedings against Mr V.O. Chidambaram Pillai and two others, it passes one's understanding why you refused to accept sureties when they were offered while the whole object of the prosecution is to get sureties from them. Does not your perverse refusal show your malice to see them in jail by hook or crook? You ought to have known by the exercise of due care and caution that bail in such cases is a matter of right, not a matter of discretion or grace. You have been found deplorably wanting in ordinary prudence by illegally refusing to release them on bail. When the leading citizens of Tinnevelly were nervous about the imposition of the punitive police and requested you to receive them in a deputation to hear their grievances, you foolishly refused to receive the deputation. If you had the tact to see how much you would have allayed the public irritation and soreness of temper, and removed all apprehensions in the people on the subject of punitive police, you would have been the last person to refuse ordinary courtesy to your *fellow-citizens* in the district. Possibly you have regarded them as your Asiatic subjects, not as fellow citizens.

4. How much you have fallen in the public estimation now! You have refused to let them on bail; but the Chief Justice, Sir Arnold White, and Boddam, J., felt bound to order their release. You refused to receive a deputation but the Governor has consented to receive a deputation from the people. I regard it as a direct vote of censure on your conduct. As a public servant your credit and prestige have gone. I strongly advise you to resign your appointment, or ask for transfer or long leave. Your order to shoot has not enhanced your reputation as a humane ruler. Tinnevelly has been the grave of the reputations of many civilians; and you are the last mariner who has been wrecked on the rocky coast of Tinnevelly. To add to the misfortunes, you have apparently sanctioned the prosecution of the most prominent Swadeshi preacher and lawyer and five others under the ill-fated security chapter, and afforded additional stimuli

to the unrest in your district. Though I am inclined to congratulate you on your having converted Tinnevelly into a district of Eastern Bengal, I tremble to consider what disastrous consequences it will have on the policy of Government.

5. It is possible that some public-spirited citizens might arrange for the institution of civil suits for damages against you for having shot or given orders to shoot when there was no legal necessity for the same. You should not be under the delusion that you can seek refuge under section 7 of the Indian Penal Code. Such acts must have been done in *good* faith, i.e., due care and caution. The Act XVII of 1890 (Judicial Officers Protection Act) states no doubt that no suit can be brought against any Judge or Magistrate when acting judicially in a matter within his jurisdiction for any error or mistake in doing or committing an act. But if a Judicial Officer does any act beyond the limit of his authority, causing injury to another he will be liable. English Courts have awarded damages in many cases. An *improper remand or refusal of bail* would not seem to be a judicial act, but would be actionable, at least on proof of malice. If a magistrate grants a warrant without information, upon a supposed charge of a heinous offence, he was held liable. So, where he commits a person for re-examination for an unreasonable time, a Magistrate can be compelled to pay damages if he detains a known person to answer a charge not yet made against him; and he will be equally guilty of an assault and false imprisonment and responsible for damages if he tries to force a party who has appeared to answer a complaint, to agree to an arrangement, by threatening that he will otherwise convict him, and giving him into the custody of the police. I give these instances not only for your benefit but for the benefit of the erring magistrates of your district.

6. No useful purpose could be served by any European Officer parading in the spirit of Homeric heroes in the public streets with a revolver in one hand and a riding whip in the other. A great founder of a religion is said to have founded his religion, with the sword in one hand and the Koran in the other. Pax Britannica cannot be maintained with riding whips and revolvers. A contended and happy British India can be woven with the silken bonds of love and sympathy, never by maxim guns and smokeless powder.

7. Trusting that you will be pleased to indulge in a mental review of your own position and accept my suggestion of resignation or transfer and leave.

I beg to remain,
Sir,
Your candid critic,
'The Duke of Tinnevelly Bridge'

The Liberal, 22-3-1908 (*MNNR* 1908)

~ ~

VI
இந்தியா (லண்டன்)

THE TROUBLES AT TUTICORIN

We have already commented in these columns on the action adopted by Mr Wynch, the Collector, as a sequel to certain political demonstrations at Tuticorin and Tinnevelly, in taking proceedings against Chidambaram Pillay and two others under Section 107 of the Criminal Procedure Code. By that section, on information being given to a magistrate that any person is likely to commit a breach of the peace or disturb the public tranquility, that person may be called upon to show cause why he should not be ordered to execute a bond for keeping the peace for a period not exceeding one year. Subsection 4 of the Section further empowers a magistrate, in his discretion, to detain such person in custody until the completion of an enquiry. It was under the latter provision, presumably, that the Magistrate of Tinnevelly acted in committing Chidambaram Pillay and his companions to prison. The sequel to that action was a serious riot which found an echo in subsequent disturbances in Tuticorin, and the local Government have since passed orders quartering a punitive police on the district.

And now the news has arrived – completely ignored by Reuter at the time – that a full bench of the Madras High Court has decided that the District Magistrate of Tinnevelly had no right to commit

Chidambaram Pillay and two others to prison under the security sections of the Criminal Procedure Code.

So far, so good: but the story of the troubles at Tuticorin is by no means complete. Not only have two out of three persons been re-arrested under the 'sedition' section, which is non-bailable, but proceedings have also been taken against six of the leading lawyers in the district. They are described by the *Indian Patriot* as the most prominent members of the legal profession in Tuticorin; and they have been called upon to show cause collectively why they should not be bound down to keep the peace. It does not strike the executive in India that if men of such a position have committed any offence, it must be capable of proof: and if there be any evidence that they have committed an offence, the law provides ample facilities for charging, trying and convicting them. An indirect method is preferred of attacking the honour and freedom of respectable citizens, without the obligation of justifying such attack by legal proof; and the general impression is created, no doubt with intention, that no citizen, however great is safe against such an attack.

All this is bad enough: but it must be added that the motive which underlies these prosecutions is infinitely worse. The Tinnevelly District, of which Tuticorin is the port, is the stronghold of the Swadeshi movement in Southern India, and ever since the starting of the Swadeshi Steam Navigation Company at Tuticorin, to compete with the British Indian Steam Navigation Company, which had hitherto enjoyed the monopoly of traffic between Tuticorin and Colombo, there has been trouble of some sort or other between the people on the one side and the representatives of European commerce and the authorities on the other. In this fact is to be found the answer to the *Pioneer*'s question of the other day, as to how 'this isolated corner of the country, in the extreme south of the moderate and rational Madras Presidency, has become a nursery for the rank political growths of Poona and Bengal.' Barisal is being repeated at Tuticorin, just as Rawalpindi has been repeated at Tinnevelly. The sequence of events which support this allegation have been succinctly stated by a correspondent of a Madras contemporary. We reproduce them in his own words:

> 'The fact of the existence of rivalry between the Swadeshi Steam Navigation Co. and B.I.S.N. Co. is

admitted. That the prosperity of the Swadeshi Steam Navigation Co. has materially affected the commercial interest of the B.I.S.N. Co. cannot be denied. Hence the B.I.S.N. Co. has a grievance against the S.S.N.Co. Mr V. O. Chidambaram Pillai is the life and soul of the Swadeshi Steam Navigation Co. He is given to Swadeshi preaching, and he is very popular and wields considerable influence over the working classes. At the present juncture, to strike a blow at him virtually means a deathblow to the Swadeshi Steam Navigation Co. The operatives of the Coral Mills Co., struck work because they wanted greater nourishment and more concessions. No compromise could be effected without some detriment to the financial interest of the Coral Mills Co. Reconciliation with the strikers was possible only through the instrumentality of Mr Chidambaram, who secured substantial concessions on behalf of the strikers on the 7th instant. A meeting in celebration of Mr Bipin Chandra Pal's release was arranged to take place at Tuticorin on January 9 as elsewhere, and on January 8 Mr Chidambaram was directed to appear before the District Magistrate at Tinnevelly to show cause why he should not be bound over to keep the peace under sec. 108 of the Code of Criminal Procedure. The case was adjourned to January 9, and again to the 10th and 11th.[1] When on the 11th he appeared before the District Magistrate to answer the charge under section 108, he was remanded to custody under section 107 Criminal Procedure Code. Bail was refused, notwithstanding that 107 is only a bailable section. Rioting with all its horrors followed, and the shooting of innocent persons under the orders of the District Magistrate. Soon after, sanction was obtained from the Government to prosecute Mr Chidambaram under sections 123A and 153A of the I.P. Code, and in spite of the order of release on bail under the orders of the High Court he was again remanded to custody. In the

---

1. ஜனவரி அல்ல, மார்ச் என்று இருக்க வேண்டும்.

meanwhile, the local agent of the B.I.S.N.Co. carefully discharged his self-imposed duty of reminding the District Magistrate of the default of the S.S.N.Co. in the matter of publishing the half-yearly balance-sheet of the Company. The Sub-Collector, Mr Ashe, thereupon went to the S.S.N.Co.'s office after the close of the business for the day, along with the civil surgeon, probably as a witness, and demanded of some of the Company's servants present to show the shareholders' list, offering 1 rupee out of his own pocket. But on being told that the request could not be complied with out of office hours and in the absence of the responsible officers, Mr Ashe retraced his steps. The steamer *Gallia*, the principal vessel of the Swadeshi Company was next prevented from being put to sea on the plea that the complement of officers was incomplete. Finally, among the persons now under arrest are those who are concerned with some kind of Swadeshi undertaking, shareholders in the S.S.N.Co., pleaders, and schoolmasters.'

We think it will be admitted that the story is not a pretty one. Once again Mr Morley's 'splendid machine' has showed itself to be a dismal failure. Lord Minto, in his speech on the occasion of the Indian Budget 'Debate' on March 27, declared that while he was far from saying there was no political unrest, he believed that there would be found much more genuine unrest, or rather much more justifiable unrest, in respect to economic difficulties than in the region of so-called politics. And he continued:

> That unrest will be associated with the development of Indian home industries for though India is, in the first place, an agricultural country, it is in industrial development that the increasing educated community must look for employment. India will require to cherish her young industries. It is on economic, and I would add on social questions, that the future of India so largely rests, questions full of difficulty and both largely dependent for their solution on the people of India themselves.

These platitudes are unimpeachably correct: but if Government officials are to pursue such tactics as those which have brought first Eastern Bengal and now Southern India into unlovely prominence, Lord Minto must not be surprised if the people of India take his concluding words in their most literal sense. It has been made very evident that where Anglo-Indian and Indian commercial enterprise come in conflict, the bureaucrat's boasted impartiality cuts a very poor figure. And if the bureaucrat ceases to be impartial, what business has he to be in India at all?

India, 24-4-1908

VII

மாடர்ன் ரிவ்யூ

The Tinnevelly and Tuticorin Riots

We have not the least sympathy with mob violence. We deplore the Tinnevelly and Tuticorin riots. Government may be depended upon to repress and suppress all violence. But repression is no remedy. Should there not be some enquiry to ascertain what it was that led the mild Hindu to resort to acts of violence? Usually, it requires much goading to drive him to fury.

The Modern Review, April 1908

VIII

லண்டன் டைம்ஸ்

(i) Fatal Riot in India

Madras, March 15. News has been received here that a riot occurred at Tinnevelli on Friday last. The mob burned the municipal office, attacked the post office, looted the bazaars, raided the police station, and burned the records preserved there. The district magistrate ordered the police to fire upon the rioters, and four persons were killed.

The Times, 16-3-1908

~

(ii) The Rioting in Southern India

In a telegram, published on March 16, it was stated that a serious riot had broken out at Tinnevelli, that the rioters were fired on, and that four persons were killed. It appears that for some time an active boycott and 'swaraj' agitation has been carried on in both Tinnevelli and Tuticorin, and that this agitation was largely responsible for a strike of mill hands at Tuticorin. Arrangements were made by the agitators to hold a mass meeting and unfurl a 'swaraj' flag to celebrate the release of Babu Bepin Chundra Pal, the Calcutta extremist. After due inquiry, Mr Wynch, the district collector and magistrate, prohibited the meeting, and bound over the leaders of the agitation to keep the peace. They promptly organized meetings at Tinnevelli, and as serious disturbances were threatened, they were proceeded against and remanded in custody. An appeal to the Sessions Judge was filed, and on the day preceding that fixed for the hearing, crowds gathered in the streets early in the morning, the local demonstrators being reinforced by men from Tuticorin. On the ground that their leader was in prison, the tradespeople were forced to close their shops. The crowd visited in turn the Hindu College and the C.M.S. College, and insisted on the students being set free to join them. For endeavouring to resist this demand the school authorities were subjected to personal violence, and the college windows and furniture were smashed. The municipal offices were then entered, tins of kerosine oil were poured over the records and furniture, and the buildings were set on fire and destroyed. After the local market had been looted and the municipal oil reservoir had been set on fire, a rush was made for the police station. The solitary sentry duty was overpowered, the place was ransacked, the records were burned, and three prisoners in the lock-up were released. When Mr Wynch and Mr Sweeting, the district superintendent of police, arrived with a force of police, they were greeted with showers of stones. The crowd refused to disperse, and Mr Wynch was forced to give the order to fire, with the result that four persons were killed. Tranquillity was not fully established, however, until the arrival of a detachment of 100 soldiers under an English officer from Trichinopoli. Riotous scenes also took place at Tuticorin, where the European residents, some 30 in number, had to take refuge in the local branch of the Madras Bank pending the arrival of a detachment of the 75th Carnatic Infantry. The Madras Government has notified the imposition of a special punitive police force on the towns of Tuticorin and Tinnevelli for a period of six months.

The Times, 6–4–1908

~~

IX

ஞானசித்தி

திருநெல்வேலிக் கலகம்

தூத்துக்குடியிலே வெள்ளைக்காரரால் நடத்தப்படும் பஞ்சுச்சாலைகளில் வேலைக்காரர் அதிக கூலி தரவேண்டுமென்று கேட்டு வேலைக்குப் போகாமல் நின்றுவிட்டதும் வக்கீல் ம–ா–ா–ஸ்ரீ. சிதம்பரப் பிள்ளையவர்கள் அவ்வேலைக்காரருக்கு உதவிசெய்ததும் அது விஷயமாய் வெள்ளைக்காரருக்கும் இராசாங்க உத்தியோகத்தருக்கும் முறுமுறுப்புண்டானதும் முன் நடந்த காரியங்கள்.

மார்ச்சு மீ ௯ உ விபின் சந்திர பால் விடுதலை பெற்றபொழுது இந்தியா முழுவதும் சந்தோஷங் கொண்டாடியது போலத் தூத்துக்குடியிலும் அன்னதானஞ் செய்தும் ஊர்வலம் வந்தும் கொண்டாடினார்கள். இராசாங்க அதிகாரிகள் அதைத் தடுத்து வக்கீல் சிதம்பரப் பிள்ளையையும் வேறிருவரையும் பிடித்து மறியற்படுத்தினார்கள். அவர்களைப் பிணையில் விடும்படி கேட்டபொழுது டிஸ்திரிக் கோட் நீதிபதி விடமாட்டோமென மறுத்துவிட்டனர். அதனால் தூத்துக்குடி பெரும் அமளிப்பட்டு வேலைச்சாலைகளுக்குக்கூடச் சனங்கள் போகாமல் இதைப் பற்றி ஆத்திரங்கொள்பவராயினர்.

சிதம்பரப் பிள்ளை முதலானவர்களைத் திருநெல்வேலி மறியல் வீட்டில் அடைத்திருந்தமையாலும் டிஸ்திரிக் கோர்ட்டு அங்கிருப்பதனாலும் தூத்துக்குடியிலிருந்தும் பெருந்தொகையான சனங்கள் திருநெல்வேலிக்குப் புறப்பட்டுப் போயிருந்தனர். பிடிக்கப்பட்டவர்களைப் பிணையில் விடும்படி

மன்றாடியும் விடமாட்டோமென்று பிடிவாதஞ் செய்ததை முன்னிட்டுத் தூத்துக்குடியிலிருந்து வந்திருந்த சனங்களும் திருநெல்வேலிச் சனங்களும் ஆத்திரப்பட்டுப் பலவிதமான கலகங்களை உண்டாக்கிவிட்டார்கள். இந்தக் கலகம் கருவ வெள்ளிக்கிழமை நடந்தது. பல ஆயிரக்கணக்கான சனங்கள் ஆத்திரங்கொண்டெழும்பினார்கள். ஐரோப்பியருக்குக் கண்டகண்ட விடமெல்லாம் கல்லெறியத் தலைப்பட்டார்கள். முனிசிபல் ஆபீசுக்கு நெருப்புவைத்து எரித்துவிட்டார்கள். தபாலாபீசுக்கும் தீக்கொளூவினார்கள். கடைகள் சந்தை களைக் கொள்ளையடித்தார்கள். முனிசிபல் சங்கத்தின் மண்ணெண்ணெய்த் தொட்டிக்கு நெருப்பிட்டார்கள். பொலிசு ஸ்றேஷனிலிருந்த எழுத்துச் சாசனங்களைச் சுட்டெரித்தார்கள். மறியல் வீட்டிலிருந்த மூவரையும் வெளியிற் கொண்டுவந்துவிட்டார்கள். கோர்ட்டு நடத்திக்கொண்டிருந்த முனிசீப்பைத் துரத்திவிட்டு அங்கிருந்த எழுத்துச் சாசனங்களை நெருப்பிட்டெரித்தார்கள். முனிசிபல் விளக்குகளை உடைத்தார்கள்.

கலகக்காரருக்கு அரசினர் வெடிவைத்ததில் நாலு பேர் இறந்துபோயினர். திருச்சினாப்பள்ளியிலிருந்து ஒரு பட்டாளம் ஐரோப்பிய உத்தியோகஸ்தரோடு சனிக்கிழமை காலையில் வந்துசேர்ந்தது. தூத்துக்குடியிலும் வெள்ளிக்கிழமை கலகம் நடக்கலாயிற்று. சிப்பாய்கள் அங்கும் காவல்செய்ய அனுப்பப்பட்டார்கள்.

பின்பு கலகக்காரரில் அநேகரை அரசினர் பிடித்து மறியற்படுத்தினார்கள். விளக்க முடிவுபரியந்தம் பிணையில் விடும்படி சென்னை ஹைக்கோர்ட்டார் உத்தரவு செய்தபடியால் சிதம்பரப் பிள்ளையவர்களையும் மற்றவர்களையும் இப்பொழுது பிணையில் விட்டிருக்கிறார்கள்.

இந்தியா முழுவதிலும் விபினசந்திரபால் விடுதலையானதைப் பற்றிக் கொண்டாடியும் மற்றோரிடத்தும் கலகமுண்டாக வில்லை. தூத்துக்குடியிலே இராசாங்க உத்தியோகஸ்தர் அது விஷயத்தில் தலையிட்டுச் செய்த வேலைகளிலிருந்தே சனங்கள் ஆத்திரங்கொண்டெழும்பக் காரணமாயிருந்திருக்க வேண்டுமென்று எண்ணத்தக்கதாயிருக்கிறது. ஆயினும் சனங்கள் யோசனையின்றி அவசரப்பட்டுக் கலகஞ்செய்தது விசனிக்கத்தக்கதே.

ஞானசித்தி, மாதமிருமுறை இதழ், 1(4), 27–3–1908
யாழ்ப்பாணம் (ஆசிரியர்: சி. தாமோதரம் பிள்ளை)

~~

X
தி மெட்ராஸ் கிறிஸ்டியன் காலேஜ் மேகசீன்

Notes of the Month

The course of the last month has been darkened by the outbreak of serious disorder in the extreme south of India. It had been our proud boast before, that during the time of unrest this Presidency had been so free from anything in the nature of rioting: Profound sorrow and a measure of humiliation must have affected our readers at the news of the recent outbreak in Tinnevelly. The lawlessness which characterized the event, the wanton destruction of property and the menace to personal safety, are inexcusable. Any government worthy of the name is bound to repress such disturbances with a firm hand. The first essential of good government is public peace and security.

~

It must not be supposed that Tinnevelly as a whole is given over to disorder. There is evidently a large and influential body of citizens who are completely out of sympathy with the rioters, and anxious to dissociate themselves from all complicity with their proceedings. Certainly, it seems hard that upright and law-abiding citizens should be penalised for misconduct which may be laid to the credit of the riff-raff and black sheep who are to be found in almost every community. It is small wonder, then, if some of the peaceful and orderly should present to H. E. the Governor a petition deprecating the infliction on the community at large of any penalty such as the maintenance of punitive police. Their reluctance to be penalised is natural; their disavowal of the disorderly element has our sympathy. But the question suggests a few reflexions on political affairs which should not be lost sight of by those who love their country. The more prosperous and enlightened sections of Indian society are becoming more and more conscious of unity, more and more alive with political aspirations. It is well that they should not miss the light which the Tinnevelly riots throw on the significance of citizenship.

~

Corporate life carries with it this penalty (as it might seem), that the whole body must bear the infirmities of the weaker brethren; where moral weakness is in question, the whole body must suffer for the sins of the offenders. This is one of the lessons that school life has to teach us. Every schoolboy knows how one or two rowdies may bring discredit and punishment on a whole class. A football team may lose the match through a penalty inflicted for the foul play of a single member. The same principle holds good of our larger associations; cities and nations suffer for the sins of their worst citizens. Nowhere is this seen more clearly than in the life of the Church. It is a commonplace that the greatest hindrance to the work of the Church is the inconsistent life of professing Christians. Probably all our readers have known cases of men who would not listen to a word on the subject of religion, because certain individuals who claimed to be religious were conspicuous hypocrites. In the same way, upright and virtuous citizens have to bear the reproach of offences committed by the lawless and disreputable. But though we may see the necessity of discipline, and recognise that resentment is so far futile, it is only human nature for a man to rebel and chafe against penalties brought on him not by his own folly or crime but by his fellows. Hence arise, as in the present case, disclaimers of complicity in the iniquities of those with whom we have no desire to be associated, and for whose escapades we refuse to be responsible.

~

But this is by no means the whole of the question; nor should our attitude under the necessary discipline be simply one of impatient acquiescence. Think again of the examples referred to. In a team you know you must all stand or fall by the conduct of the individual player; you form the association on that understanding; and *esprit de corps* comes in to reinforce the conscience, and chasten the conduct, of every member. But can anyone say we undertake the same voluntary responsibility for the conduct of a city mob? There is no case that will help our appreciation of this problem more than that of the Christian Church. It is surely hard that the saints should be condemned for the offences of the hypocrites. But do the saints themselves complain? Indignant disclaimers may be heard from mediocre Christians, in whom much of the 'old Adam' lingers; but protests of conscious rectitude, dissociating the speaker from all connexion with the offender, do not commonly come from those who have most of the spirit of Jesus Christ. The true saint is far from condemning the sins of the black sheep; but he cannot forget that even these are members of the flock, and it is as 'the sins of my people' that he bears their iniquity. Is it not so that Christ Himself bears all our sins? We are repellent and unlovely enough; but for the love that He has towards us. He has taken our humanity upon Him, and bears all the reproach of all our sins, even to the blasphemies which our hypocrisy brings upon His name. This is the meaning of the Incarnation, and of our Lord's fellowship with His Church through the ages, And those who have in them the Spirit of Jesus, enter into 'the fellowship of His sufferings,' to fill up what 'is lacking of the afflictions of Christ,' so that the sins of their fellow-Christians afflict them with sorrow and shame indeed, but not with anger against the sinners. If we care for the body, if we love our fellow-members, we can never rage against them even in their sins. Not that we ought to be indifferent; but it is our part, sharing the work of the Master, to uplift and to redeem; and to do that, we must love the offenders.

~

That is just the test – whether we love the defaulters or not. Perhaps the reader has thought that the various examples grouped together are not on all-fours. In a team, you can choose your associates; it is a voluntary union. In a city or nation, you cannot; you have to put up with those who are united to you by the accident of birth. This is only partly true. We can take the accidental, involuntary association and ratify it by our conscious choice. The resentment of imperfect Christians under the reproaches the Church must bear are due just to this, that they have not consciously realised that in joining themselves to the Body of Christ they pledge themselves to bear, with Him, the sins of His people. The same thing is true in our political life. We are only united as slaves or hirelings may happen to be united in a common employment, we do not reach the level of true citizenship, of patriotism, until the glow of love makes us feel that we are indeed members of a living body. Then the sins of the black sheep do not fill us with resentment, but with sorrow and shame, and the passionate longing for their redemption. True patriotism does not consist in ignoring the distinction between right and wrong, in trying to justify outrage and crime, or to treat it as trivial. The true patriot is rather he who realises his responsibility even for the deeds he reprobates; who loyally bears his share of the reproach and punishment; and who above all strives to develop that corporate conscience, that public opinion, which will restrain even the riff-raff from outrage and disorder. This is what citizenship should mean. The affairs of Tinnevelly remind us how great is India's need of patriotism to-day. It is not empty talk that will make India great, but the patient enlightening and uplifting of the ignorant and degraded in the spirit of brotherly love.

~

In delivering the Convocation Address, the Hon. C. Sankara Nair took occasion to refer to the unrest. His words are worthy of the attention not only of the new graduates to whom they were directly spoken, but also of the wider public throughout South India whom they will reach through the medium of the press. We are glad to find that the speaker is hopeful that the present ferment will result in good. Certainly, if men will lay to heart the things he says, and act in a manner worthy of the great traditions they inherit, the future is full of hope. But he rightly reminds us all that it is not by talking, it is not even by thinking lofty thoughts, that our salvation can be won, but by action. Education has brought with it higher aspirations for social progress, for social unity, and at the same time weakened those forces in Indian life which make for conservatism and stagnation. Failure to translate these aspirations into practical conduct must inevitably lead to moral paralysis and decline. 'The end of argument is conviction, and conviction is of no moment, nay, it is a source of moral danger unless it is followed by action. They are the most formidable enemies of progress who will concede the soundness of your argument and even support you on platforms, but will decline to act with you on the pretext that in the present state of society action is impossible, or that they are waiting for the better education of the masses.'

The Madras Christian College Magazine, April 1908

பிற்சேர்க்கை 7

வ.உ.சி.யின் மனைவி மீனாட்சி அம்மாள் கடிதங்கள்

(i)
குருநாதய்யருக்கு

உ
சிவமயம்

கண்ணனூர்
4-10-[19]12

அன்பும் கனமும் நிறைந்த அத்தான் அவர்களே,

நமஸ்காரம். இவ்விடத்தில் தங்கள் சகோதரர் அவர்களும், தங்கள் மக்களும், தங்கள் சிறிய மைத்துனரும் நானும் க்ஷேமமாக இருக்கிறோம். நாங்கள் தங்கள் சகோதரர் அவர்கள் வரவை எதிர்பார்த்துச் சென்ற டிசம்பர் மீ 10-ம் உ முதல் இங்கு வசித்துக்கொண்டிருக்கிறோம். சென்ற ஆகஸ்டு மீ 15-ம் உ அவர்களை தரிசித்தோம். அவர்கள் தமிழிலும் ஆங்கிலத்திலும் சில பெரிய நூல்கள் செய்திருக்கின்றார்கள். அவர்களுடைய சரீரமும் நல்ல நிலைமையில் இருக்கின்றது. அவர்கள் வருகிற டிசம்பர் மீ 22-ம் உக்குள் வீட்டிற்கு வந்துசேர்வதாக உத்தரவு செய்தார்கள். நமது இளங்கோக்கள் தமிழும் ஆங்கிலமும் மலையாளமும் கற்றுவருகிறார்கள். நாம் நல்ல பெயர் பெறும்படியானவிதத்தில் அவர்கள் தமது அறிவையும் ஒழுக்கத்தையும் பலத்தையும் மிக மிக ஊக்கத்துடன் வளர்த்துவருகிறார்கள். நமது சிவா அவர்களுக்கு நான் சென்ற மாதத்தில் ஒரு கடிதம் எழுதியிருந்தேன். அவர்கள் சௌக்கியமாக இருப்பதாகவும், வருகிற நவம்பர் மீ 2-ம் உ வீட்டிற்கு வந்துசேர்வதாகவும், தாங்கள் திருச்சியில் வசித்துவருவதாகவும் எனக்குப் பதில் எழுதியுள்ளார்கள்.

தங்கள் சகோதரர் அவர்கள் தங்களைப் பிரிந்து இல்லின் கண் வாழ்தலினும் தற்காலத் தவநிலையில் நிற்றலே மேலென்று கருதுகின்றார்கள். தங்களைப் பிரிந்த நாள் முதல் தங்கள் மக்களும் தங்கள் மைத்துனரும் எனது சகோதரியும் நானும் மழையைப் பிரிந்த பயிர் போல வாடியிருக்கின்றோம். இன்னா தினனில்லூர் வாழ்தல தனினுமின்னா தினியார்ப் பிரிவு அன்றோ. தங்களுடைய சரீர சௌக்கியத்தையும், தாங்கள் வீடு வந்துசேரக்கூடிய காலத்தையும், தாங்கள் வரும்வரை நாங்கள் செய்யவேண்டிய காரியத்தையும் தெரியத் தங்கள் சகோதரர் அவர்களும் நாங்களும் மிகமிக ஆவலுள்ளவர்களாயிருக்கிறோம். ஆதலால் தாங்கள் கிருபை கூர்ந்து இது பார்த்தவுடன் அவற்றை எனக்குத் தெரிவிப்பதுடன் தாங்கள் எவ்விதக் கவலையுமின்றித் தங்கள் அறிவையும் மனத்தையும் உடம்பையும் வளர்த்துக்கொண்டுவர வேண்டுமென்றும் தங்களைப் பிரார்த்திக்கிறேன்.

கடவுள் துணை.

நமஸ்காரம்.
தங்கள் தாழ்மையுள்ள,

(ii)
குருநாதய்யர் மனைவி மீனாட்சிக்கு

உ
சிவமயம்

கண்ணனூர்
6–11–[19]12

பிரம்மஸ்ரீ குருநாத அய்யர் ஸ்திரீ மீனாட்சியம்மாள்.

அன்புள்ள சகோதரி அவர்களே,

இவ்விடத்தில் எனது பர்த்தா அவர்களும், நமது பிள்ளைகளும், எனது சின்னத் தமையனார் அவர்களும், நானும் க்ஷேமமாயிருக்கிறோம். அவ்விடத்தில் தாங்களும் நமது பெற்றோர்களும் நமது சகோதரர்களும் நமது பந்துமித்திரர்களும் க்ஷேமமாயிருக்கிற செய்திக்குப் பதில் எழுதும்படி கேட்டுக்கொள்ளுகிறேன். ஸ்ரீ சுப்பிரமணிய சிவா அவர்கள் சேலம் ஜயிலில் இருந்து நிகழும் அக்டோபர் மீ 2–ம் உ விடுதலை அடைந்து வெளிவந்துவிட்டார்கள். எனது பர்த்தா அவர்கள் வருகிற டிசம்பர் மீ 22–ம் உக்குள் விடுதலை அடைந்து வீடு வந்துசேருவார்கள். சென்ற மாதத்தில் திருச்சியிலிருக்கும் தங்கள் பர்த்தா அவர்களுடைய க்ஷேமத்தையும், அவர்களது

விடுதலைக் காலத்தையும் தெரிவிக்கும்படி நான் அவர்களுக்குக் கடிதம் எழுதியிருந்தேன். அதற்குப் பதில் அவர்கள் சென்ற மாதம் 22–ம் ௳ எழுதியிருக்கிறார்கள். அதில் அவர்கள் பூரண சௌக்கியமாயிருக்கிறதாகவும், அவர்கள் இனிவரும் ஆனி மாதத்தில் விடுதலை அடைவார்கள் என்றும், இவ்விரண்டு விவரங்களையும் தங்களுக்குத் தெரிவிக்கும்படி எழுதியிருக்கிறார்கள். சென்ற காரியங்களைப் பற்றி நாம் கவலை அடைவதில் யாதொரு பயனும் இல்லை என்பதும், நமது பர்த்தாக்கள் க்ஷேமமாக விரைவில் நம்மிடம் வந்துசேர வேண்டுமென்று நாம் கடவுளைப் பிரார்த்தித்துக்கொண்டிருப்பதுதான் நமது கடமையென்பதும் தங்களுக்குத் தெரிந்தவையே. தங்களுடைய சரீர சௌக்கியத்தையும் நமது தம்பி இப்பொழுது எவ்விடத்தில் என்ன செய்துகொண்டிருக்கிறார் என்பதையும், தாங்கள் யாதொரு குறையுமில்லாது நடத்தப்பட்டுவருகிறீர்கள் என்பதையும் எனக்குத் தெரிவிக்கும்படி கேட்டுக்கொள்ளுகிறேன். எனது பர்த்தா அவர்கள் வந்துசேர்ந்த பின் நாங்கள் எல்லோரும் திருச்சிக்குப் போய்ப் தங்கள் பர்த்தா அவர்களை நேரில் கண்டு அவர்களுடைய க்ஷேமம் முதலியவற்றையெல்லாம் தெரிந்துகொண்டுதான் தூற்றுக்குடிக்கு வருவோம். தங்களைப் பற்றியாவது மற்றைய அவ்விடத்திய காரியங்களைப் பற்றியாவது நாங்கள் தங்கள் பர்த்தா அவர்களிடம் சொல்ல வேண்டிய சமாசாரங்கள் இருந்தால் அவற்றையும் எனக்கு எழுதுங்கள். தங்கள் பர்த்தா அவர்களைத் தாங்கள் பார்ப்பதில் தங்கள் பர்த்தா அவர்களுக்கும் தங்கள் பெற்றோர்களுக்கும் ஆக்ஷேபம் இருக்க மாட்டாதென்றால் தாங்கள் தக்க துணையுடன் நாங்கள் திருச்சிக்குப் போய்ச் சேருங்காலத்தில் அங்கு வந்துசேரலாம். நாங்கள் திருச்சிக்குப் போய்ச் சேரக்கூடிய காலத்தைத் தங்கள் பதில் பார்த்து எனது பர்த்தா அவர்கள் வந்துசேர்ந்த பின் தங்களுக்குத் தெரிவிப்பேன்.

கடவுள் துணை.

தங்கள் அன்புள்ள,

படங்கள்

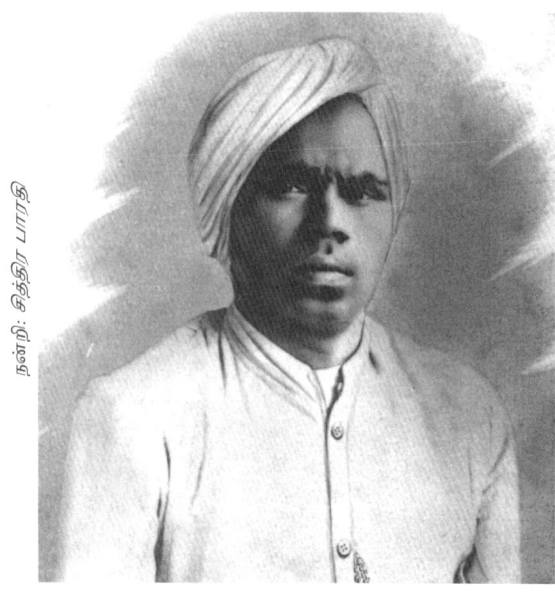

நன்றி: சித்திர பாரதி

சுப்பிரமணிய சிவா

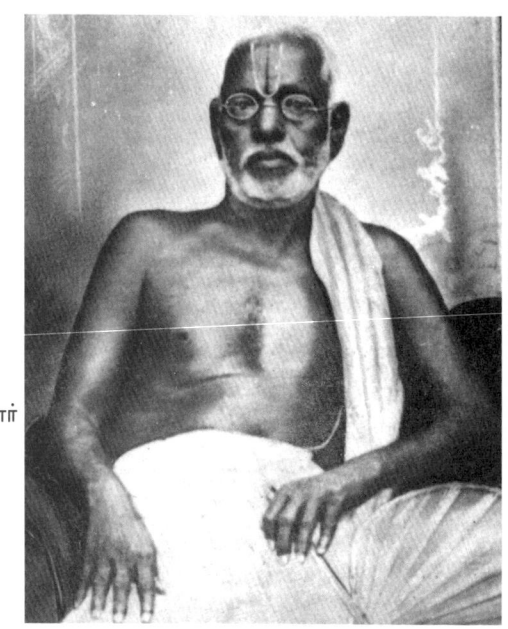

நன்றி: சித்திர பாரதி

எஸ். பத்மநாப ஐயங்கார்

ஆளுநர் ஆர்தர் லாலி

நன்றி: நெல்லை நகராட்சி 100 விழா மலர்

கே.ஆர். குருசாமி ஐயர்

நன்றி: மதுரா கோட்ஸ் ஆவணக்காப்பகம்

இருபதாம் நூற்றாண்டின் தொடக்கத்தில்
தூத்துக்குடியில் ஐரோப்பியர்

திருநெல்வேலி எழுச்சியும் வ.உ.சி.யும் 1908 237

நன்றி: நெல்லை நகராட்சி 100 விழா மலர்

சாது கணபதி பந்துலு

நன்றி: Tuticorin Municipality: A Peep into the Past

சி.வ. நல்லபெருமாள் பிள்ளை

நன்றி: ஸி.எஸ். சுப்பிரமணியம்

கிருஷ்ணசாமி சர்மா

நன்றி: நெல்லை நகராட்சி 100 விழா மலர்

பி.எம். கைலாசம் பிள்ளை

நடுவில் அமர்ந்திருப்பவர் ஆஷ்; அவருக்கு இடப்பக்கத்தில் இருப்பவர் என்.ஏ.வி. சோமசுந்தரம் பிள்ளை

நன்றி: இராபர்ட் ஆஷ்

திருநெல்வேலி எழுச்சியும் வ.உ.சி.யும் 1908

சுருக்க விளக்கம்

CID	Criminal Investigation Department
DTTD	Disturbances in the Tinnevelly and Tuticorin Districts in Home Political A, Proceedings Nos 79–87, Government of India
GoM	Government of Madras
GoI	Government of India
HFM	History of Freedom Movement volumes, TNA
MAR	Administration Report of the Madras Presidency
MNNR	Madras Native Newspaper Reports
MPAI	Madras Police Abstracts of Intelligence
NAI	National Archives of India, New Delhi
NMML	Nehru Memorial Museum & Library, New Delhi
NTR	Note on Tinnevelly Riot prepared by CID, GoM in G.O. no. 1542 Judicial (Confidential), 3–10–1911
PFD	Proceedings of the Finance Department, Government of Madras
PJD	Proceedings of the Judicial Department, Government of Madras
PMLD	Proceedings of the Municipal & Local Department, Government of Madras
TNA	Tamil Nadu Archives, Chennai
T&TD	The Tinnevelly and Tuticorin Deputation

சான்றுப் பட்டியல்

ஆவணங்கள்

தமிழ்நாடு ஆவணக் காப்பகம், சென்னை

Proceedings of the Finance Department, Government of Madras

G.O.no. 156, Financial, 31–3–1908.

G.O.no. 218, Financial, 19–5–1908.

Proceedings of the Judicial Department, Government of Madras

G.O.no. 440, Judicial, 17–3–1908.

G.O.no. 470 Judicial (Confidential), 23–3–1908.

G.O.no. 486 Judicial, dt. 25–3–1908.

G.O.no. 532 Judicial (Confidential), 3–4–1908.

G.O.no. 569 Judicial, 11–4–1908.

G.O.no. 592 Judicial (Confidential), 23–4–1908.

G.O.no. 595 Judicial (Confidential), 23–4–1908.

G.O.no. 609 Judicial (Confidential), 27–4–1908.

Confidential no. 94, Judicial Disposal, 13–5–1908.

G.O.no. 899 Judicial, 30–6–1908.

G.O.no. 917 Judicial, 3–7–1908.

Confidential Judicial Disposal No. 133B, 9–7–1908.

G.O.no. 977 Judicial, 21–7–1908.

G.O.no. 1029 Judicial, 28–7–1908.

G.O.no. 1092 Judicial (Confidential), 10-8-1908.
G.O.no. 1190 Judicial (Confidential), 27-8-1908.
G.O.no. 1263 Judicial, 12-9-1908.
G.O.no. 1267 Judicial, 14-9-1908.
G.O.nos. 67-68 Judicial, 19-1-1909.
G.O.no. 103 Judicial (Confidential), 25-1-1909.
G.O.nos. 231-32 Judicial (Confidential), 16-2-1909.
G.O.no. 550 Judicial, 29-4-1909.
G.O.no. 853 Judicial, 28-6-1909.
Judicial Despatch No. 1, Confidential no. 137, 7-7-1909.
G.O. no. 964 Judicial, 20-7-1909.

G.O. no. 751 Judicial, 21-5-1910.

G.O.no. 89 Judicial, 19-1-1911.
G.O.no. 1480 Judicial (Confidential), 19-9-1911.
G.O.no. 1542 Judicial (Confidential), 3-10-1911.
G.O.no. 1605 Judicial (Confidential), 17-10-1911.
G.O.no. 1252 Judicial, 7-8-1911.
G.O.no. 1278 Judicial (Confidential), 12-8-1912.
G.O.no. 1823 Judicial, 7-11-1912.

Proceedings of the Municipal & Local Department, Government of Madras

G.O.no. 1347M Local & Municipal, 8-8-1908.
G.O.no. 1365M Local & Municipal, 13-8-1908.
G.O.no. 1786M Local & Municipal, 30-10-1908.
G.O.no. 2040M Local & Municipal, 4-12-1908.

Administration Report of the Madras Presidency, 1906-08.
Bundle no 43, Sedition in Tinnevelly, 1908, Miscellaneous Papers.
CID Reports, 1907-09.
History of Freedom Movement (HFM) volumes.
Madras Native Newspaper Reports (MNNR), 1906-08.

Madras Police Abstracts of Intelligence, 1908–1912.

The Tenth Tour of H. E. the Hon. Sir Arthur Lawley (Madras: Government Press, 1909).

The Tinnevelly and Tuticorin Deputation.

Tinnevelly Riots Conspiracy and Ashe Murder, TNA.

இந்தியத் தேசிய ஆவணக் காப்பகம், புது தில்லி

Home Department Political A, Nos. 79–87, April 1908.

Home Department, Political B, Nos. 1–8, October 1908.

Home Department, Political B, Nos. 108–114, June 1909.

Home Police 1909, Part B, No. 54, June 1909.

Proceedings of Home Political Department, Govt of India, 1907–1912.

Rowlatt, 1918, Sedition [Rowlatt] Committee Report.

பிரிட்டிஷ் நூலகம், லண்டன்

IOL / L / J & P / 993 / 1908.

இதழ்கள்

இந்தியா, 1908–09.
ஒரு பைசாத் தமிழன், 1908.
சுதேசமித்திரன், 1908.
ஞானசித்தி, 1908.
The Hindu, 1908–09.
India (London), 1908.
The Madras Christian College Magazine, 1908.
The Mahratta, 1908.
The Modern Review, 1908.
The Times (London), 1908.
The Times of India, 1908–09.

கையெழுத்துப்படிகள்

Papers of the Madras Mahajana Sabha (Nehru Memorial Musuem & Library)

C. Vijayaraghavachari Papers (Nehru Memorial Musuem & Library)

Ashe Papers (With his grandson Robert Ashe, Ireland)

Tuticorin Chamber of Commerce, Minutes Book, vol. 1, (Nov. 1906–April 1913), (Tuticorin Chamber of Commerce, Minutes Book)

நூல்கள், கட்டுரைகள்

அப்புஸ்வாமி, பெ. நா., 'காலம் தாழ்த்திப் புகழ்பெற்ற அறிஞர்,' *சுடர் வ.உ.சி. மலர்* (தில்லி: தில்லி தமிழ்ச் சங்கம், 1961).

அலாய்சியஸ், ஞான. (ப–ர்), *அயோத்திதாசர் சிந்தனைகள்*, தொகுதி 1 (பாளையங்கோட்டை: நாட்டார் வழக்காற்றியல் ஆய்வு மையம், 1999)

சிவசுப்பிரமணியன், ஆ., *வ.உ.சி.யும் முதல் தொழிலாளர் வேலைநிறுத்தமும்* (சென்னை: மக்கள் வெளியீடு, 1986).

திருநெல்வேலி நகராட்சி நூற்றாண்டு விழாச் சிறப்பு மலர் (திருநெல்வேலி, 1968).

நெல்லையப்பர், பரலி. சு., வ.உ. சிதம்பரம் பிள்ளை சரித்திரம் (சென்னை: சக்தி காரியாலயம், 1944).

பத்மநாபன், ரா.அ., *சித்திரபாரதி* (நாகர்கோவில்: காலச்சுவடு பதிப்பகம், 2006). (முதல் பதிப்பு, 1957)

பத்மநாபன், ரா.அ. (ப–ர்), *பாரதி புதையல் பெருந்திரட்டு* (சென்னை: வானதி பதிப்பகம், 1982).

பி.ஸ்ரீ., *கொஞ்சமோ நினைவின் வெள்ளம்!* (சென்னை: நன்செய்ப் பதிப்பகம், 1973).

மணியன், இளசை (தொகுப்பாசிரியர்), ஸி.எஸ். சுப்பிரமணியம் (ப–ர்.), *பாரதி தரிசனம்*, இரண்டு தொகுதிகள் (சென்னை: நியூ செஞ்சுரி புக் ஹவுஸ், 1975–77).

வ.உ.சி. சுயசரிதை (சென்னை: முல்லைப் பதிப்பகம், 1946).

வ.உ.சி. நூற்றாண்டு மலர் (வ.உ.சி. நூற்றாண்டு மலர், 1972).

வ.உ. சிதம்பரம் பிள்ளை மலர் (பம்பாய்: பம்பாய்த் தமிழ்ச் சங்கம், 1951)

விசுவநாதன், சீனி., *காலவரிசைப்படுத்தப்பட்ட பாரதி படைப்புகள்*, 12 தொகுதிகள் (சென்னை: சீனி. விசுவநாதன், 1998–2000).

வேங்கடாசலபதி, ஆ.இரா. (ப–ர்), *பாரதியின் கருத்துப்படங்கள்* (சென்னை: நர்மதா பதிப்பகம், 1994).

வேங்கடாசலபதி, ஆ.இரா. (ப–ர்), *பாரதி கருவூலம்* (நாகர்கோவில்: காலச்சுவடு பதிப்பகம், 2008).

வேங்கடாசலபதி, ஆ.இரா. (ப–ர்), *பாரதி: 'விஜயா' கட்டுரைகள்* (நாகர்கோவில்: காலச்சுவடு பதிப்பகம், 2004).

வேங்கடாசலபதி, ஆ.இரா. (ப–ர்), *வ.உ.சி.: திலக மகரிஷி* (நாகர்கோவில்: காலச்சுவடு பதிப்பகம், 2010).

வேங்கடாசலபதி, ஆ.இரா. (ப–ர்), *வ.உ.சி.யும் பாரதியும்* (1994; நாகர்கோவில்: காலச்சுவடு பதிப்பகம், 2022).

வேங்கடாசலபதி, ஆ.இரா. (ப–ர்), *வ.உ.சி. கடிதங்கள்* (சென்னை: சேகர் பதிப்பகம், 1984).

வேங்கடாசலபதி, ஆ.இரா., *வ.உ.சி.யும் திருநெல்வேலி எழுச்சியும்* (சென்னை: மக்கள் வெளியீடு, 1987).

ஸ்ரீநிவாசவரதன், ரா., *சுப்பிரமணிய சிவா* (ராமசந்திரபுரம்: ரிப்பன் பிரசுரம், 1947).

Bate, Bernard, *Protestant Textuality and the Tamil Modern: Political Oratory and the Social Imaginary in South Asia* (Stanford: Stanford University Press, 2021).

Brown, Hilton, *Parry's of Madras: A Story of British Enterprise in India* (Madras: Parry & Co., 1954).

Fanon, Frantz. *The Wretched of the Earth* (1961; Harmondsworth: Penguin, 1967).

Frykenberg, R.E., 'On Roads and Riots in Tinnevelly: Radical Change and Ideology in Madras Presidency During the 19th Century,' *South Asia*, IV, 2 (December, 1982).

Guha, Ranajit, *Elementary Aspects of Peasant Insurgency in Colonial India* (Delhi: Oxford University Press, 1983).

Lefebvre, Georges, *The Great Fear of 1789* (Princeton: Princeton University Press, 1973).

Narasimhan, V.K., *Kasturi Ranga Iyengar* (New Delhi: Publications Division, 1963).

Pate, H.R. *Tinnevelly District Gazetteer* (Madras: Government Press, 1917).

Rajendran, N., *The National Movement in Tamil Nadu, 1905–1914: Agitational Politics and State Coercion* (Madras: Oxford University Press, 1994).

Rude, George, *The Crowd in History: A Study of Popular Disturbances in France and England, 1730–1848* (London: Lawrence & Wishart, 1981).

Sedition (Rowlatt) Committee, Report (Calcutta: Superintendent Government Printing, 1918).

Venkatachalapathy, A.R. 'Madras: Not Benighted?', *Economic and Political Weekly*, 30(9), 4 March 1995.

~~

வ.உ.சி.யும் காந்தியும்
347 ரூபாய் 12 அணா
ஆ. இரா. வேங்கடாசலபதி
ரூ. 140

திலக மகரிஷி
வ.உ.சி
(ப—ர்):
ஆ. இரா. வேங்கடாசலபதி
ரூ. 225

வ.உ.சி.யும் பாரதியும்
(ப—ர்):
ஆ. இரா. வேங்கடாசலபதி
ரூ. 250

வ.உ.சி.யின் சிவஞான போத உரை
(ப—ர்):
ஆ. இரா. வேங்கடாசலபதி
ரூ. 140